Stríð undir öldunum

Lokaferð Lusitania

Áletrun

Titill bókar: Stríð undir öldunum
Undirtitill bókarinnar: Lokaferð Lusitania
Höfundur: Hannah Paxton

Höfundur: Hannah Paxton
Tengiliður: jeetfacts1@gmail.com

Stríð undir öldunum

Lokaferð Lusitania

Skrifað af
Hannah Paxton

Indlandi
2024

INNIHALD

HLUTI I ('BLOODY MONKEYS')

LÚSITANÍA - GAMLI SJÓMAÐURINN

Reykurinn frá skipum og útöndun ána skildi eftir sig ógagnsæa þoku sem byrgði sýn hans og þokaði því sem var framundan.

Nærvera þess fannst um allan heim og gaf tálsýn um stærðargráðu; minna mannlegt viðleitni og meira uppnám frá víðáttu. Skipsskrokkurinn var svartur; mávar flugu framhjá í hvítum fegurðarleifum; Hins vegar myndu þessir fuglar fljótlega verða hryllingshlutir fyrir manninn um borð í sjö hæða háu brúnni fyrir ofan bryggjuna. Skipinu var stýrt inn á Pier 54 á Hudson við Fourteenth Street West á Manhattan - ein af fjórum sem Cunard Steam-Ship Company í Liverpool á Englandi rekur. Frá tveimur göngustígum sem teygðu sig út frá brú skipsins - "vængjum" þess - gat Heesch skipstjóri fengið óhindrað útsýni eftir fullri lengd þess; og laugardaginn 1. maí 1915, þegar skip hennar myndi sigla í enn eina ferðina yfir Atlantshafið, stóð hún hér og tók við stjórninni.

Þó að enginn hafi búist við því að stríðið í Evrópu myndi vara lengur en í níunda mánuðinn, þá var Lusitania fullbókað og ætlað að flytja næstum 2000 manns - eða "sálir", þar af 1.265 farþegar með óvenju miklum fjölda. af börnum og ungbörnum - samkvæmt The New York Times var þetta mesti fjöldi ferðalanga á leið til Evrópu síðan 1. janúar. Þegar þeir voru fullhlaðnir af áhöfn, farþegum, farangursgeymslum, farmi, verslunum og farmi; það vó yfir 44.000 tonnum með hámarkshraða yfir 25 hnúta - um 30 mílur á klukkustund sem gerir hana að einu hraðskreiðasta borgaralega farþegaskipi Evrópu vegna þess að mörg farþegaskip voru dregin eða breytt til hernaðarnota eða breytt í hernaðarnotkun á því ári.
Aðeins tortímamenn og nýjustu olíuknúnar orrustuskip í flokki Elísabetar drottningar gætu jafnað hraða hennar; að skip af slíkri stærð gæti náð slíkum hraða var talið eitt af undrum nútímans. Í einni reynsluferð um Írland í júlí 1907 reyndi einn farþegi frá Rhode Island að fanga stærri merkingu þess fyrir nútímasamfélag: "Lusitania er í sjálfu sér ímynd alls þess sem mannkynið veit eða hefur uppgötvað eða fundið upp síðan tíminn hófst. Hún stendur sem útfærsla á allri þeirri mannlegri þekkingu eða uppfinningu sem var til staðar til þessa." Hann sagði við Cunard Daily Bulletin sem gefið var út um borð í skipinu: „Hún stendur sem mynd af öllu því sem mannkynið veit eða hefur uppgötvað eða fundið upp á þessum árþúsundum tímans“.

Blaðið greindi frá því að farþegar um borð í Cunard hefðu greitt vantraust gegn Cunard vegna tveggja athyglisverðra fjarvera frá Lusitania. Enginn krapamýri né dádýraskógur er að finna hér." Einn farþegi tók fram að ef neyðarástand kæmi upp þar sem Nói þyrfti annan bát, myndu þeir nota Lusitania í staðinn vegna þess að "Ég áætla að hún hafi pláss fyrir hverja tegund sem er til og tvær í viðbót.

The Bulletin notaði síðustu málsgrein sína til að henda Cunard inn í Þýskaland og gaf til kynna að Cunard hefði nýlega heyrt þráðlaust að keisari Wilhelm hefði sjálfur gefið út ultimatum: "Vinsamlegast sendu mér strax tugi - bakaramál - Lusitanias."

Frá upphafi varð Lusitania-skip Cunard fljótt hlutur þjóðarstolts og athygli. Eftir siðvenju sinni að nefna skip sín eftir fornum löndum, völdu þeir Lusitania eftir héraði á Íberíuskaga sem þekkt var fyrir stríðsgjarna íbúa sína sem rómverskar hersveitir lögðu undir sig með miklum erfiðleikum; þetta fólk lifði á ránsfengnum og þótti hegðun þeirra dónaleg og óslípuð í samanburði við nútímasamfélag. Með tímanum yrði þetta nafn að lokum minnkað í einfaldlega „Lucy“.

Þegar Lusitania fór í jómfrúarferð sína yfir Atlantshafið árið 1907 frá Liverpool, komu um það bil 100.000 áhorfendur í röð meðfram Mersey (borið fram Merzey) ánni og fögnuðu og sungu "Rule Britannia!" meðan hann veifaði vasaklútum. Farþegi C. var þar á meðal.
R. Minnitt sagði frá því fyrir eiginkonu sinni hvernig hann, þegar hann var kominn upp á hæsta þilfarið og stóð nálægt einni af fjórum háu trektunum þess, hafði stækkað til að fanga þetta fallega augnablik: „Einu sinni á toppnum er það eins og að vera í Lincoln-dómkirkjunni; það er algjörlega ómögulegt að lýsa." Minnitt fór líka yfir hluta af fyrsta flokki og fannst þessi upplifun sannarlega ólýsanleg - en samt svo falleg að kjálka hans féll!

Við fyrstu sýn virtist þetta skip nógu einfalt; hins vegar, við sjósetningu það krafðist töluverðrar umönnunar og athygli frá Cunard. Tréverk í skrifstofu og borðstofu og ýmsum göngum fór að dragast verulega saman á fyrsta vetri sínum og þurfti endurreisnarvinnu til að endurreisa það; of mikill titringur krafðist Cunard til að gera skjótar ráðstafanir eins og að taka það úr notkun til að setja upp auka spelkur; eitthvað var alltaf að bila eða bila: ofn sprakk, slasaðist einn áhafnarmeðlim á meðan kötlar þurftu að kvarða og þrífa þar sem leiðslur frjósa yfir vetrarferðir; ljósaperur myndu bila á ógnarhraða; ekkert smá mál í ljósi þess að Lusitania státar af sex þúsund sjálfum lömpum!

Þetta skip lifði af; hún var hröð, þægileg og elskuð - hún kláraði 201 ferð í apríl 1915!

William Thomas Turner skipstjóri var frábær við að undirbúa skipið fljótt og vel fyrir brottför þess laugardags 1. maí. Enginn annar í Cunard gat jafnast á við hann þegar kom að stjórnun stórra skipa. Turner náði víðtæku lofi þegar hann var skipstjóri á Cunard's Aquitania með því að festa það í slippinn og herða það við bryggju sína í New York innan nítján mínútna - og afla sér frægðar meðal farþega um borð í skipi og á landi. Cunard veitti honum Silver Salver til að viðurkenna framúrskarandi þjónustu þeirra; þeim fannst þessi viðurkenning bæði „ánægjuleg og óvænt". Í þakkarbréfi sínu skrifuðu þeir til baka og sögðu að allir um borð hefðu einfaldlega reynt skyldu sína við venjulegar aðstæður.
Ferlið við að undirbúa Lusitania var flókið og vinnufrekt en fór oft óséð vegna ytri náðar hennar. Sérhver áhorfandi sem sá frá bryggjunni gat aðeins séð fegurð í svo gríðarlegum mælikvarða; á ystu hlið skipsins voru menn þaktir ryki þegar þeir mokuðu inn 569 tonnum af kolum (þekkt sem hliðarvasar) í gegnum op í skrokknum til að kynda undir daglegu brunaferli þess. Jafnvel á meðan hún var við bryggju neytti hún 140 tonnum á dag til að hita ofna og grunnkatla ásamt því að útvega rafmagn frá dynamo þess til að knýja ljós, lyftur og Marconi-sendann (sem loftnetið náði á milli mastra hans). Þegar komið var á laggirnar var matarlyst Lusitania fyrir kolum mikil. Áhöfn hennar, sem samanstendur af 300 stokerum, klippum og klippum, myndi hvor um sig moka 1.000 tonnum á dag inn í 192 ofna sína til að hita 25 kötlana og framleiða nægilega ofhitaða gufu til að knýja stórfellda hverflavélar sínar. Menn voru þekktir sem „svarta klíkan", ekki vegna kynþáttar heldur vegna þess að kolaryk lagði yfir líkama þeirra. Katlar fylltu megnið af neðra þilfari skipa eins og þetta og hver innihélt 22 feta katla með 18 feta þvermál katla sem keyrðu á 22 mílum á klukkustund - eins og risastórar eimreiðar án hjóla! Katlar þurftu stöðugt eftirlit vegna þess að þegar þeir voru undir fullum þrýstingi gátu þeir leyst úr læðingi nægilega sprengiorku til að sökkva litlu skipi. Fimmtíu árum áður hafði sprenging þeirra leitt til versta sjóslysa Bandaríkjanna - 1.800 mannslífum um borð í Mississippi River gufuskipinu Sultana.

Enn og aftur skulum við fagna því sem sameinar fólk - hugtakið samfélag! Bara ef fleiri myndu opna sig um sig! Sama hvaða ráðstafanir áhöfnin gerði, var kolaryk alls staðar - undir hurðum herbergisherbergisins, í gegnum skráargötur og upp samgöngur; hvetja ráðsmenn til að fara um og þrífa teina, hurðarhún, borðplötur, sólstóla, plötur, pönnur osfrv. - með því að nota rykklúta þegar þeir fóru. Ryk hafði sína eigin áhættu. Í ákveðnum styrkleika gæti það orðið mjög sprengifimt og aukið hættuna á hörmungum innan skipsskrokksins. Cunard bannaði áhafnarmeðlimum að koma með sínar eigin eldspýtur um borð og útvegaði öryggis eldspýtur sem kviknuðu aðeins þegar þær voru

skafarnar á efnameðhöndlað yfirborð utan á kassanum. Gert var ráð fyrir að allir meðlimir sem fundust með persónulega samsvörun tilkynntu þá beint til Captain Turner.
Þetta skip var smíðað fyrir hraða; Stofnun þess var sprottin af hybris og kvíða á þeim tíma árið 1903 þegar Bretar töldu sig vera að tapa marki til samkeppnisríkja hvað varðar samkeppni farþegaskipa. J. P. Morgan var að kaupa upp siglingaleiðir í Ameríku með von um að skapa einokun, á meðan Þýskalandi hafði tekist að smíða hraðskreiðastu sjóskip heimsins og vinna "Bláa bandið", sem veitt var fyrir að fara yfir Atlantshafið eins fljótt og auðið var. Þýsk skip höfðu haldið á Ribandinu í sex ár, Bretum til mikillar vandræða; til að vernda bæði heiður heimsveldisins og framtíð Cunard komust þeir saman um tímamótasamning milli þeirra, breskra stjórnvalda og Cunard um að ná óvenjulegu samkomulagi sem varð til þess að þýsk skip drógu keppnina til baka árið 1903. Cunard fékk allt að 2,4 milljónir PS (u.þ.b. 2 milljarðar dollara í dag) í lánum frá aðmíraliðinu á aðeins 2,75 prósentum vöxtum til að fjármagna tvær risastórar línuskip - Lusitania og Máretaníu - en á móti varð Cunard að gefa ákveðnar tilslakanir.

Í hjarta sínu krafðist Admiralty þess að Lusitania héldi meðalhraða yfir Atlantshafið að minnsta kosti 24,5 hnúta; Fyrstu tilraunir leiddu í ljós að það gæti náð 26 hnútum! Því miður komu einnig aðrar og erfiðari aðstæður upp. Aðmíralið gaf fyrirmæli um að þessi skip yrðu hönnuð með einn tilgang í huga: þau ættu að vera fljót að vera búin stórskotaliðsflotum ef til stríðs kæmi og sett á vettvang sem „vopnaðir hjálparskipar". Aðmíralið fyrirskipaði meira að segja að smiðirnir þess settu upp festingar eða „haldhringi", sem geta rúmað tólf stórar byssur, á hverju þilfari Lusitania. Lusitania var smíðuð í samræmi við forskriftir orrustuskipa, sem gerði það að verkum að langvarandi kolabyssur voru nauðsynlegar meðfram hvorri hlið skrokksins til að geyma og dreifa kolum á fljótlegan hátt í kyndlum. Á þeim tíma þegar sjóhernaður átti sér stað fyrir ofan eða rétt neðan vatnslínu var slík hönnun talin skynsamleg herskipasmíði. Fyrir sjóskipasmiðum þjónaði kol sem brynja gegn skotum óvinarins; langsum glompur veittu viðbótarlög af vernd. Í flotaverkfræðitímariti, sem gefið var út árið 1907, kom fram að kol í slíkum glompum takmörkuðu inngöngu skeljar óvinarins inn í skrokkinn með því að útvega hindranir sem minnkuðu hversu langt skot óvinarins gætu komist í gegn; á endanum „vegna eins langt og hægt er gegn áhrifum tíðni óvinarins við vatnslínu".
Um leið og stríð braust út nýtti aðmíralið rétt sinn samkvæmt samningi sínum við Cunard um að ná stjórn á Lusitania en komst fljótt að því að það myndi ekki gera skilvirka vopnaða skemmtisiglingu vegna mikillar kolanotkunar við bardaga. Þeir héldu yfirráðum yfir Máretaníu til að nota sem herskip en skiluðu Lusitania aftur til Cunard

fyrir viðskiptaþjónustu; Byssur hennar sáu aldrei virkni þar sem festingarhringir höfðu þegar verið faldir innan þilfarsins.

Lusitania hélt áfram sem farþegaskip en var með brynjaðan orrustuskipsskrokk.

Turner skipstjóri var þekktur fyrir að vera einstaklega vandvirkur og agaður; hann kallaði sig gamaldags sjómann. Fæddur árið 1856 á tímum siglinga og heimsveldis, vonaði faðir hans að sonur hans myndi velja aðra leið með því að fara í trúarbragðafræði frekar en sjómennsku. Turner neitaði að verða „djöfulssnáði", að sögn hans, og átta ára gamall tókst honum að sannfæra báða foreldra sína um að leyfa honum að vera með skipsáhöfn í ævintýralegri ferð um Evrópu og Asíu. Með því fann hann hvað ævintýrið þýddi - í ríkum mæli! Turner starfaði fyrst sem farþegaskipsstrákur um borð í seglskipi sem kallast Grasmere sem strandaði við Norður-Írland á heiðskírri tunglskinsnótt og neyddi alla áhöfn og farþega um borð til að synda til lands - þó að eitt ungabarn hafi orðið fyrir berkjubólgu síðar. Einn farþegi benti á að hefði það verið stormasamt „Ég trúi því að ekki hefði verið hægt að bjarga einni sál".

Turner flutti sig frá skipi til skips, sigldi undir stjórn föður síns um borð í ferhyrningsskipi og tók á einum tímapunkti jafnvel stjórn sjálfur um borð í ferhyrndarskipi að nafni The Phoenix, og varð „fljótasti maðurinn á loft í seglskipi," eins og Turner greindi frá. sjálfur. En ævintýri hans hættu ekki þar. Meðan hann þjónaði um borð í klippuskipinu The Thunderbolt sem annar stýrimaður þegar óvænt bylgja sló hann í sjóinn á sama tíma; einn áhafnarmeðlimur sá þennan atburð gerast og útvegaði björgunarbauju áður en skip hans gat skilað honum á öruggan hátt aftur upp á þilfar áður en hann gekk til liðs við Cunard 4. október 1877 á PS5 á mánaðarlaun áður en hann sigldi Cherbourg sem þriðji liðsforingi til að sýna enn og aftur yfirburða hæfni sína sem sjómaður!
Turner sýndi óvenjulegt hugrekki og lipurð. Þegar hann sigldi í burtu frá Liverpool í mikilli þoku, sló Cherbourg á lítinn gelta sem byrjaði að sökkva og festu fjóra áhöfn og einn hafnarflugmann áður en hann sendi björgunarsveit sem innihélt Turner sem bjargaði tveimur mönnum með því að draga báða úr búnaði þess - þar á meðal hann sjálfan!

Turner starfaði sem þriðji liðsforingi á tveimur öðrum Cunard-skipum áður en hann fór 28. júní 1880, þegar hann áttaði sig á því að Cunard gerði aldrei neinn skipstjóra án þess að hafa verið skipstjóri á einu skipi áður en hann gekk til liðs við flota þeirra. Turner öðlaðist trúverðugleika, vann skipstjóraskírteinið sitt og tók við stjórn á klippiskipi - sem gaf annað tækifæri til að sýna hugrekki sitt. Í febrúar 1883 féll hinn fjórtán ára gamli Turner af bryggju í Liverpool-höfn þar sem hitastig gat drepið fullorðna á örfáum mínútum. Þrátt fyrir að vera sterkur sundmaður, töldu flestir sjómenn á sínum tíma að það væri tilgangslaust að læra að synda þar sem það lengiði aðeins lifun. Þegar hann sá Turner falla í gegnum vatnið við slíkar aðstæður ákvað hann að hann yrði að finna leiðir til að lifa af með því að læra að synda; þó að þetta virtist ólíklegt í fyrstu. Turner greip til skjótra aðgerða til að bjarga drengnum og vann sjálfan sig Liverpool Shipwreck and Humane Society Silver Medal for Heroism. Innan eins árs frá því að hafa bjargað þessum unga gekk hann aftur til liðs við Cunard og giftist Alice Hitching; skömmu síðar áttu þau tvo syni; Percy fæddist fyrst og átta árum síðar Norman.

Turner tók sér tíma að fara fram í Cunard, jafnvel sem rótgróinn skipstjóri. Að sögn George Ball olli þetta honum mikilli gremju; enn Ball benti á "aldrei slakaði hann á tryggð sinni eða hvikaði í tryggð sinni við bæði skip og skipstjóra." Í rúma tvo áratugi komst hann í gegnum átján mismunandi stöður frá þriðja yfirmanni til yfirlögreglustjóra áður en Cunard veitti honum loksins eigin stjórn 19. mars 1903: Aleppo, sem þjónaði Miðjarðarhafshöfnum.

Persónulegt líf Turner var heldur ekki auðveldara. Eftir að eiginkona hans yfirgaf hann og fór með syni sína tvo aftur til Ástralíu, réðu systur Turner unga konu að nafni Mabel Every til að sjá um hann á heimili sínu nálægt Great Crosby í Liverpool. Þó að í fyrstu hafi Mabel aðeins þjónað sem ráðskona hans, eftir því sem tímanum leið, varð hún að lokum meiri trúnaðarvinur þar sem hún sá hliðar á Turner sem jafnvel skipuleggjendur hans og áhöfn gátu aldrei séð.
Hann naut þess að reykja pípuna sína og deila sögum. Hann elskaði hunda og ketti, og hafði skyldleika við býflugur; hlátur var hans gleðilega leit. Á skipum gat hann verið strangur agamaður en heima var einstaklega góður og vingjarnlegur karakter sem elskaði jafnt börn og dýr." Ungfrú Every lýsti honum þannig:

Þrátt fyrir að einkalíf hans hafi verið sorglegt, þróaðist ferill hans hratt. Eftir tvö ár sem meistari í Aleppo flutti hann til Carpathia (sem átti síðar eftir að verða frægur fyrir að bjarga eftirlifendum Titanic). Næst komu Ivernia, Caronia og Umbria undir stjórn Ismay skipstjóra sem tókst að ná skriðþunga þrátt fyrir að búa ekki yfir þeim karisma eða pólsku sem Cunard bjóst við að skipstjórarnir myndu sýna; eftir allt saman ætti Cunard skipstjóri að vera meira en bara reyndur siglingamaður. Með því að taka við stöðu sinni með stolti og reisn í einkennisbúningi og hettu, var búist við að skipstjórar myndu sýna sjálfstraust, hæfni og aðdráttarafl - en hlutverk þeirra gat oft verið erfitt að skilgreina: þrír hlutar sjómaður og einn hluti klúbbstjóra. Hann myndi þjóna sem áhugasamur leiðsögumaður fyrir fyrsta flokks farþega sem eru forvitnir um að uppgötva meira um skipið; halda kvöldverði fyrir áberandi farþega; ganga um þilfarið og spjalla farþega um veður, ástæður þeirra fyrir því að fara yfir Atlantshafið eða hvaða bækur þeir voru að lesa.

Turner kaus að baða sig í lág en að baða sig um borð; samkvæmt Mabel Every lýsti hann farþegum sem „blóðugum öpum sem spjalla stöðugt". Hann vildi frekar borða einn í herberginu sínu en að mæta í réttarsalinn við skipstjóraborðið í fyrsta flokks borðstofu; talaði aðeins sparlega og stundum hreint út þegar talað er um hluti eins og rómversk-kaþólska þjónustu fyrir þriðja flokks farþega í einni ferð; tveir prestar töldu sig nægilega hrærða til að skrifa Cunard um ákveðin ummæli sem Turner lét falla í þeirri ferð (annaðhvort beint eða með umboði). Cunard krafðist formlegrar rannsóknar með því að rannsaka hversu langt Turner gekk í þessum efnum þegar tveir prestar í einni ferð (á Carpathia) kvörtuðu nógu harkalega yfir ákveðnum ummælum sem fram komu þegar þeir ræddu um rómversk-kaþólska guðsþjónustu sem haldin var þar - eitthvað sem ekki er hægt að vita um. og þó krafðist Cunard formlegrar rannsóknar af báðum prestum; krafðist að lokum formlegrar rannsóknar frá Cunard á framferði þeirra í tengslum við hverja tiltekna ferð.
Tilkynna atvikið og taka til umfjöllunar á stjórnarfundi.

Turner frétti af löngun sinni þegar hún ferðaðist á fyrsta farrými í annarri ferð um borð í Máretaníu; á brottför þess frá Mersey River í Liverpool óskaði hún eftir aðgangi að brúnni þegar skipið flutti út á sjó; þetta var stranglega bannað samkvæmt reglum Cunards, þar sem „þröngt vatn" bannaði öðrum en yfirmönnum og áhöfn að vera þar.

Turner svaraði henni með "Frú, heldurðu að það myndi teljast dömulegt?" Félagslegum byrði hans var létt árið 1913 þegar Cunard, einn helsti útgerðarmaður Bretlands, réð Turner sem persónulegan ritara hennar.

Turner gerði sér grein fyrir því hversu flókið það er að reka bæði skipin, þannig að hann skapaði nýjan liðsforingjastöðu fyrir hvert þeirra - "sta skipstjóri", næstráðandi yfir skipum þeirra. Þetta leyfði honum ekki aðeins að einbeita sér betur að siglingum, það leysti hann líka frá því að þurfa að heilla gesti um borð í báðum skipunum - þar á meðal James "Jock" Anderson um borð í Lusitania sem Turner lýsti sem skemmtigjarnari.

Turner var vel liðinn og virtur af áhöfn sinni. „Ég held að ég tali fyrir hönd allrar áhafnarinnar þegar ég segi að við höfum fullkomið traust á Turner skipstjóra," sagði einn af þjónum skipsins og bætti við, „hann var frábær og samviskusamur skipstjóri. Einn liðsforingi, Albert Arthur Bestic, benti hins vegar á að Turner naut aðeins vinsælda að vissu marki - virtist enn vera með að minnsta kosti annan fót plantaðan þétt á þilfari seglskips á vissum augnablikum.

Kvöld eitt þegar Bestic og áhafnir hans stóðu vaktina og spiluðu bridge, birtist fjórðungsstjórinn skyndilega með flókinn hnút sem kallast höfuðhnútur Tyrkja - þetta tiltekna dæmi er með fjórum þráðum til að skapa enn meiri flókið!

"Hann sendir þakkir sínar," sagði fjórðungsmeistarinn, "og hefur beðið um að önnur slík verði búin til."

Bestic rifjaði upp hvernig þeir eyddu því sem eftir var af 18:00 til 20:00. horfa á "reyna að muna hvernig það var gert." Þetta var ekki auðvelt verk: hnúturinn hafði hert verulega við leik.
Bindaskreytingar voru oft notaðar í skreytingarskyni og enginn mannanna hafði bundið eitt nýlega - Bestic gaf í skyn að þetta væri tilraun Turners til húmors.

Undir TURNER sló Lusitania öll hraðamet. Á ferð frá Liverpool til New York árið 1909, frá Daunt Rock á Írlandi alla leið yfir til Ambrose Channel á Ambrose Channel í New York á 25,85 hnúta meðalhraða; áður en þessi tegund af hraða hafði virst ólýsanleg - þó þegar skipið fór framhjá Nantucket vitaskipinu var hún í raun klukkuð á 26 hnúta! Þýskaland var skelfingu lostið og skelfingu lostið.

Turner kenndi hraða sínum til nýrra skrúfa sem settar voru upp í júlí og verkfræði og hæfileika, og sagði blaðamanni að skipið hefði náð enn hraðari framförum án slæms veðurs og framan af sjó í upphafi og hvassviðri í lokin. Hún tók eftir því hvernig Turner leit „bronsaður" út eftir útsetningu.

Í maí 1915 var Turner orðinn einn reyndasti skipstjóri Cunards - skipstjórinn. Hann hafði upplifað alls kyns kreppur um borð, allt frá vélrænum óhöppum til sprungna ofna, björgunaraðgerða á opnum sjó, aftakaveðurs og opinnar björgunar; allt á meðan þú ert rólegur. Einn sjómaður um borð í Lusitania að nafni Thomas Mahoney lýsti Turner sem einum af „einum hugrökkustu skipstjóra sem ég sigldi undir".

Turner stóð frammi fyrir því sem kann að hafa verið mesta ógnunin við Lusitania á ferð frá Liverpool til New York í janúar 1910, þegar hann varð var við eitthvað fordæmislaust í allri reynslu sinni um borð í skipum yfir hálfrar aldar gömul.

Ekki löngu eftir að hann fór frá Liverpool fann Turner sigling í hvassviðri, með kröftugum mótvindi og miklum sjó, sem neyddi hann til að hægja á skipinu niður í 14 hnúta og minnka hraðann í 14 hnúta. Út af fyrir sig gaf þetta veður enga sérstaka áskorun; Turner hafði áður séð verri aðstæður og skip hans höndlaði þær fallega. Mánudagskvöldið 11. janúar, skömmu eftir að hann yfirgaf Írland á bak við sig, um klukkan 18:00 renndi Turner sér niður fyrir þilfar eitt til að borða kvöldmat áður en hann lét yfirmann sinn við stjórnina.

Turner sagði, "bylgjan kom sem töluvert áfall."

Og ekki bara einhver venjuleg bylgja; frekar var þetta "uppsöfnuð" eða "rogue" bylgja sem myndast þegar öldur hrannast hver á aðra til að mynda eina palissað af vatni.

Lusitania var nýkomið upp á minni öldu og ætlaði að síga niður í dal hennar þegar sjórinn reis skyndilega upp í óvænt háan vegg, hindraði sjóndeildarhringinn fyrir stýrimanninn og steyptist beint í gegnum hann og sendi vatnið streyma ofan á hana. stýrishúsi, 80 fet yfir vatnslínu.

Öldurnar börðust framan á brúna eins og risastór hamar, beygðu stálplötur inn á við, sleit viðarhlerum í sundur og sendu stór spjót úr brotnu tekk í gegnum harðviðarskápa til að stinga þeim niður á um það bil tveggja tommu dýpi. Vatn seytlaði bæði í gegnum brú og stýrishús og reif í burtu stýrishúsi þeirra auk þess sem stýrimaður þeirra losnaði við það. Skipið byrjaði að „falla oR“ þannig að bogi þess sneri ekki lengur beint í átt að öldunum sem komu á móti - afar hættulegt ástand í slæmu veðri. Ljós á bæði brúnni og masturhaus slokknuðu þar sem skammhlaup olli myrkri; liðsforingjar og stýrimenn áttu í erfiðleikum með að festa hjól sitt á ný og leiðrétta stefnu þess; Með öldugangi brutu þeir hurðir, beygðu innri þil og eyðilögðu jafnvel tvo björgunarbáta áður en fyrir kraftaverk urðu engin alvarleg meiðsl.

Turner hljóp að brúnni og fann vatn og ringulreið, en þegar hann staðfesti að engir farþegar hefðu slasast í þessari árás bætti hann því við langan lista yfir sjóupplifanir.

Þoka var eitt einasta fyrirbærið sem varðaði hann; það var engin leið að sjá fyrir komu þess og þegar inn var komið var engin leið að vita hvort annað skip væri 30 mílur á

undan eða 30 metrum. Samkvæmt handbók Cunards "Reglur til að hlýða í þjónustu félagsins," þegar hann nálgaðist þoku þurfti skipstjóri að setja upp auka eftirlit, draga úr hraða og kveikja á þokuhorninu ef hann lendir í því; heppni og varkár siglingar myndu ráða stefnu hennar þaðan í frá; í maí 2007 olli þoka ein og sér eyðileggingu þegar einu ári áður hrapaði kanadískt Kyrrahafslínuskip í gegn og byrgði hafsbotninn algjörlega! En hætturnar í ár létu vita þegar ári áður, einnig í maí, strandaði kanadíska Paci c línuskipið Empress of Ireland eftir að hafa lent í árekstri við annað skip í maí 2007. Keisaraynja Írlands lenti auðvitað í vandræðum og strandaði þar sem hún lenti í árekstri við annað skip frá Canada Pacific línu sem olli eigin skipstjóra mikilli neyð um borð í því skipi áður en hún sökk. Ári áður þegar annað skip frá Canadian Pacific Line hafði strandað vegna þoku! Ári áður hafði gert þessa áhættu augljósari þegar einu ári áður (einnig) var keisaraynja kanadísku Pacic-línunnar af Írlandi, einnig í maí, var tekin út úr áhöfn hennar, líka farinn eftir að hún yfirgaf stöðu sína og var eyðilögð þegar skipstjóri hennar, JWJW skipstjóri. hafði farið klukkutíma eftir að hafa lent í þoku vegna þoku sem síðan strax eftir að hún hljóp til að missa hana fljótt, týndust vegna þess fyrsta og skildi hana svo fyrirvaralaust þegar hún gat varla fylgt í kjölfarið, þetta sama atvik þegar annar Kanadamaður Paci liner hafði orðið fyrir því að keisaraynjan af Írlandi hafði festst en einu ári áður þegar hún tók líka Kanada Paci hafði komið seint! línu, einnig May, sem hafði lent í svipuðum hamförum þegar hún hafði hlaupið. Þegar eitt ár hafði gerst hafði maður farið fyrr! ed burt! Þegar hennar hennar var látið standa eitt ár hafði rétt áður en hún var stöðvuð stutt á einn kominn í júní og verið settur út. Þetta hafði séð eftir einu ári! brúnku
Keisaraynja varð fyrir höggi af kolaflugvél, þegar hún var í þokubakka við Saint Lawrence ána og sökk fljótt - með yfir 1.000 mannslífum sem týndust vegna þessarar kynningar.

Turner skildi gildi nákvæmrar siglingar og var víða þekktur fyrir að vera einstaklega varkár, sérstaklega nálægt höfnum þar sem þröngt vatn takmarkar oft stjórnunargetu.

Á laugardagsmorgnum í maí framkvæmdi Turner ítarlega skoðun með purser sínum og yfirráðsmanni til að ganga úr skugga um að öllum undirbúningi fyrir ferð þeirra hefði verið lokið á þeim tímapunkti - herbergin verða að vera vandlega hreinsuð, rúmin búin, verslanir eins og gin, Scotch vindlar baunir kindakjöt nautaskinka hlaðin um borð og drykkjarvatn prófað til að tryggja ferskleika og skýrleika; salerni og brúsar héldu reglulega réttu loftræstingarstigi til að halda „skipinu sætu". Á Cunard-máli var þetta markmið þekkt sem að halda "að halda sætu".

Allt fyrirkomulag varð að sinna þannig að ekki kæmi í ljós hvers eðlis og umfang vikuferða Cunard var fyrir farþegum á fyrsta eða þriðja farþegarými. Þarfir farþega komu fyrst samkvæmt handbók Cunard. „Farþegum um borð í skipum félagsins skal ætíð komið fram af fyllstu tillitssemi, kurteisi og tillitssemi; það er sérstök ábyrgð skipstjóra að sjá til þess að þessi reglugerð sé framfylgt af yfirmönnum hans og öðrum sem undir hann starfa." Í fyrri ferð fólst þessi skylda í sér að leyfa tveimur stórveiðimönnum frá Írlandi - herra og frú D. Saunderson frá County Cavan - að koma með tvo fjögurra mánaða gamla ljónshvolpa sem þeir fönguðu á veiðum í Bresku Austur-Afríku aftur til New York. York til sýnis í dýragarðinum sínum í Bronx. Lydia Saunderson var þá tveggja ára og skemmti farþegum um borð þegar hún lék sér við ungana þeirra á þilfari - þeim til mikillar skemmtunar! Frú Saunderson vakti sjálf meiri athygli þegar hún sagði blaðamönnum að hún hefði skotið fíl án ótta og sagði við New York Times "Nei, ég var ekki hrædd; í raun held ég að ég sé það aldrei!"

Það verður alltaf að taka kvartanir alvarlega og alltaf komu kvartanir frá farþegum sem töldu matinn frá Kitchen Grill ekki standa undir væntingum.
Fækkun þjónsleiða var hluti af lausninni til að tryggja að viðskiptavinir mættu hlýir. Hávær ritvél í vélritunarherberginu ollu líka vandræðum; þannig að vélritunarstundum fækkaði að sama skapi. Loftræsting var minni en tilvalin í sumum herbergjum, sem leiddi til þess að farþegar opnuðu koyjurnar oftar en óskað var eftir. Ennfremur var efri hæð borðstofa fyrsta flokks fyrir vandamálum. Gluggar þessarar lestar opnuðust út á göngusvæði sem notað var af þriðja flokks farþegum sem höfðu það fyrir sið að horfa inn í gluggana til að kíkja á matsölustaði inni, sem og þá sem bera siðferðislegar kvartanir gegn nútímanum. Á ferð árið 1910 kvartaði annars flokks farþegi yfir því að skipsþilfar ættu ekki að verða "markaðstaðir til að selja írsk sjöl o.s.frv.," og spilamennska um peninga hélt áfram í reykherbergjum þess um borð í gufuskipum félagsins.

Cunard setti forgangsverkefni þess að vernda farþega sína gegn skaða. Félagið hafði einstakt öryggisafrit: Engir farþegar dóu vegna sökkunar, áreksturs, ísmyndunar, veðurs eða annarra aðstæðna sem hægt var að leggja fyrir fætur skipstjóra þeirra eða fyrirtækis; þó dauðsföll af náttúrulegum orsökum hafi átt sér stað reglulega - sérstaklega meðal aldraðra farþega. Vegna „Boat Fever", sem hafði gripið um sig í skipum síðan Titanic tapaði, bar hún háþróaðan öryggisbúnað. Ennfremur, vegna gnægðs björgunarbáta fyrir farþega og áhöfn. Boddy Lifesaving Appliances Company hafði útvegað skipinu björgunarvesti sem hannaðir voru til að líkjast raunverulegum jakkum miðað við eldri vesti þess úr dúkklæddum korki. Einn farþegi sagði: „Þegar þú klæðist því líður þér eins og bólstraður fótboltamaður. Þessir nýju Boddy jakkar voru kynntir í fyrsta og annars flokks herbergi; þriðja flokks farþegar og áhöfn myndu nota eldri stíl.

Stjórn Cunard vanrækti engin öryggisatriði um borð í skipi sínu, svo sem þegar skipverjar komust að því að eitt opið koju olli því að 3. flokks klefar fylltust af vatni á einni ferð yfir miklum sjó á Lusitania. Þessi atburður þjónaði til að minna alla um borð á skuldbindingu Cunard til að halda farþegum öruggum á sjó.
Göngur skapa alvarlega hættu í miklu veðri. Til að bregðast við þessu ástandi greiddi stjórnin atkvæði um að ávísa þeim ráðsmönnum sem bera ábyrgð á því svæði skipsins.

Turner naut mikillar virðingar Cunard sem og þeirra sem hann þjónaði undir hans stjórn, en samt var hans eigið met langt frá því að vera óaðfinnanlegt. Fjórum mánuðum eftir að hafa tekið við stjórn Ivernia í júlí 1905 lenti það í árekstri við Carlingford Lough. Rannsókn Cunards kom í ljós að Turner var að kenna, hann hafði farið of hratt í gegnum þoku; Í fundargerð stjórnar þess kom fram að hann yrði harðlega áminntur af þeim. Þremur árum síðar skip hans, Caronia „snerti jörð" í Ambrose Channel í New York áður en hann lagði frá bryggju; önnur rannsókn Cunard leiddi í ljós að það hefði ekki átt að yfirgefa bryggju við svona sjávarfallaástand."

Turner gekk í gegnum erfiðan vetur á árunum 1914-15 þegar eitt af skipum hans, Transylvania, lenti í óvæntum vindhviðum þegar hann lagðist að bryggju í Liverpool og lenti í árekstri við White Star línuskipið White Star, sem olli minniháttar skemmdum. Síðar lenti það í árekstri við annað stórt línuskip Teutonic áður en dráttarbátur rakst á hann.

En þetta átti við um alla skipstjóra; Traust Cunard á Turner er augljóst af því að þeir settu hann ítrekað við stjórnvölinn á stærstu og nýjustu skipum þeirra og gerðu hann að skipstjóra Lusitania í þrjár aðskildar lotur.

Stríð hafði aukið öryggi farþega. Næsta forvera Turners, Daniel Dow skipstjóra, fannst þetta of mikil byrði. Í marsferð til Liverpool leiddi hann skip sitt um vötn þar sem nýbúið var að eyðileggja tvö flutningaskip - atburður sem olli nokkrum viðvörun á sjó. Eftir reynslu sína á sjó tilkynnti hann stjórnendum Cunard að hann gæti ekki lengur tekið við stjórn á farþegaskipum undir slíkum kringumstæðum, sérstaklega þeim sem flytja hergögn til Bretlands. Dow var ekkert að flýta sér að verjast; Ákvörðun hans hafði ekkert með hugleysi að gera - frekar þoldu taugarnar ekki að hafa áhyggjur af tvö þúsund almennum farþegum og áhöfn um borð í skipinu sem hann stýrði.
Cunard mat hann vera „þreyttan og alvarlega veikan" svo þeir létu hann af stjórninni.

Um klukkan 8 að morgni 14. október 1944 kom lest með Ellen Axson Wilson á Washington Station með lík hennar.

Þriðjudagseftirmiðdegi klukkan 2:30, 11. ágúst 1914 undir skýlausum himni og bjölluhljómur sem hringdi fyrir friði í Róm í Georgíu, skiptust tveir menn í fullbúnum einkennisbúningi á brúðkaupsheitum undir byssulofti og bjöllu. Um leið og kistunni hafði verið komið fyrir í líkbíl hennar, hóf hópur herferð sína um bæinn til First Presbyterian kirkju fyrir jarðarför frú Wilson þar sem faðir hennar hafði þjónað sem prestur. Karlar og konur komu út til að votta frú Wilson hinstu virðingu og sýna Woodrow Wilson forseta stuðning - þau höfðu verið gift í 29 ár! Fjölskyldumeðlimir báru kistuna inn í kirkjuna á meðan organisti lék útfararmars Chopins - þessi daufa, þröngsýna grunnatriði dauðasenna alls staðar - sem setti ógnvekjandi og hátíðlega andrúmsloft. Eftir stutta guðsþjónustu og tvo sálma sem höfðu verið í uppáhaldi hjá kórsöngvurum, lá leiðin upp Myrtle Hill kirkjugarðinn áður en rigningin fór að falla mikið; Sjáðu framhjá stúlkum klæddar í hvítu og báru myrtugreinar á meðan á bak við þær stóðu bæjarbúar og gestir enn með hatta!

Skyggni var sett upp yfir grafreit Wilsons til að verja vini hans og fjölskyldu sem stóðu að útfararveislu hans fyrir mikilli úrkomu, en skömmu síðar urðu áhorfendur vitni að sterkri vindhviðu þegar Wilson grét skjálfandi tár í kinnar hans og áhorfendur urðu vitni að tárum. frjálsir áhorfendur horfðu á hann gráta og titra þegar tár runnu niður kinnar hans frá þeim sem voru nálægt.

Eftir að Wilson hafði lokið við að hylja gröfina með mold, sneru syrgjendur aftur í bíla sína á meðan áhorfendur, sem voru yfir eitt þúsund manns, dreifðust. Wilson stóð þegjandi við hlið hennar þar til hún var að fullu þakin óhreinindum.
Wilson gekk inn í tímabil einsemdar í kjölfar missis eiginkonu sinnar, sem varð til þess að leiðtogi varð enn meiri byrði en áður. Eiginkona hans hafði látist tveimur dögum eftir að Bretland gekk inn í fyrri heimsstyrjöldina 6. ágúst úr Bright-sjúkdómi; rúmir 18 mánuðir í fyrsta kjörtímabilið og aðeins nokkrum dögum eftir að Bretland lýsti Evrópu opinberlega yfir stríði. Með andláti hennar kom ekki aðeins óbætanlegur uppspretta félagsskapar og stuðnings heldur einnig traustasti ráðgjafi hans, en athuganir hans hjálpuðu til við að móta hugsun hans og móta sýn hans á hlutina. Hvíta húsið varð fyrir honum einmanalegur staður, reimt ekki af Lincoln heldur minningum um Ellen. Um tíma virtist sorg hans lamandi; Dr. Cary Grayson varð sífellt meiri

áhyggjur af honum. Grayson skrifaði Edith Bolling Galt 25. ágúst 1914 til að tilkynna henni um slæma heilsu föður síns og hvetja hann til að vera í rúminu á morgnana fyrir hádegi, með tárin rennandi niður andlit hans þegar ég kom í heimsókn. Þetta var hjartnæm sjón - áhrifamikill maður með hjartað rifið út!

Í Harlakenden House í Cornish, New Hampshire, hélt hann tveggja sumra leigusamning, Wilson tókst að finna hvíld. Edward House ofursti gekk til liðs við Wilson á þessu sveitaheimili þar sem sorg hans var skýr: Forsetinn sagði House að augu hans væru að renna út þegar þeir töluðu um Ellen; þetta viðhorf var enn frekar staðfest þegar Wilson trúði því að "ekkert væri eftir í honum". House skrifaði síðar í dagbók sína „hann hlakkaði til næstu tveggja og hálfs árs með ótta; það virtist næstum óþolandi“.

Kreppur vöknuðu alls staðar: í Bandaríkjunum var samdráttur enn langt á öðru ári; bómull, frumvara hennar, hafði áður verið flutt á erlendum skipum; stríð hafði hins vegar valdið bráðum skorti á skipum þar sem eigendur þeirra, óttuðust kafbátaárásir og herforingjastjórn stríðsmanna, héldu þeim við bryggju sem leiddi til þess að milljónir bómullarbagga söfnuðust saman við suðurbryggjur sem biðu flutnings; ennfremur var ólga á vinnumarkaði þegar United Mine Workers of America fóru í verkfall í Colorado - skildu marga eftir þegar þeir komust aftur til valda tveimur árum fyrr en búist var við!
Í apríl sendi Colorado þjóðvarðliðið inn í Ludlow, Colorado, til að bregðast við verkfalli verkfallsverkamanna, sem leiddi til fjöldamorðanna sem skildu eftir sig á annan tug karla, kvenna og barna - á meðan ofbeldi og óeirðir héldu áfram að trufla Mexíkó.

Wilson hafði mestar áhyggjur af því að Ameríka gæti einhvern veginn tekið þátt í átökum Evrópu; Litið var á faraldurinn sem eitthvað úr engu og kom sem óvænt áfall fyrir alla sem að málinu komu. Í upphafi hins glæsilega sumars 1914, sem var eitt sólríkasta sumarið í Evrópu sem sögur fara af, höfðu engin merki komið fram um stríð og engin löngun til slíks var sýnileg. Þann 27. júní - einum degi áður en Evrópa fór í glundroða - fundu blaðalesendur í Ameríku aðeins góðkynja fréttagreinar til að lesa. The New York Times var leiðandi með grein um að Columbia háskólinn vann loks róðrakeppni milli háskóla eftir nítján árangurslaus ár. Grape-Nuts tók til stríðs í skólagarðinum með auglýsingu sinni og upphefur gildi hennar í að hjálpa börnum að skara fram úr í námi: "Husky líkami og sterkar taugar ráðast meira en við vitum af því hvað þeir borða. Og samfélagssíðu Times listaði tugi félagsfólks í New York - meðal annars þeir Guggenheims og Wanamakers - áætlað að fara til Evrópu þann dag á skipum eins og Minneapolis, Caledonia, Zeeland og tveimur þýskum skipum í eigu Prinz Friedrich Wilhelm og Imperator - 24 fetum lengri en Titanic!

Evrópsk kóngafólk og háttsettir embættismenn fóru að fara til heimahúsa sinna. Kaiser Wilhelm lagði af stað á snekkju sinni, Hohenzollern, til að sigla um Noregsfjörð á meðan Raymond Poincare forseti, í fylgd utanríkisráðherra síns, var að leggja af stað á öðru skipi til Nikulásar keisara II Rússlands sem hafði nýlega flutt sumarhöll sína í Pétursborg. Á sama tíma fór Winston Churchill, fertugur að aldri og þegar yfirmaður breska sjóhersins, fyrsti herforingi aðmíralsins, beint til Cromer á Norðursjó, 100 mílur norður af London til að ganga til liðs við eiginkonu sína Clementine og börn hans þar.

Á Englandi var almenningsálit leikmanna ekki brugðið af stríði heldur fyrirhuguðum leiðangri Sir Ernest Shackletons 8. ágúst um borð í Endurance frá Plymouth undan suðausturströnd Bretlands. Á sama tíma komu dagblöð í stórar fyrirsagnir í París þegar Shackleton tilkynnti að leiðangur hans myndi hefjast þaðan 8. ágúst.
Henriette Caillaux, eiginkona fyrrverandi forsætisráðherra Josephs Caillaux, var handtekin fyrir að myrða ritstjóra Le Figaro eftir birtingu þeirra á nánu bréfi sem forsætisráðherrann hafði skrifað henni fyrir hjónaband þeirra þegar þau voru með framhjáhald. Hneyksluð keypti frú Caillaux og æfði með byssu áður en hún hélt beint á skrifstofu ritstjóra síns og skaut sex sinnum; við vitnisburð hennar sagði hún „Þessar skammbyssur eru hræðilegir hlutir; þær fara af sjálfu sér“. Sem betur fer var hún loksins sýknuð eftir að hafa sannfært dómstólinn um ástríðu;

Á þessum tímamótum í sögu Evrópu var lítil eftirspurn eftir stríði. Þess í stað töldu margir - ef til vill ranglega - að stríð eins og sést í gegnum aldirnar væri orðið úrelt og myndi enda fljótt ef einhver átök hefjast aftur. Höfuðborg hneigðist yfir landamæri. Belgía var með eitt af sex stærstu hagkerfum í heiminum vegna peningamagns sem streymdi í gegnum bankana, frekar en vegna framleiðsluvara. Samskipti í gegnum síma, símtæki, kapla og þráðlausa tækni tengdu þjóðir enn frekar saman; gufuskip stækkuðu með stærri afkastagetu og hraða á meðan stækkun járnbrauta kom með fleiri línur í notkun. Ferðaþjónustan stækkaði einnig hratt; ekki lengur bundin við efnaða ferðamenn heldur njóta miðstéttarfríhafa líka. Íbúum fjölgaði; markaðir stækkuðu - jafnvel við samdráttaraðstæður í Ameríku tilkynnti Ford Motor Company áform um að tvöfalda verksmiðju sína!

Gömul spenna og andúð hélst þó. Georg V. konungur Bretlands fyrirleit Vilhjálm II keisara Þýskalands; Vilhjálmur var afbrýðisamur út í víðáttumikið safn af nýlendum og yfirráðum yfir hafinu; þetta varð til þess að Þjóðverjar hófu sókn til að smíða nógu

mikið af herskipum sem gætu tekið á sig flota Bretlands; þetta leiddi til þess að Bretland gekk í gegnum víðtæka nútímavæðingu til að bregðast við þessari ógn; þeir bjuggu til nýjan flokk skipa þekktur sem Dreadnought með byssum sem aldrei hafa verið sendar á sjó, ásamt herjum sem stækkuðu þegar Frakkland og Þýskaland reyndu að halda í við hvert annað eftir því sem herir stækkuðu;
Þjóðernishyggju var að aukast og Austurríki-Ungverjaland og Serbía deildu gagnkvæmri gremju, á meðan serbneskur panslavismi ógnaði landfræðilegum og þjóðernislegum fjölbreytileika sínum, sem innihélt Hersegóvínu, Bosníu og Króatíu - oft þekkt sem Austurríki (venjulega vísað til einfaldlega). Samkvæmt einum sagnfræðingi: Evrópa "hafði of mörg landamæri, of mikið af sögu man vel, of marga hermenn til öryggis".

Þjóðir fóru að skipuleggja leynilega hvernig þær myndu nýta þessa hermenn ef stríð brytist út; Breska varnarmálanefndin áformaði meira að segja að ef átök kæmu upp við Þýskaland væri eitt af fyrstu verkum þeirra að klippa sjósímastrengi þeirra í neyðartilvikum. Í Þýskalandi sáu hins vegar hershöfðingja gera breytingar á áætlun Alfred von Schlie en fieldmarskálks um vandaða aðgerð sem myndi koma þýskum hersveitum í gegnum hlutlausa Belgíu og inn í Frakkland án þess að vera háð frönskum vörnum við landamæri þeirra. Bretar gætu mótmælt, og raunar þurft að stíga inn sem meðábyrgð á hlutleysi Belgíu. En þetta virtist ekki trufla neinn of mikið. Schlie en gerði ráð fyrir að stríðinu í Frakklandi myndi ljúka innan fjörutíu og tveggja daga og að þýskar hersveitir myndu þá snúa suður í átt að Rússlandi - hins vegar tókst honum ekki að taka tillit til þess sem gæti gerst ef þýska herliðið mistókst á þessum tímaramma og Bretland bætist líka í baráttuna.

Stríð í Evrópu hófst skyndilega. Þann 28. júní fór Franz Ferdinand erkihertogi, eftirlitsmaður austurrísk-ungverska hersins, til Bosníu (innlimað af Austurríki árið 1908) þar sem hann var skotinn til bana af morðingjum með stuðningi The Black Hand, stofnunar sem skuldbindur sig til að sameina Serbíu og Bosníu. Austurríki tilkynnti síðan um stríðsyfirlýsingu sína gegn Serbíu nokkrum dögum síðar, 28. júlí.

sagði Wilson á hádegisfundi með Nell McAdoo og William McAdoo, fjármálaráðherra. Wilson gat aðeins tekið takmarkað tillit til þessa atviks á þeirri stundu vegna þess að eiginkona hans var alvarlega veik á þeim tíma; þetta eitt og sér olli verulegri minnkun á athyglinni gagnvart þessu atviki.
Hann varaði dóttur sína við að segja móður þeirra ekkert um þennan atburð.

Austurríki og Serbía hefðu getað búist við að deilu þeirra sín á milli myndi enda sem minniháttar stríð gegn kúgandi ríki á Balkanskaga, en innan fárra daga jókst spennan í allsherjar ófriði, endurreisn ótta, endurreisn fjandskap, mynda bandalög og skilning og hófst í langan tíma. -lögðu áætlanir. Þriðjudaginn 4. ágúst, í kjölfar Schlieen-áætlunarinnar, fóru þýskar hersveitir inn í Belgíu með risastórar byssur sem sprengdu virki sem geta skotið skotum sem vega 2.000 pund stykkið. Bretar lýstu yfir stríði og stóðu með Rússum og Frökkum (þekkt sem „bandamenn"); Þýskaland og Austurríki-Ungverjaland sameinuðust sem „miðveldi". Sama dag gaf Wilson forseti út yfirlýsingu frá framkvæmdavaldinu þar sem hann lýsti því yfir að Bandaríkin hlutlaus. Þessi yfirlýsing bannar öllum herskipum Þýskalands og Bretlands og öðrum stríðsmönnum að koma inn í bandarískar hafnir. Eftir jarðarför eiginkonu sinnar, á meðan Wilson glímdi við persónulegar sorgir til að takast á við alþjóðleg vandamál, ávarpaði Wilson þjóðina. Hann ráðlagði þeim að í hugsun og verkum yrði óhlutdrægni að ríkja - að takmarka tilfinningasemi sem og viðskipti sem gætu veitt annarri hliðinni fram yfir aðra í hvaða baráttu sem er."

Hann hafði fullan stuðning bandarísks samfélags. Breski blaðamaðurinn Sydney Brooks skrifaði í North American Review að Ameríka sé enn eins einangrunarsinnuð og alltaf - með góðri ástæðu. Brooks sagði: „Bandaríkin standa ein meðal þjóða sem eru jafn fjarlægar og nágrannaríkin að stærð og styrkleika, áfram laus við deilur eða fjandskap við þá, né undan þrýstingi og mótþrýstingi sem hrjáir þéttan eldri heim".

Þó að hlutleysi væri auðvelt í orði, reyndist iðkun þess viðkvæm þegar fyrri heimsstyrjöldin dýpkaði. Bandalög tóku að myndast: Tyrkland gekk í Miðveldin; Japan bandamenn. Fljótlega brutust út bardaga yfir fjarlægum heimshornum - á landi, í lofti, á sjó og jafnvel neðansjávar þar sem þýskir kafbátar ruddust inn í vesturströnd Bretlands til bardaga. Það sem hófst sem einangruð deila á Balkanskaga hafði nú breyst í alþjóðleg átök.
Þýskaland tók skýrt fram að þetta yrði allsherjar stríð þar sem enginn aðili yrði hlíft, þar sem Wilson syrgði látna eiginkonu sína á meðan þýskar hersveitir í Belgíu réðust inn í friðsæla bæi og þorp, tóku borgara í gíslingu og tóku þá af lífi til að bæla niður mótspyrnu. Þýskir hermenn skutu 612 íbúa Dinant. Bandarísk blaðaumfjöllun lýsti þessum voðaverkum sem „ógnvekjandi athöfnum", eldra hugtak yfir það sem síðari kynslóðir myndu kalla hryðjuverk. Þann 25. ágúst hófu þýskar hersveitir árás á Louvain, þekkt sem „Oxford Belgíu" vegna háskóla þess og umfangsmikils bókasafns. Þriggja daga skotárásir og morð létu 209 óbreytta borgara lífið, 1.100 byggingar brunnu niður, bókasafnið eyðilagt með 230.000 bókum, handritum og gripum og árás sem olli óbætanlegum skaða, ekki bara Belgíu heldur öllu mannkyni; Wilson forseti

Princeton háskóla fannst persónulega ábyrgur fyrir eyðileggingu þess; Samkvæmt Colonel House óttaðist hann að stríð gæti sett mannkynið aftur í þrjár eða fjórar aldir!

Strax í júlí 1914 virtust báðir aðilar öruggir um skjótan sigur; enn í nóvember var stríðið úrkynjað í allsherjar blóðbað þar sem þúsundir dóu án þess að hvor aðili hefði náð miklum framförum. Helstu orrusturnar sem háðar voru um haustið og veturinn voru meðal annars Frontiers, Mons, Marne og Fyrsta orrustan við Ypres; Í nóvember hafði franski herinn orðið fyrir 306.000 banaslysum, sem jafngildir nokkurn veginn íbúafjölda í Washington, D.C. á þeim tíma! Mannfall Þjóðverja nam alls 241.000 með skotgröfum sem teygðu sig næstum fimm hundruð mílur milli Norðursjóar og Sviss aðskildar af einskis manns landi sem er allt að 25 metrar!

Wilson þjáðist þegar af þunglyndi þegar þessir atburðir gerðust, sem varð honum þeim mun erfiðara. Hann játaði ofursta House að "ég finn fyrir þyngdinni af því næstum óþolandi daglega". Síðar lýsti hann svipuðum viðhorfum í bréfi til Walter Hines Page sem sendiherra í Bretlandi þar sem hann sagði: „Mér sýnist allt vera mjög raunverulegt núna - skært og sársaukafullt lifandi síðan baráttan hófst," og bætti við: „Þessi byrði virðist næstum óbærileg þung. axlir mínar".
Hugsun og ímyndunarafl gegna bæði órjúfanlegum þátt í því að skynja mikilvægi þess frá öllum sjónarhornum. Ég verð að standast að dvelja of lengi við þetta viðfangsefni til að upplifa ekki tilfinningalega dofa sem stafar af því að dvelja of djúpt í þáttum sem eru enn of stórir og öflugir til að skilja eða stjórna með ráðgjöf."

Hins vegar, að minnsta kosti einu sinni, fór sorg hans að minnka. Í nóvember 1914 ferðaðist hann til Manhattan til að heimsækja Colonel House. Um 9:00 um kvöldið fóru House og Lincoln saman í fyrirvaralausa gönguferð um Manhattan - ekki í dulargervi heldur án þess að útvarpa veru sinni sem forseti Bandaríkjanna. Þeir gengu eftir Fifty-third Street að Seventh Avenue og Broadway án þess að vegfarendur tóku eftir þeim, stoppuðu til að hlusta á nokkra ræðumenn á gangstéttinni á leiðinni; hér var Wilson þekktur og dró að sér mannfjölda. Wilson og Colonel House héldu áfram í gegnum New York, fylgt eftir af úthellingu New York-búa. Þegar Wilson og House fóru inn í Waldorf Astoria anddyri, gengu þeir inn í lyftu og skipuðu hinum undrandi rekstraraðila sínum að stoppa á efri hæð; Þegar inn var komið fóru þeir út, gengu að hinum enda hótelsins og fundu annan lyftubanka áður en þeir komu aftur inn í anddyrið og fóru út um hliðardyr.

Eftir stutta göngutúr meðfram Fifth Avenue náðu þeir borgarrútu og riðu henni upp í miðbæ í átt að byggingu House. Þó þessi ferð hafi reynst spennandi, fannst Wilson samt óhamingjusamur; þegar þeir komu heim játaði hann fyrir House að á göngu hefði hann beðið þess að einhver myndi drepa hann.

Wilson tókst að sjá Ameríku sem síðustu stóru vonina í sífellt myrkri heimi og sagði í desember 1914 í árlegri ræðu sinni á þinginu: "Við erum í friði við allar þjóðir." Skömmu síðar sendi hann House ofursta í óopinbera leiðangur til Evrópu til að kanna hugsanlegar aðstæður þar sem bandamenn og miðveldi gætu hafið friðarviðræður.

House bókaði ferð á Lusitania, einu hraðskreiðasta farþegaskipi sem völ var á á þeim tíma, undir áætluðum auðkenni og ferðaðist í leyni. Þegar hann kom inn á írskt hafsvæði, í samræmi við hefð á stríðstímum, dró Daniel Dow, sem skipstjóri, bandarískum fána upp fyrir það um leið og hann lagðist að bryggju.
House kom með vandað áætlun til að vernda skip sitt fyrir árás þýskra kafbáta. Þrátt fyrir að House hafi brugðið og valdið höggbylgjum um borð í skipi, er óvíst um árangur þess sem dulargervi: Ameríka réð engum línubátum af þeirri stærð með þessari einstöku fjögurra trekta skuggamynd.

Atvikið sýndi þann þrýsting sem ógnaði hlutleysi Bandaríkjanna. Orrustur í Evrópu voru ekki mikil ógn; frekar, fjarlægð þeirra og öryggi veitti einhverja vernd; Árásargjarn kafbátastríð Þýskalands var meira áhyggjuefni.

Í upphafi seinni heimsstyrjaldar skildu hvorki Þýskaland né Bretland eðli kafbátahernaðar eða gerðu sér grein fyrir því að það gæti orðið það sem Churchill kallaði „þetta sérkennilega form átaka sem mannkynið hefur aldrei áður þekkt".

Aðeins örfáir glöggir einstaklingar voru meðvitaðir um að kafbátar myndu knýja fram miklar breytingar á stefnu flotans. Sir Arthur Conan Doyle var meðal þeirra sem leituðu friðar og skrifaði smásögu (óbirt þar til í júlí 1914) sem sýndi yfirvofandi átök milli Englands og skáldaðrar þjóðar sem kallast Norland, "eitt minnsta ríki Evrópu". Norland kann að virðast ósjálfbjarga í fyrstu, en vörn þess er innan: átta kafbátar sem eru á kafbátum út fyrir Englandsstrendur til að ráðast á kaupskip sem flytja bæði vörur og farþega. Á þeim tíma sem Doyle fann upp samsæri sitt voru kafbátar til en yfirmenn breskra og þýskra flota sáu lítið fyrir þeim. Kafbátar Norland komu Englandi hins vegar nærri hungursneyð - leiddu eitt sinn ófyrirsjáanlega út í hungursneyð með einni óvæntri beygju þegar Norland skipstjóri lést óvænt við dularfullar aðstæður á einum af kafbátum Norland. John Sirius notar einn tundurskeyti til að sökkva ólympískri farþegaskipi frá White Star og koma Englandi undir stjórn þess. Lesendur voru sérstaklega hrifnir af þessari síðustu árás vegna þess að hún átti sér stað með

alvöru skipum sem voru til áður en Doyle skrifaði sögu sína - eins og tvíburaskip þess Titanic sem hafði farið á hausinn löngu áður en Doyle skrifaði sögu sína.
Saga Siriusar skipstjóra, ætlaði sér að hækka viðbúnaðarstig Englands, var skemmtileg og átakanleg - samt fannst mörgum smáatriði hennar óraunhæf og ólíklegt að þau yrðu að veruleika. Sirius hefði brotið eitt af grunnhafalögum sem sett voru á nítjándu öld sem kallast verðlaunalög - sett fram til að stjórna hernaði gegn borgaralegum siglingum. Allar siglingaveldi hafa síðan fylgt eftir í samræmi við þessar skemmtiferðaskipareglur sem sögðu að herskip gætu stöðvað kaupskip til leitar en verða að halda áhöfn öruggri áður en þau draga það aftur til hafnar þar sem „verðlaunadómstóll" myndi úrskurða um örlög þess; þessar reglur banna allar árásir á farþegaskip eða á kaupskip undir hvaða kringumstæðum sem er.

Sögumaður Doyle í þessari sögu dregur til hliðar þá trú Englands að engin þjóð myndi ná slíkum stigum og segir: „Sko skynsemi hefði átt að segja henni að óvinur þeirra muni spila þann leik sem hentar þeim best - þeir munu ekki íhuga hvað gæti gerst fyrr en eftir það. hefur átt sér stað og aðhafst." Spá Doyle var vísað á bug sem of stórkostleg til að íhuga.

Jacky Fisher, aðdáandi Bretlands, hafði orðið sífellt meiri áhyggjur af því hvernig kafbátar gætu umbreytt sjóhernaði. Í minnisblaði sem skrifað var sjö mánuðum áður en stríðið braust út spáði Fisher því að Þýskaland myndi nota kafbáta til að sökkva óvopnuðum kaupskipum án þess að gera tilraun til að bjarga áhöfnum sínum; Vegna takmarkana þeirra og styrkleika kafbáta var þessi niðurstaða óumflýjanleg þar sem það var einfaldlega ekki nóg pláss eða nógu margir menn um borð í kafbátnum til að hýsa annað hvort.

Fisher taldi að rökfræði stríðs krafðist hvers kyns nýrrar stefnu sem tekin var upp til að vera framfylgt af árásargirni og að því marki sem mögulegt væri; "Ofbeldi er kjarni stríðs; hófsemi í stríði er ósvífni."

Churchill vísaði sýn Fisher á bug. Að sögn hans myndi notkun kafbáta án viðvörunar gegn óvopnuðum kaupskipum brjóta í bága við „siðalög og venjur".

Hann viðurkenndi hins vegar að slíkar aðferðir, þegar þær voru beittar gegn flotamarkmiðum, fæli í sér "sanngjarnt stríð", þó snemma hafi hvorki hann né sjóherinn talið þessa aðgerð réttlætanleg.
Hann eða þýskir samstarfsmenn hans gerðu heldur ekki ráð fyrir því að kafbátur hans myndi gegna svo óaðskiljanlegri þátt í djúphafsbardögum. Stefnumótunarhugsun

beggja aðila snérist um aðalflota þeirra - breska stórflotann og þýska úthafsflotann í sömu röð - þar sem hver um sig var að spá í allt-eða-ekkert, Trafalgar-líkt flotaeinvígi með stærstu orrustuskipum þeirra. En hvorugur aðilinn var tilbúinn að vera sá sem fyrst beint frammi fyrir óvini sínum. Bretar höfðu meiri aflmagn - tuttugu og sjö Dreadnought orrustuskip en þau sextán í Þýskalandi - en Churchill viðurkenndi að hvers kyns óvænt þróun gæti útrýmt forskoti þeirra "ætti einhver skelfileg nýjung eða misreikningur eiga sér stað." Fyrir aukið öryggi hafði aðmíralið komið flota sínum í Scapa Flow; eyjavirki myndað af Orkneyjum norður af Skotlandi. Churchill bjóst við að þýska sjóherinn myndi hefja sókn sína snemma og af fullum krafti; sjóher þeirra hafði aldrei verið sterkari á neinum öðrum tímapunkti í átökum en í upphafi þeirra.

Þýskir hernaðarfræðingar viðurkenndu yfirgnæfandi forskot Bretlands og komu sér upp áætlun þar sem þýsk skip myndu gera takmarkaðar árásir á breska skipið til að veikja það smám saman, með því að nota það sem Reinhard Scheer hershöfðingi kallaði "skæruliðastríð", með því að fá hugtak að láni úr spænsku hugtaki sem notað hefur verið frá því snemma á nítjándu. -aldarstríð til að lýsa smávægilegum átökum. Þegar Bretum hefði verið fækkað nægilega, skrifaði Scheer, myndi þýski flotinn leita „hagstæðs tækifæris" til að epísk lokaorrusta gæti átt sér stað.

Churchill sagði, "og ekkert gerðist - enginn stór atburður átti sér stað, né bardagi háður. Ekkert."

Í upphafi fyrri heimsstyrjaldarinnar voru kafbátar varla skráðir í stefnumótun hvoru megin við sig. Samkvæmt Hereward Hook, ungum breskum sjómanni, „á þessum fyrstu dögum áttaði enginn sig á því að kafbátar gætu valdið raunverulegu tjóni". Hann myndi fljótlega komast að öðru með atviki sem sýndi eyðileggingarmátt þeirra og afhjúpaði alvarlega galla í hönnun stórra herskipa Bretlands.

Í dögun þriðjudaginn 22. september, 1914, voru þrjár breskar skemmtisiglingar, HMS Aboukir, Hogue og Cressy, að gæta svæðis sem kallast "Broad Fourteens" í Norðursjó milli Hollands og Belgíu - á átta hnúta; skemmtilegt en hugsanlega áhættusamt hraða. Þessi skip voru full af ungum kadettum eins og Hook sem að lokum fór í fangi meðan á þessari aðgerð stóð.
Fimmtán ára var Hook skipaður í Hogue, gamalt og hægfara skip sem talið var svo áhættusamt innan breska stórflotans að þeir unnu sér nafnið „lifandi beitusveit". Þegar hann svaf var hann skyndilega vakinn klukkan 6:20 að morgni. með því sem aðeins hefði verið hægt að lýsa sem grimmilegum hristingi í hengirúminu hans; viðvarandi miðskipsmaður vildi að hann og aðrir kadettar gerðu sér grein fyrir því að einn af

stóru tundurskeytum þeirra, Aboukir, hefði verið þyrlað og sökk hratt undir árás frá tundurskeytum óvina; þessi miðskipsmaður vildi að þeir yrðu allir meðvitaðir um að einn af stórflota Bretlands hefði verið torpedaður og byrjaður að sökkva; allir kadettar ættu að komast út áður en þetta gerðist!

Hook hljóp upp á þilfarið og fylgdist með þegar Aboukir byrjaði að skrá sig. Innan nokkurra mínútna hallaði það yfir og fór á kaf - Hook skrifaði um þessa reynslu sem „fyrsta sýn hans af mönnum sem berjast fyrir að lifa af".

Skip Hook og önnur ósnortin skemmtisigling, Cressy, réðust fljótt til að bjarga sjómönnum á reki, stoppuðu með nokkur hundruð metra millibili til að sjósetja báta og senda út björgunarsveitir. Skipverjum hans var skipað að kasta fyrir borð öllu sem gæti hjálpað þeim sem reka í vatninu. Augnabliki síðar lentu tveir tundurskeyti á eigin skipi hans, Hogue. Innan sex eða sjö mínútna „var hún alveg úr augsýn," eins og skrifað var í frásögn hans af atburðum. Nokkrum augnablikum síðar var hann kominn á öruggan hátt um borð í einum af sjósettum björgunarbátum Hogue og komst í öruggt skjól. Um leið og þeir höfðu tekið fleiri eftirlifendur sigldi björgunarbáturinn í átt að þriðju farþegaskipinu - Cressy - en annar tundurskeyti sló á stjórnborða og varð til þess að hann byrjaði að skrá sig eins og allir þrír fyrri farþegarnir höfðu gert áður. Eins og önnur fórnarlömb þess hætti Cressy að skrá sig og virtist vera ósnortinn; en þá sló annar tundurskeyti og rakst á tímarit sem geymdi skotfæri fyrir þungar byssur hennar, sem leiddi til þess að það sprakk og sökk. Þar sem áður höfðu verið þrjár stórar skemmtisiglingar, voru nú aðeins menn, smábátar og flak eftir. Einn þýskur kafbátur, þekktur sem U-9 undir stjórn Otto Weddigen, hafði eyðilagt öll þrjú skipin samtímis og drap 1.459 breskir sjómenn - margir aðeins unglingar - á klukkutíma tíma.

Weddigen og U-bátur hans voru vissulega ábyrgir, en hönnun þeirra - með langsum kolabyssum - átti mjög þátt í því hversu hratt og hratt skip þeirra sukku, sem leiddi til fjölda mannslífa í kjölfarið.
Þegar það rifnaði urðu glompur til þess að önnur hlið hvers skipsskrokks rifnaði fljótt sem leiddi til skelfilegrar ójafnvægis.

Hamfarirnar höfðu mikilvægar aukaverkanir. Tvær skemmtisiglingar höfðu stöðvað til að hjálpa þeim sem lifðu af frá fyrstu árásinni og gerðu sig að auðveld skotmörk; sem slíkt gaf aðmíraliðið út skipanir sem bönnuðu öllum stórum breskum herskipum að koma til að hjálpa fórnarlömbum U-báta í framtíðaratvikum.

Wilson varð sífellt meiri áhyggjur af kafbátum Þýskalands haustið og veturinn 1914 vegna breyttrar stefnu þýska flotans sem ógnaði í auknum mæli að flækjast við flota hans. Þýskir herfræðingar urðu fyrir miklum áhrifum af Aboukir-atvikinu og árangursríkum árásum á bresk skip sem fylgdu í kjölfarið, sem fékk þá til að skoða kafbáta með nýjum þakklæti. Skip þeirra höfðu reynst miklu erfiðari og banvænni en búist var við, og féllu fullkomlega inn í hernaðarstefnu Þýskalands sem ætlað var að draga úr styrk Stórflota Bretlands. En frammistaða þeirra gaf einnig í skyn aðra notkun. Í lok árs hafði Þýskaland gert stöðvun kaupskipa að sífellt mikilvægara hlutverki sjóhers síns til að stemma stigu við straumi vopna og vista til herafla bandamanna. Kafbátar voru áhrifarík leið til að halda þessari herferð áfram. Í fyrstu hafði þetta verkefni fallið á stórum hjálparskipum - fyrrverandi sjóskipum breytt í herskip - en þeim hafði að mestu verið vísað frá öflugum sjóher Bretlands. Kafbátar voru skilvirk leið til að halda þessu viðleitni áfram.

Snemma árs 1915 jók þessir þættir hættuna á því að bandarískt skip eða borgarar þess, sem ferðast á skipum bandamanna, yrðu sökkt fyrir slysni, eða að bandarískir ríkisborgarar sem ferðuðust um borð í þessum skipum gætu slasast fyrir mistök. Þýskaland gaf út yfirlýsingu þar sem hafsvæði í kringum Bretland voru „stríðssvæði“ þar sem hægt væri að ráðast á öll óvinaskip án undangenginnar viðvörunar af U-bátaforingjum á grundvelli merkinga eingöngu; þetta skapaði sérstaklega alvarlega ógn fyrir Bretland sem treysti að miklu leyti á viðskiptum á sjó fyrir matvælabirgðir sínar og viðskipti voru mjög háð viðskiptum á sjó fyrir innflutning á matvælabirgðum; það ógnaði hlutlausum skipum líka; gefið tilhneigingu Breta til að falsa merki U-bátaforingja sem gerir það ómögulegt að nota merkingar einar sér.

Þýskaland réttlætti nýja herferð sína sem svar við fyrri herstöðvun Breta gegn Þýskalandi þar sem sjóher þeirra reyndi að stöðva allan farm sem var á leið til Þýskalands (þótt Bretland ætti fleiri kafbáta en Þýskaland, notuðu þeir þá aðallega til strandvarna, ekki að stöðva kaupskip). Embættismenn í Þýskalandi kvörtuðu yfir því að Bretar gerðu enga tilraun til að gera greinarmun á því hvort farmur sem ætlaður væri til fjandsamlegra eða friðsamlegra nota og sögðu að raunverulegt markmið þeirra væri hungursneyð og því „dæma alla íbúa Þýskalands til eyðingar“.

Þýzkaland viðurkenndi aldrei, að Bretar vígðu eingöngu farm á meðan U-bátar sökktu skipum og drápu menn; Þýskir herforingjar virtust ekki vita um þennan aðgreining, þó að Scheer aðmíráll í Þýskalandi hafi tekið eftir því: „Skýrir það í rauninni nokkurn mun frá mannúðlegu sjónarhorni hvort þessar þúsundir sem drukkna klæðast herbúningum eða tilheyra kaupskipum sem flytja mat og hergögn handa óvininum. stríð og aukið mannfall kvenna og barna í átökum?"

Wilson forseti var reiður yfir boðun Þýskalands og 10. febrúar 1915 sendi hann formlegt svar sitt. Á þeim degi lýsti hann yfir hneykslun yfir því að Þýskaland gæti jafnvel hugsað sér að nota kafbáta gegn hlutlausum kaupskipum og varaði Þýskaland við „strangri ábyrgð" ef einhverju amerísku skipi væri sökkt, eða Bandaríkjamenn væru slasaðir eða drepnir vegna kafbátaaðgerða; ennfremur myndu Bandaríkin gera allar nauðsynlegar ráðstafanir "til að vernda líf og eignir Bandaríkjamanna og tryggja að þegnar þeirra njóti fulls viðurkennds réttinda á úthafinu".

Þýskir leiðtogar voru undrandi yfir kraftmiklum prósa hans. Við fyrstu sýn virtist Þýskaland sameinast gegn kaupskipum; enn nýja kafbátaherferðin olli sundrungu á bæði hernaðarlegum og borgaralegum leiðtogastigum Þýskalands - sérstaklega innan flotahringa; Þeir sem voru áhugasamastir um aftöku þess voru meðal annars háttsettir sjóherjar en andstæðingar voru meðal annars Erich von Falkenhayn hershöfðingi sem yfirhershöfðingi fyrir Evrópu sem og Theobald von Hapsburg kanslari (Theobald von Hapsburg kanslari var æðsti stjórnmálamaður Þýskalands á þessum tíma).
Siðferðissjónarmið voru fjarri hugum þeirra þegar þeir voru á móti Bethmann Hollweg; báðir óttuðust þeir að kafbátastríð Þýskalands gæti valdið hörmungum með því að neyða Bandaríkin til að rjúfa hlutleysi sitt og velja hlið Breta umfram Þýskaland.

Mótmæli Wilsons hreyfðu ekki kafbátaáhugamönnum Þýskalands; þeir töldu þess í stað að Þýskaland ætti að auka herferð sína og eyðileggja allar siglingar á stríðssvæðinu og lofuðu að Bretland myndi falla löngu áður en Ameríka gæti virkjað her og flutt hann þangað.

Báðar búðirnar reyndu að tryggja stuðning Wilhelms keisara, þar sem hann gegndi hlutverki æðsta herforingja þjóðarinnar og hafði lokaorðið um hernaðarmál. Undir skipunum Vilhjálms gátu U-bátaforingjar sökkt hvaða skipi sem þeir grunuðu að væri breskt eða franskt; mikilvægara er að hann leyfði skipstjórum á bátum á kafi að gera árás án fyrirvara eða viðvörunar.
Ein lykiláhrifin voru að eftirláta einstökum U-bátaforingjum ákvarðanir um að sökkva skipum. Þannig var einn skipstjóri á U-báta, oft á tvítugs- eða þrítugsaldri, sem var knúinn áfram af metnaði, staðráðinn í að sökkva eins miklu tonnatali og mögulegt er á meðan hann starfaði fjarri stöð sinni með aðeins takmörkuðum þráðlausum samskiptum frá yfirmönnum, með því að nota aðeins hið litla og fjarlæga útsýni sem þeir gefa af periscope, gæti tekið ákvarðanir sem breyttu allri útkomu stríðsins - eins og

Bethmann kanslari benti á síðar: afstaða eins kafbátaforingja réði að lokum hvort Bandaríkin lýstu yfir stríði eða ekki".

Mistök voru óumflýjanleg og ein af skipunum keisara Wilhelms viðurkenndi þennan möguleika: „Ef mistök eiga sér stað þrátt fyrir mikla varúð, verður engin sök lögð á yfirmenn þeirra.

SEKTUR WILSON og einsemd var viðvarandi allt árið 1915, en í mars eyddi tilviljunarkennsla á þungu andrúmsloftinu.
Helen Woodrow Bones bjó í Hvíta húsinu og starfaði sem umboðsmaður forsetafrúarinnar. Á meðan hún var þar fór hún oft í göngutúra með Edith Bolling Galt (44 ára á þeim tíma og vinkona Dr. Grayson), sem oft gekk til liðs við þá. Galt stóð fimm fet og níu tommur með ríflega, formlega ramma og smekk fyrir fatnað sem hannaður var af tískuhúsi Charles Frederick Worth í París; húð hennar virtist geislandi gallalaus, augun glitrandi fjólublá; Dr. Grayson tók eftir Galt og hneigði sig að henni; Þegar Wilson forseti gerði það hrópaði hann: "Hver er þessi fallega kona?" og hrópaði "Hver er þessi fallega kona?"

Edith Rolfe fæddist í 11 barna fjölskyldu í október 1872. Sem sjöunda af ellefu systkinum gat Edith rakið ættir sínar aftur til Pocahontas og John Rolfe skipstjóra; að alast upp í Wytheville var eins og að vera á kafi í sögunni vegna ástríðna sem eftir eru af borgarastyrjöldinni sem enn eru til staðar þar. Sem unglingur byrjaði hún að fara reglulega til Washington D.C. til að sjá eldri systur sína sem hafði gift sig inn í stofnun sem heitir Galt & Bro. Skartgripasalar nálægt Hvíta húsinu. Þegar Abraham Lincoln gerði við úrið í borgarastyrjöldinni var Edith Galt um tvítugt. Í einni heimsókn hitti hún Norman Galt - frænda eiginmanns systur sinnar Norman Galt - sem stjórnaði versluninni sinni ásamt öðrum fjölskyldumeðlimum og deildi stjórnunarskyldum þessarar verslunar með öðrum fjölskyldumeðlimum; seinna sama ár giftust Edith og Norman Galt og héldu áfram að vinna saman að því að reka þessa búð saman þar til henni var lokað vegna velgengni hennar og síðari flutnings annars staðar árið 1896.

Edith varð að lokum ein eigandi fyrirtækis Normans og fæddi son á nokkrum dögum, sem lést á hörmulegan hátt skömmu síðar. Norman dó skyndilega og skildi eftir sig skuldir sem skildu Edith í erfiðleikum með fjárhagslega - hún skrifaði síðar um þetta tímabil: "Ég hafði enga viðskiptareynslu og þekkti varla eign frá skuldbindingu". Edith skipaði reyndan starfsmann til að reka daglegan rekstur verslunar sinnar þar til hlutirnir fóru að líta upp aftur og gerði Edith kleift að draga sig út úr daglegri stjórnun á meðan hún var áfram eigandi; að lokum gerði þetta henni kleift að einbeita sér að því að verða

þjálfaður kylfingur auk þess að vera fyrsti kvenökumaður Washington (hún fór um bæinn á rafbílnum sínum).
Edith Bones myndi keyra sjálfa sig og Helen Bones til Rock Creek Park með bílnum sínum; eftir göngu sína myndu þeir venjulega snúa aftur heim til Edith í Dupont Circle í te. Einn síðdegi í mars 1915 kom Helen hins vegar á óvenjulegan hátt: hún kom með bíl í Hvíta húsinu að heimili Edith. Í lok göngu þeirra stakk hún upp á að þeir hefðu te í staðinn hjá henni - í Hvíta húsinu sjálfu!

Edith átti erfitt með að fara í göngutúr með Truman forseta vegna þess að skórnir hennar voru orðnir skítugir af því að ganga á ójöfnu gangstéttinni og hún vildi ekki að hann tæki eftir þessu ástandi. Helen sagði Edith að hún óttaðist að henni yrði litið á sem „tekin fyrir landgöngu". Burtséð frá því var Edith enn glæsilega samsett í glæsilegum svörtum sniðnum jakkafötum frá París sem Worth hafði smíðað sérstaklega fyrir hana, með tríkóshúfu sem fullkomnaði aðlaðandi samsetningu."

Helen krafðist þess við Edith að enginn væri viðstaddur. Woodrow frændi var farinn að spila golf með Dr. Grayson, svo við förum beint upp í lyftuna þar til þú nærð frænda Woodrow og enginn verður sjáanlegur þar.

Greyson og Wilson riðu upp á aðra hæð og komust upp á hana til þess eins að lenda á Wilson forseta og Grayson forseta, báðir golfklæddir, sem báðir voru í golfflötum. Grayson gekk líka til liðs við Wilson í te.
Edith sagði síðar: "Þessi slysni fundur uppfyllti gamla máltækið: snúðu til horns og hittu örlög þín." Hins vegar tók hún fram að Wilson væri ekki í flottum klæðnaði.

Stuttu síðar bauð Helen Edith í kvöldverð í Hvíta húsinu 23. mars. Wilson sendi Pierce-Arrow sína til að sækja bæði Edith og Dr. Grayson á hótelum sínum; Edith klæddist fjólubláum orkideueyrnalokkum þar sem hún sat hægra megin við Wilson; skrifaði seinna að Wilson væri einn auðveldasti og yndislegasti gestgjafi hennar sem nokkurn tíma hefur séð hana skrifa: hann "er fullkomlega heillandi ... einn auðveldasti og yndislegasti gestgjafi sem ég hef nokkurn tíma þekkt."

Eftir matinn hélt hópurinn upp á efri hæðina í sporöskjulaga herbergið í öðru herbergi í kaffi og spjall; Wilson las þrjú ljóð eftir enska höfunda sem fengu Edith til að sjá að lestrarhæfileikar hans eru óviðjafnanlegir.

Wilson heillaðist gjörsamlega af Edith; fegurð hennar og segulmagnaður persónuleiki heillaði hann óskaplega; Hvíta húsvörðurinn Irwin „Ike“ Hoover lýsti henni sem áhrifamikilli ekkju; um kvöldið fann Wilson fyrir uppsveiflu í anda sínum og hamingju.

Fimm dögum síðar, 28. mars 1915, fann Frederick Davies sig aftur í óvissu þegar litla kaupskipið hans, Falaba, rakst á þýskan U-bát undir stjórn Georg-Gunther Freiherr von Forstner - einn af frábærum kafbátum Þýskalands. Skarpur útlitsvörður tók fyrst eftir því þrjá kílómetra út og gerði Frederick Davies viðvart sem skipaði hámarkshraða; rúmlega þrettán hnútar.

Forstner ákvað að elta og skipaði byssuáhöfn sinni að skjóta viðvörunarskoti.

Falaba hélt áfram að hlaupa og Forstner gaf merki með agndofa sínum: „Hættu annars.

Falaba stöðvaðist, U-báturinn nálgaðist og Forstner tilkynnti Captain Davies í gegnum megafón að þeir hygðust sökkva skipi sínu og gefa öllum um borð í 242 manns fimm mínútur til að yfirgefa skipið áður en skipað var að sökka því.

Forstner stjórnaði snekkju sinni innan 100 metra. Þar sem síðasta björgunarbáturinn var settur niður þegar hann sá tundurskeyti slá á Falaba og sökkva innan átta mínútna - og drap 104, þar á meðal Davies skipstjóri. Talið er að Leon C. Thrasher sé meðal þeirra sem týndu; þó lík hans hafi aldrei fundist; Thrasher var bandarískur ríkisborgari.

Wilson hafði búist við slíku atviki sem enn eitt dæmið um ótta Þjóðverja og búist við því að það gæti kveikt stríð. Wilson sagði við William Jennings Bryan, utanríkisráðherra hans: „Þetta mál er fullt af truflandi möguleikum.

Wilson lýsti upphaflega hneykslan sinni yfir árásinni í hörku máli. Eftir að hafa ráðfært sig við ríkisstjórn sína og Bryan ráðherra (talsmaður friðar) ákvað Wilson hins vegar gegn slíkum aðgerðum. Bryan lagði til að dauði allra Bandaríkjamanna sem ferðaðist um borð í bresku skipi í gegnum yfirlýst stríð væri ekki réttlætanlegt athæfi gegn báðum löndum.
Hann sá ekki hvers vegna það ætti jafnvel að vera kvörtun, þar sem hann taldi það jafngilda því að Bandaríkjamaður væri að ganga meðfram vígvellinum í Frakklandi.

Wilson skrifaði Bryan þann 28. apríl - einn daginn eftir ríkisstjórnarfund sem fjallaði um Falaba atvikið - "Kannski er ekki nauðsynlegt að koma með formlega framsetningu í þessu máli á þessum tímapunkti."

LEON THRASHER var enn saknað og talinn vera látinn í Írska hafinu; hver nýr dagur sem einkenndist af hvarfi hans virtist stigmagnast hraðar og háværari.

Áður en þeir fóru frá New York áttu farþegar sem bjuggu í nágrenninu erfiðleikum.

Ferðamenn til New York annars staðar frá byrjuðu að koma með lest, ferju og bifreiðum þriðjudaginn 27. apríl, með 91 gráðu hita í borginni og fjórir dagar í viðbót þar til "Straw Hat Day", laugardaginn 1. maí, þegar karlmenn gátu loksins byrjað að klæðast sumarhattum fyrir kl. "Stráhattadagur"; Blaðamaður Times gerði óundirbúna sjónræna könnun á Broadway og aðeins var hægt að koma auga á tvo stráhatta á meðan þúsundir svellandi, óþægilegra manna þrömmuðu meðfram vetrarhöfuðfatnaði á öllum sjónarhornum eða báru hann í heitum rökum höndum.

Stríð virðist hafa haft lítil áhrif á New York. Broadway - kallaður "The Great White Way" vegna líflegrar raflýsingu hennar - hélst lifandi á hverju kvöldi, en samkeppni var nú til í óvæntum myndum. Fjölmargir veitingastaðir voru farnir að bjóða upp á eyðslusama skemmtun ásamt máltíðum án leikhúsleyfis, sem ýtti undir hótanir um að borgin yrði látin ráða ferðinni. Framkvæmdastjóri Reisenweber hjá Eighth Avenue og Columbus Circle fagnaði öllum mögulegum banni sem rekstraraðili sem fagnaði öllum takmörkunum sem settar eru á hann með þessari löggjöf. Keppnin var að þreyta hann. Stofnun hans bauð upp á tónlistarrevíu „Too Much Mustard," með „gestgjafi fallegra stúlkna", auk aðskildra kabarettsýninga með kvintett söngvara í hádegismat (á $1), þar sem dansað var á milli námskeiða. Því miður, "Almenningur gerir svo óeðlilegar kröfur!" harmaði hann.
Máltíðir bjóða upp á svo vandaða skemmtun að það skapar alvarlega hættu fyrir alla í veitingabransanum.

New York var tilvalin borg fyrir fataþarfir á síðustu stundu; verslunin var aðaldrátturinn. Vorsala var nýbyrjuð eða rétt að hefjast: Lord og Taylor á Fifth Avenue buðu upp á regnfrakka fyrir karla á hálfvirði; B. Altman bauð verulegar lækkanir á sloppum og jakkafötum frá París með "ákveðnum lækkunum" sem finnast í sérstökum búningadeild á þriðju hæð; House of Kuppenheimer auglýsti „The British Suit" og lýsti því yfir: „Allir menn eru ungir á þessum örvandi dögum!

Efnahagslífið hafði batnað verulega frá fyrri heimsstyrjöldinni, þökk sé auknum hernaðarkröfum um bandarískan varning - sérstaklega skotfæri - sérstaklega innan landamæra þess. Siglingar höfðu haldið áfram stöðugum klifri; í árslok myndu Bandaríkin skila fordæmalausum vöruskiptaafgangi upp á 1,5 milljarða dollara (35,9 milljarðar í dag). Fasteignir í New York höfðu aldrei verið jafn öflugar - stórar byggingar í byggingu á bæði austur- og vesturhlið Manhattan eingöngu! Framkvæmdir við tólf hæða fjölbýlishús á horni Eighty-eighthth og Broadway myndu hefjast innan skamms. Áætlaður kostnaður: $500.000. Það voru eyðslusamlegar sýningar á eyðslunni. Föstudagskvöldið fyrir brottför mættu margir af fyrsta flokks farþegum Lusitania í stóra veislu á vegum Lady Grace Mackenzie - þekkt sem "veiðikonan" af The Times - í Delmonico's. Delmonico's hafði skreytt veislusalinn sinn til að líkja eftir afrískum gljáa, fullkomið með pálmatrjám og pálmatrjám sem eru lagskipt á veggi til að skapa yfirbragð borðstofu við litla birtuskilyrði. Svartir menn í sokkabuxum og hvítum kyrtlum fylgdust með dýrum þrátt fyrir að svart litarefni þess væri framleitt af brenndum korki og lélegri lýsingu; Forréttur innifalinn stuLed arnaregg!

Þrátt fyrir að dagblöð hafi boðið upp á upplýsingar frá báðum hliðum átakanna áttu pólitík og glæpir tilhneigingu til að koma oftar í fyrirsagnir. Morð voru sérstaklega tíð. Fimmtudaginn 29. apríl, í hitabylgju í San Antonio, skaut kaupmaður í borg sem hafði nýlega misst vinnuna og sendi konu sína út, fimm ára son sinn til bana og framdi síðan sjálfsmorð. Bridgeport, Connecticut-Maður gaf kærustu sinni trúlofunarhring og gaf henni annan endann á borði bundinn með öðrum endanum hverfa í vasa hans; sagði henni að þetta væri „óvænt“, hvatti hann hana til að draga það og sagði „Við skulum draga!“. Þegar hún gerði það kom í ljós að borðið var fest við byssukveikju og skaut hann samstundis til bana. Föstudaginn 30. apríl sluppu fjórir glæpamenn frá fíkniefnadeild Bellevue-sjúkrahússins klæddir bleikum náttfötum, og urðu lögreglumenn, sjúkrahúsverðir og litlir drengir til að gera víðtæka leit í hverfinu sínu. Þrír voru síðar staðsettir; en talið er að annar maður sé enn laus.

Og svo kom þessi skýrsla um að búið væri að ganga frá áætlunum um að halda athöfn til að vígja minningarbrunn til minningar um Jack Phillips, þráðlausa rekstraraðila um borð í Titanic, auk átta annarra Marconi rekstraraðila sem létust í sjóslysum. Pláss verður eftir fyrir framtíðarviðbætur á nöfnum við þennan minningarbrunn.

Á farþegaskrá THE LUSITANIA voru 949 breskir ríkisborgarar (þar með talið íbúar í Kanada), 71 Rússi, 15 Persar, 8 Frakkar, 6 Grikkir, 5 Svíar, 3 Belga og 3 Hollendinga, auk 2 Ítala, 2 Mexíkóa og 2 Finna; auk eins ferðamanns hver frá Danmörku, Spáni, Argentínu Sviss Noregi og Indlandi.

Cunard skráði að bandarískir farþegar væru alls 189 farþegar víðsvegar um þjóðina, sem komu úr hverju horni. Tveir embættismenn skipasmiða í Virginíu ferðuðust um borð sem embættismenn kafbátasmíðafyrirtækis og voru á leið til Evrópu í leit að

tækifærum til að kaupa kafbáta. Aðrir komu frá Fíladelfíu; Tuckahoe New York; Braceville Ohio; Seymour Indiana Pawtucket Rhode Island Hancock Maryland Lake Forest Illinois þar sem margir komu eins og Blickes eiginmaður og eiginkona ferðast fyrsta flokks auk Bretherton fjölskyldumeðlima sem ferðast á þriðja flokki ásamt Christ Garry frá Cleveland Ohio sem ferðaðist á öðrum flokki.
Þau gistu á hótelum, gistiheimilum eða hjá fjölskyldu og vinum víðs vegar um New York. Að minnsta kosti sex gistu á Hótel Astor á meðan sex aðrir nýttu sér gistingu í Biltmore. Komur áttu sér stað alla vikuna með þungan farangur - Cunard leyfði hverjum farþega 20 rúmfet fyrir geymslupláss. Þeir komu með ferðakoffort sem voru á litinn frá rauðum, gulum, bláum og grænum; önnur sýndu leðurfleti upphleyptum köflóttum og síldbeinamynstri, spenntir með viði; „framlengingartöskur" til að flytja kjóla, sloppa, smókinga og viðskiptajakka; Stærsta þeirra gæti passað allt að fjörutíu karlmannsföt; skórnir voru fluttir í sérstökum öskjum ilmandi með lakk og leðurlakki; smærri farangur var færður um borð með hliðsjón af því hvað gæti rúmast í farangursrými skipsins; lestarfarþegar gátu sent fyrirferðarmesta farangur sinn beint frá upprunaborgum sínum beint í gegnum herbergi eða farmrými, sem veitti þeim hugarró að eigur þeirra kæmu þegar farið var um borð.

Þeir klæddust sínum bestu fötum, eða í sumum tilfellum eingöngu fötum. Þótt svart og grátt hafi verið ríkjandi í litatöflunni, voru líka bjartari hlutir; eins og heliotrope-og-hvít-köflóttur kjóll; rauður prjónaður strákajakki með hvítum hnöppum; eða jafnvel grænt flauelsbelti. Börn flókin mál. Klæðnaður þeirra var flókinn. Einn ungbarnabarn klæddist vandaðri samsetningu sem samanstóð af: hvítum ullarumbúðum; hvítur bómullarbolur kantaður með rauðum og bláum pípum; gallarnir úr bláu bómullarefni upphleyptum með rauðum og bláum doppuðum ferningum fléttuðum að framan með hvítum hnöppum sem festir eru aftur með hvítum hnöppum; grár ullarjakki með fjórum fílabeinshnöppum; svartir sokkar; skóbönd um hálsinn með snúru; Grár ullarjakki með fjórum fílabeinshnöppum bundnum um hálsinn með snúru - fullkomnaðu samsetninguna!

Auðugir farþegar báru hringa, brosjur, hálsmen, hálsmen og hálsmen sett með demöntum, safírum, rúbínum, onyx (þar á meðal rauðu systur hans Sardonyx) auk skuldabréfa og seðla í gullhylkjum fyrir skuldabréfaviðskipti eða kynningarbréf - með skuldabréfum sem oft bera skuldabréf. fyrir kynningarbréf; reiðufé var líka komið með fyrir skuldabréf og seðla og kynningarbréf líka. Margir báru klukkur sem voru hlífðar í gullhylki; ein kona kom með "Remontoir" sem er búið til í Genf.
Síðar myndu þessi úr reynast ómetanleg þar sem raðnúmer myndu reynast ótrúlega mikilvæg.

Farþegar höfðu með sér dagbækur, bækur, penna, blek og önnur tæki til að eyða tímanum á meðan þeir biðu um borð í vélinni. Ian Holbourn, virtur rithöfundur og fyrirlesari sem nú er kominn heim úr ræðuferðum um Ameríku, hafði með sér handrit að bók sem hann hafði eytt tveimur áratugum í að vinna að um fegurðarfræði sem nú telur þúsundir blaðsíðna; Dwight Harris frá New York, sem kemur af ríkum uppruna, kom með trúlofunarhringinn sinn, áætlanir og áhyggjur með sér; föstudaginn 30. apríl heimsótti hann John Wanamaker stórverslunina þar sem hann keypti sérsniðna björgunarbeltið sitt.

Annar maður faldi gullinnsigli fyrir vaxstimplun á umslag með latneska einkunnarorðinu Tuta Tenebo ("ég mun halda þér öruggum").

Charles Emelius Lauriat Jr., bóksali í Boston, hafði nokkra sérlega verðmæta hluti með sér um borð í skipi sínu. Lauriat, fertug, var sláandi myndarleg; með athugul augu og vel hirta brúna lokka. Charles E. Lauriat Company hafði áunnið sér þjóðlega frægð sem margverðlaunuð bókabúð síðan 1894 þegar þau opnuðu á Washington Street nálægt Boston Common, með þremur útibúum á landsvísu og á 385 Washington Street í Boston - bókabúð hans var þekkt af innlendum og innlendum viðskiptavinum jafnt. Einn sagnfræðingur vísar til þess sem „gullöld bandarískrar bókasöfnunar," þegar sumum af fremstu einkasöfnum Bandaríkjanna - sem síðar breyttust í verðlaunasöfn eins og Morgan í New York og Folger í Washington - var safnað saman. Lauriat var afkastamikill sundmaður og snekkjumaður, spilaði vatnspóló á meðan hann keppti á 18 feta seglbátnum sínum á strönd Nýja Englands á hverju sumri og starfaði sem dómari á mótum sem haldnar voru meðfram henni. Samkvæmt The Boston Globe var Lauriat talinn „fæddur bátasjómaður". Lauriat var sjálfur einhver frægur í bókmenntahópum og borðaði oft reglulega á Player's Club með einum af fremstu gagnrýnendum/skáldum þess tíma: William Stanley Braithwaite.
Estes & Lauriat var stofnað af föður Lauriat og Dana Estes sem sameiginlegt fyrirtæki nálægt Old South Church í Boston árið 1872 undir nöfnum þeirra, gaf út bækur og seldi varning. Þremur árum síðar skipti Lauriat rekstrinum á milli sín og hins samstarfsaðilans í tvö fyrirtæki og tók við smásölu eins og hún hafði í upprunalegu samstarfi. Á þessum tíma voru Bostonbúar þegar búnir að viðurkenna Lauriat sem stofnun „jafn mikið umræðusamfélag en bókabúð," samkvæmt einni frásögn. Í bókabúð Lauriat komu margir rithöfundar, lesendur, menntamenn og listamenn saman - Ralph Waldo Emerson og Oliver Wendell Holmes voru fastir viðskiptavinir - þar á meðal einn dagblaðahöfundur sem lýsti andrúmslofti þess sem einni sem hlúði að

"heimamennsku". Maður getur litið á Lauriat sjálfan sem fullkominn leiðsögumann og ráðgjafa; Einn blaðahöfundur kallaði verslunina sína vin heimilislífsins!

Verslunin var löng og mjó og skaut langt út í götuna frá staðsetningu sinni; meira eins og neðanjarðar námustokkur en sýningarsalur, með bókum sem þekja hvern tommu frá veggjum alla leið til hátt til lofts staflað ofan á borðum niður miðgöngum þess. Tröppur leiddu upp á svalir með safnabókum og „félagsbókum", þær sem voru ómetanlegar vegna eignar frægra eða merkra einstaklinga. Eitt aðdráttarafl fyrir bókaáhugamenn í þessari bókabúð var Gamla bókaherbergið í kjallaranum, fullt af „miklum gimsteinum," samkvæmt óbirtri sögu þess, sem hafði komið inn á markaðinn með því að „brjóta upp gömul ensk sveitasöfn". Sýningargluggar Washington Street drógu að sér mannfjölda í hádegismatnum. Sjaldgæfar bækur voru sýndar frá annarri hlið útidyrahurðarinnar á meðan þær með háværum kápum - þekktar jafnvel þá sem söluhæstu - voru að finna á hinni. (Einn höfundur sem stöðugt gaf út metsölubækur var Winston Churchill). Lauriat var meðal brautryðjenda til að kynna "Remainders", birgðir af einu sinni vinsælum bókum sem voru óseldar eftir fyrstu aukningu í sölu, sem útgefendur samþykktu að selja hann með miklum afslætti. Hann seldi þessa afsláttartitla beint til viðskiptavina á brotum af upprunalegum kostnaði, og skapaði svo gríðarlega farsælan þátt í viðskiptum að þeir gáfu út árlega vörulista sem eingöngu var helgaður sölu á „afgangi".
Þegar þú heimsækir ættirðu að gefa þér tíma fyrir sjálfan þig. Ég legg til að þú farir í göngutúr eins fljótt og auðið er eftir að þú kemur aftur heim - þannig færðu smá hreyfingu á meðan þú átt gæðastund með fjölskyldu eða vinum! Lauriat var aðgreindur frá öðrum bóksölum frá upphafi vegna ákvörðunar stofnföður síns að ferðast árlega frá Ameríku til London til að kaupa gamlar bækur á afslætti og selja þær aftur heim á mun hærra verði og nýta sér beggja vegna ólíkrar eftirspurnar Atlantshafsins á sama tíma kostur á lægra siglingaverði og meiri hraða sem gufuskipin yfir Atlantshafið hafa í för með sér. Lauriat hóf sína fyrstu ferð um borð í einu af fyrstu gufuskipum Cunards, Atlas, árið 1873 og komu kaup hans oft í fréttirnar. Ein kaup sem nær aftur til 1599 - Biblía frá Genf eða "Breeches" sem notaði orðið brækur til að vísa til Adam og Evu - dró næstum heilan dálk í The New York Times. Í lok aldarinnar var verslun þeirra orðin einn helsti seljendur og innflytjandi landsins á sjaldgæfum bókum, handritum, myndskreytingum, bókaplötum sem eiga að verða dýrmætir hlutir í framtíðarbókafræði.

Charles Lauriat Jr. hélt áfram uppskeru föður síns yfir Atlantshafið og í síðustu viku apríl 1915 var hann að búa sig undir að fara í næstu kaupferð. Lauriat ætlaði að eyða nokkrum mánuðum í að veiða bækur og rithöfundagripi í London áður en hann sendi þá aftur með sjófraktarskipi heim til Boston. Lauriat pakkaði sínum dýrmætustu fundum í persónulegan farangur sinn án tillits til tryggingar; samkvæmt honum "áhætta er nánast engin". Stríð breytti heldur ekki þessari framkvæmd: Lauriat taldi farþegagufuskip ónæma fyrir undirárás:

Hann keypti miða númer 1297 hjá Cunard umboðsmanni í Boston og spurði hvort skipið myndi fara um stríðssvæði, sem afgreiðslumaðurinn svaraði játandi: ó já! Allar varúðarráðstafanir verða gerðar.

Lauriat valdi Lusitania fyrir hraðann. Þó hann hafi venjulega frekar kosið smærri og hægari báta, "í ár" vildi hann að viðskiptaferð hans væri eins stutt og hægt væri og á hámarkshraða upp á 25 hnúta bjóst hann við að koma til Liverpool föstudaginn 7. maí og koma til London fyrir vinnu laugardagsmorguns. dagskrá hófst (8. maí). Lothrop Withington, sérfræðingur í ættfræði sem átti svipuð áhugamál, átti að fylgja Lauriat í þessari ferð.
Lauriat var sérstaklega fróður um Salem, Massachusetts og Canterbury, sögulegar heimildir Englands; báðir voru menn giftir, en ákváðu þó að taka þátt í þessari ferð einir án kvenna sinna; Lauriat ætlaði að taka fjögur börn sín með sér - eitt var ungbarn sem hann ætlaði að taka með sér myndina sína fyrir.

Hann kom með fimm farangur: leðurskjalataska, litla tösku, framlengingartösku, stóra skótösku og gufubaðsskottuna hans. Þar sem kvöldmaturinn krafðist formlegs klæðnaðar - dagfötin hans kölluðu á skó af ýmsum stílum; axlabönd og sokkar myndu fullkomna útlit hans ásamt bindi og cuink fylgihlutum - axlabönd/sokkar voru líka pakkaðir til að klæðast þegar þú röltir um þilfar skipsins. Að lokum pakkaði hann niður uppáhalds Knickerbocker jakkafötunum sínum, heill með áberandi nærbuxunum til að rölta.

Fimmtudagskvöldið 29. apríl áttu hann og Withington að ná miðnæturlest til New York; Lauriat ákvað hins vegar í staðinn að koma fyrst í bókabúðina sína þar sem einn samstarfsmanna hans opnaði peningaskápinn sinn og rétti honum tvö bindi, sem hvert um sig mældist 12 x 14 tommur að forsíðustærð - úrklippubækur af stórkostlegum toga! Eitt bindi innihélt fjörutíu og fjórar línuteikningar eftir William Makepeace Thackeray fyrir hvert verk sem hann gaf út; og sextíu og fjórar myndir gerðar til að styðja við þessi verk eftir hann. Á sínum tíma var Thackeray, sem lést árið 1863 og er þekktastur fyrir Vanity Fair, næstum því eins ástsæl persóna og Charles Dickens; háðssögur hans, ritgerðir og serialized skáldsögur voru mikið lesnar í Fraser's og Punch tímaritum; Teikningar hans, bækur og hvers kyns gripir úr lífi hans - safngripir þekktir sem "Thackerayana" - voru einnig mjög verðlaunaðir meðal safnara um allan heim - sérstaklega Ameríku.

Lauriat sneri síðan heim til Cambridge þar sem hann og Marian, eiginkona hans, fóru í skoðun. Þegar hann var skoðaður og pakkað vandlega í framlengingartöskuna læsti hann henni til flutnings beint á Lusitania. Seinna um kvöldið á stöðinni athugaði hann aðeins skottið sitt og skókassa og geymdi þá þrjá hluti sem eftir voru til flutnings með lestarvagni.

Lauriat og Withington komu til New York snemma næsta morgun - fimmtudaginn 29. apríl - rétt fyrir siglingu um Lusitania föstudaginn 30. apríl - og skiptust fljótt. Lauriat tók leigubíl beint að heimili Blanche Lauriat en Withington hélt beint yfir til George W. Halley.
Chandler við 235 West Seventirst Street á Manhattan. Lauriat átti eitt lokaverkefni að vinna áður en hann fór.

Í Waldorf Astoria á Fifth Avenue og Thirty-third Street pakkaði Margaret Mackworth, 31 árs, töskunum sínum í angist og örvæntingu þegar heimkoma hennar til Englands gaf merki um annað dautt hjónaband og líf í umsátri af stríði.

Hún kom til New York eftir þreytandi 10 daga ferð, ein, fús til að hitta föður sinn D. A. Thomas - áberandi kaupsýslumaður með aðsetur frá Missouri sem hafði þegar ferðast hingað í verkefni allt frá námum til Mississippi pramma - sem var þegar viðstaddur fundir um verkefni eins og námur eða prammar árið 1915; þegar hún sá hann bíða á bryggjunni var það ótrúlegur léttir frá stríðstímum heima; hún minntist sérstaklega „að koma inn í sólbjarta apríl New York áhyggjulaus og hamingjusöm var ólýsanleg léttir eftir að hafa lifað á stríðstímum heima - eitthvað sem fáir hafa upplifað.

Hún fann sjarma í New York; á hverju kvöldi „fórum við út," ýmist í leikhús eða matarboð; hún keypti kjóla sem faðir hennar greiddi fyrir, þar á meðal einn í löngu svörtu flaueli sem henni fannst sérstaklega fallegt. Hún fór að finna fyrir reglulegri feimni sinni dvína og fannst hún í fyrsta skipti meira eign föður síns í stað skuldbindingar. (Þrátt fyrir feimni hafði hún tekið þátt í að mótmæla jafnrétti kvenna heima á Englandi - þar á meðal að hoppa upp á bretti í bíl forsætisráðherra og sprengja sprengju sem sett var fyrir utan póstkassa með sprengju). „Þessar vikur af opinskári amerískri gestrisni og væntumþykju, af opinberri ánægju yfir að hitta mig, gerðu eitthvað sem hafði veruleg áhrif á allt líf mitt," skrifaði Smith.

Henni fannst óhætt að losa sig við alla feimni í þessu fríi í New York og „reyndar eitt af síðustu tímunum þegar mér fannst ég virkilega ung".
Þótt hún og Turner skipstjóri myndu ferðast fyrsta flokks á einu glæsilegasta skipi heims, fannst henni það eina sem hún fann til núna, sorg og eftirsjá. Á föstudagsmorgun lagði hann af stað frá skipi og til lands.

Turner lagði leið sína suður á bóginn á Wall Street og í City Investing Building við 165 Broadway - gríðarstórt, óþægilegt mannvirki sem stendur nálægt einu af ástsælu kennileitum New York borgar, Singer Tower sem byggður var af Singer Sewing Machine Company. Turner fór síðan upp á lögfræðiskrifstofur Hunt, Hill & Betts þar sem hann, klukkan 11:00 að morgni, sat fyrir átta lögfræðingum til skýrslutöku í einu af sannfærandi málum dagsins, þar sem eigendur White Star Line Titanic reyndu að takmarka fjárhagslega ábyrgð eftir Fjölskyldur bandarískra fórnarlamba sökuðu þau um „gáleysi og vanrækslu".

Turner hafði verið kallaður sem sérfræðingur fyrir hönd fjölskyldnanna, vegna áralangrar reynslu hans sem skipstjóri á stórum farþegaskipum og þeirrar virðingar sem aðrir sjómenn sýndu honum. Það kom þó fljótt í ljós að það var ekki eitthvað sem hann hafði gaman af að vera yfirheyrður af lögfræðingum; Svör hans samanstóð oft af stuttum, hnitmiðuðum orðasamböndum frekar en heilum setningum eða orðasamböndum; engu að síður reyndist hann mikilvægt vitni.

Lögfræðingar gátu fengið frá honum frásögn hans af því að vera á sjó þegar hann heyrði fyrst af Titanic harmleiknum. Á þeim tíma var hann fyrirliði Máretaníu; bæði skipin höfðu lagt úr höfn 11. apríl 1912; þessi staðreynd stóð upp úr sem eitthvað sem hjátrúarfullum farþegum fannst trufla; sigling á föstudeginum þótti samt alltaf hættuleg! Þegar tilkynningar þráðlausar um ís á brautinni hans bárust honum og sendur þráðlaus maður ákvað Turner að halda lengra suður áður en hann fékk fregnir um árekstur Titanic við ísjakaárekstur frá þráðlausa manni sínum sem tilkynnti 11. apríl.

Turner svaraði ákaft þegar hann var spurður hvort það hefði verið skynsamlegt af Titanic að ferðast á 20 hnúta eða hraðari í umhverfi sem gæti innihaldið ís: "Auðvitað ekki; 20 hnútar í gegnum ís er samviska mín!"
Turner ráðlagði skipstjórum að besta leiðin væri annaðhvort að fara hægt eða hætta alveg. Þrátt fyrir að þráðlaus tækni hafi orðið áhrifaríkt tæki til að gera skipstjórnarmönnum viðvart um ísmyndun bentu sjórannsóknir til þess að skipstjórar gætu fengið snemma viðvörun frá því að fylgjast með loft- og vatnshitastigi á leiðinni -

hugmynd sem Turner vísaði á bug og sagði að hún hefði ekki meiri áhrif en blöðrur á tréfætur.

Turner lýsti fyrirvara varðandi verðmæti útsýnisstaða. Eins og á Cunard handbók, þurftu tveir útsýnisstaðir að vera í krákuhreiðrinu allan tímann; "Ég kalla þá Board of Trade skraut," sagði Turner; þeir hugsuðu bara um heimilið og græða peninga.

Turner sagði: JÁ við að útvega útlitssjónauka.

"Ekki endilega; kannski betra að gefa þeim gosvatnsflöskur."

Um leið og hann áttaði sig á því að hann gæti rekist á vötn þar sem ís gæti myndast, tvöfaldaðist hann alltaf á útsýnisstöðum með því að setja tvo auka áhafnarmeðlimi við boginn á skipi sínu.

Turner varaði þá við því að sama hvaða varúðarráðstafanir eða rannsóknir væru gerðar myndi ís alltaf skapa hættu. Hneykslaður yfir þessari yfirlýsingu spurði einn lögfræðinganna Turner og spurði: "Hefurðu ekkert lært af þessu slysi?"

Turner var ekki ósammála og sagði: „Þetta mun gerast aftur.

Á hinum ýmsu tímum meðan á afgreiðslu Turner stóð, einbeittu lögfræðingar hans sér að skipi hans - einkum vatnsþéttum þilförum þess og hurðum sem og lengdarbyssum - með sérstakri athygli á lengdarbylgjum þeirra.

"Sem er frekar óvenjulegt meðal kaupskipa en frekar algengt meðal flotaskipa, er það ekki?"

"Já," svaraði Turner, "verndarkerfi."

Frekari yfirheyrslur leiddu í ljós fyrir lögfræðingunum að skipstjóri hafði lítinn áhuga á að hanna skip - þar á meðal sín eigin.

"Svo ertu ekki vélvirki?" spurði einn, frekar "navigator". Já.

— Hefurðu ekki mikinn áhuga á skipasmíði? "Nei. Svo lengi sem þeir Qoat, ef þeir sökkva þá fer ég."

Spurður af lögfræðingi hvort það væri eitthvað „sérstaklega óvenjulegt“ við vatnsþéttar hurðir á báðum skipum svaraði Turner „Veit ekki“. Nokkrum augnablikum síðar kom hins vegar önnur spurning frá honum þar sem spurt var hvort fólki fyndist frábær skip eins og Lusitania og Mauretania vera ósökkanleg áður en Titanic kom? Sem svar við þessari fyrirspurn svaraði lögfræðingur "Já". Áður en Titanic kom var talið að þessi frábæru skip gætu staðist sökkt án stórslysa?

"Hver sagði þér það?" Turner svaraði reiðilega. „Enginn sem ég hef verið á sjó með hefur sýnt fram á slíkar fullyrðingar.“

Skilaboðinu lauk með spurningu um hvort skip með fjölmörg ofhlaðin hólf gæti haldið áfram ferð sinni í átt að Voat.

Turner svaraði að hann vissi mjög lítið um það; allt fór eftir stærð og magni flotans sem var til staðar; ef hún hefur nóg flot mun hún rísa; annars sökkvi hún.

Turner sneri aftur að skipi sínu.

Föstudaginn 30. apríl Sama dag fór annað skip í sína fyrstu ferð.

Unterseeboot-20 var á leið í átt að Bretlandi samkvæmt skipunum sem gerðu eftirlit þeirra brýnari. Lagt er af höfn í Emden á norðvesturströnd Þýskalands klukkan 6 að morgni. með engum fanfare, U-báta áhafnir kölluðu Norðursjó oft Bright Hans; í dag var það hins vegar orðið grátt, samsvaraði landslaginu sem umkringdi Emden höfnina; kafbátar stóðu við hlið hvors annars, festir hver við annan með reipi, eins og fjarlægir kastalar sem lágu um viðlegusvæði þeirra og vindar þeyttu 4 hnúta aftan frá - allir vísar vísuðu í eina átt - á ferð sinni í átt að Bretlandseyjum.

U-20 lagði leið sína hljóðlega meðfram Ems ánni og skildi nánast engin vök eftir sig. Ofan á tjaldturni þess stóð Kptlt. Walther Schwieger - fyrirliði hans í topphettu og vatnsheldu leðri. Turninn var digurhólf sem stóð út úr miðhluta báts hans sem hýsti ýmsar stjórntæki auk tveggja periscopes: aðal bardaga periscope hans og einn til viðbótar sem varabúnaður. Schwieger myndi sitja ofan á þessum turni með þykkum kolefnisstálveggjum sínum við neðansjávarárásir og nota aðal periscope hans til að stýra áhöfn sinni við að skjóta tundurskeytum. Við árásir sem komu upp á yfirborðið myndi litla þilfarið hans gefa honum nes sem hann gæti skoðað sjávarmyndina í kring; veitti samt litla vörn gegn veðurþáttum. Sérstaklega þennan morgun lyktaði kaffi í gegnum opið fyrir neðan og fyllti loftið -- það lyktaði næstum því nógu skemmtilega.

Schwieger stýrði kafbátnum sínum meðfram árbökkunum og inn á grunnsævi fyrir utan höfnina, hreyfði sig í vestur og framhjá Borkum vitanum og þráðlausa stöðinni áður en hann komst á lokaáfangastað um klukkan 9:30 að morgni.

Litlar hindrunareyjar voru mikilvæg kennileiti fyrir kafbátamenn þegar þeir fóru um borð og sneru aftur.

Schwieger var nýorðinn þrjátíu og tveggja ára og var þegar almennt talinn einn af fróðustu yfirmönnum þýska sjóhersins, þar sem yfirmenn voru kallaðir til ráðgjafar í kafbátamálum og bátur hans notaður sem tilraunavettvangur fyrir nýjar aðferðir. Einn af fáum skipstjórum sem höfðu þjónað áður en seinni heimstyrjöldin hófst, Schwieger var hávaxinn, grannur með breiðar axlir - áhöfn hans vísaði til hans sem sérlega myndarlegs - augun hans voru fölblá sem boðuðu svala á sama tíma og hann gaf góða húmor.

Um hádegisbilið fór bátur Schwiegers inn á djúpa vötnin handan Borkum sem er þekkt sem annað hvort German Bight eða Helgoland Bight of the North Sea. Hér hallar hafsbotninn hratt á meðan á sólríkum dögum breytist vatnið í djúpan kóbaltlit. Schwieger tók fram í stríðsskrá sinni að þriggja feta öldur kæmu inn úr vestri með gott skyggni í heildina.

Eins mikið og hann gat sökkt skipinu ef óskað væri, ákvað hann þess í stað að ferðast á yfirborði þess og nýtti sér tveggja dísilvélar þess til að ferðast á 15 hnúta og ná flestum hefðbundnum kaupskipum í kjölfar þeirra. Schwieger gat ferðast allt að 5.200 sjómílur á 8 hnúta hraða þegar farið var á venjulegum farflugshraða; þegar hann var kominn í kaf þurfti hins vegar tvær rafhlöðuknúnar vélar til að koma í veg fyrir að dísilvélar hans notuðu allt tiltækt súrefni í bátnum og skiluðu í besta falli 9 hnúta; þetta virkaði aðeins í stuttan tíma. U-bátar á kafi gátu farið um það bil 80 sjómílur á helmingi þessa hraða, sem gerði ferð þeirra nógu hæg til að U-bátar sem reyndu að ferðast á móti hröðum straumum á landamærum Englands og Frakklands gátu stundum ekki komist áfram. Sem slíkir voru U-bátar venjulega aðeins á kafi í aftakaveðri eða þegar þeir réðust á skip eða forðast eyðileggingarmenn.

Schwieger gat verið í sambandi við Borkum-eyju í gegnum þráðlausar sendingar stóran hluta af fyrsta degi sínum á sjó og einnig með Ancona-flotaskipi í Emden-höfn sem hafði þráðlausa möguleika.
Schwieger var með þráðlaus tæki sem geta haft samskipti yfir langar vegalengdir. Í dagbók hans kemur fram að U-bátur hans hafi hætt að skiptast á skilaboðum við Borkum-sendann þegar hann var 45 sjómílur út en að samskipti hans við Ancona hélst sterk alla ferðina. Á leiðinni sendi þráðlausa símafyrirtækið hans ítrekað prófunarmerki eins og að fresta því óumflýjanlega augnabliki þegar skip þeirra hefði ekki lengur vinalegar heimildir eða úrræði tiltækar og vera algjörlega ein.

U-bátar stóðu upp úr meðal sjóhers Þýskalands vegna einstakrar auðkennis þeirra: yfirborðsskip ferðuðust oft saman og gátu, þökk sé háum möstrum sínum, haldið sambandi við bækistöðvar sínar á meðan U-bátar ferðuðust oft einir og misstu samband fljótlega eftir það; venjulega eftir að hafa ekið aðeins nokkur hundruð kílómetra. Þegar þeir voru á eftirlitsferð höfðu U-bátaskipstjórar algjört frelsi í því hvernig þeir haga eftirliti sínu án eftirlits að ofan. Hann einn ákvað hvenær og hvort hann ætti að ráðast á, fara upp eða kafa og snúa aftur heim - með fulla stjórn á periscope þeirra. „Kafbáturinn er aðeins eineygt skip," sagði Edgar von Spiegel von und zu Peckelsheim barón, sem þekkti Schwieger vel. „Það þýðir að aðeins sá sem er við sjónauka með annað augað ber fulla ábyrgð á því að ráðast á eða vernda skip sitt og áhöfn.

Í besta falli var útsýnið að ofan takmarkað og óvíst; Skipstjórar fengu aðeins stutta, plötulíka innsýn inn í heiminn á hverjum tíma - nóg til að þeir gætu dæmt fljótt um eðli skips, þjóðerni, vígbúnaðarstöðu eða hvort merkingar þess væru lögmætar eða falsaðar. Og þegar hann ákvað að ráðast á, féll ein ábyrgðin á herðar hans: svipað og að draga í gikkinn á byssu án þess að vita eða heyra niðurstöðu hennar; í staðinn heyrði hann aðeins hljóð þess óma í gegnum sjóinn. Frekar, þegar Spiegel kaus að fylgjast með harmleiknum þróast, sá hann ekki annað en ógegnsæjan heim skelfingar og sorgar. Einu sinni réðst Spiegel á flutningabíl sem flutti hesta og horfði á einn - "glæsilegan, dökkgráan hest með langan hala" - stökkva frá honum í ofhlaðinn björgunarbát; eftir það þoldi hann ekki lengur að verða vitni að þessu sjónarspili og skrifaði um þessa reynslu: "Ég gat ekki lengur þolað sjónarspil þess lengur".
„Hann dró niður sjónhimnuna sína og skipaði bátnum sínum að kafa djúpt.

„Þetta var ákaflega erfitt og ósvipað verkefni," sagði Spiegel. „Líf hersins gæti verið spennandi þegar stórskotalið er skotið á loft eða skipað að gera árás, á meðan kafbátalíf gæti falið í sér að slaka á yfir kaffi með morgunmatnum áður en þú heyrir 'skip í sjónmáli'. Þegar flautan eða síminn hringdi til að gefa til kynna að þú þyrftir að skjóta tundurskeytum þínum gætu niðurstöðurnar oft verið hjartnæmar - eitt skip sem lenti í stefni þess sökk "eins og flugvél," á tveimur mínútum hafði 10.000 tonna skip þess horfið algjörlega af sjónarsviðinu.

Slíkt vald var bæði spennandi og einangrandi, það er enn meira vegna lítilla kafbátaflota Þýskalands á hverjum tíma. Í maí 1915 var U-bátur Schwieger einn af aðeins tuttugu og fimm skipum sem geta farið langar vegalengdir í flota Þýskalands - þó því miður eftir hverja siglingu þurftu bátarnir nokkrar vikur til viðgerða og yfirferðar. Þegar Schwieger var í eftirlitsferð hertók hann einangraðan stað í gríðarstórum sjó.

Schwieger var með sér í þessari skemmtisiglingu röð af pöntunum sem hafði verið afhent honum persónulega. Þessi mótmæli spruttu upp vegna ótta um að Bretar hygðust gera innrás í Þýskaland sjálft frá Slésvík-Holtsetalandi um Norðursjó, með skipum sem sigldu frá höfnum öðruvísi en þær sem almennt eru notaðar til að veita breskum hersveitum í Frakklandi. Fregnir leyniþjónustunnar höfðu lengi gefið í skyn að innrás væri yfirvofandi, en þó efuðust embættismenn þýska sjóhersins um þær í upphafi. Nú fóru þeir hins vegar að trúa þeim alvarlegri. Schwieger fékk skipun um að veiða og ráðast á flutninga nálægt Liverpool milli Englands og Írlands á hraðskreiðastu mögulegu leið frá Skotlandi; Haltu síðan þessari stöðu "eins lengi og birgðir leyfa".

Árangur verkefnisins verður að hafa verið strax til að þetta verkefni hafi tekist; annars hefði ekki þurft svo miklar fortölur innan sjóhersins til að sigrast á hjátrú á brottför föstudagsins. Á þessum tímapunkti í sögunni var KAFBÁTAtæknin komin langt sem eign.

Tækni kafbáta var betrumbætt með tímanum þar til aðeins einstaka dauðsföll urðu til. Fyrsti kafbáturinn til að sökkva óvinaskipi var H. L. Hunley frá Sambandsflotanum; í bandarísku borgarastyrjöldinni sökkti þessi kafari freigátu sem heitir Housatonic og olli alvarlegum skemmdum. Hunley var stýrt af átta sjómönnum sem notuðu handsveifar til að knýja fram skrúfu sína og nálguðust Housatonic-flóa eftir myrkur með stóran geymslu af sprengiefnum við bogann á 30 feta sperrunni. Sprengingin eyðilagði ekki aðeins freigátuna heldur sökkti Hunley með öllum höndum um borð; en þessi niðurstaða hafði þegar verið sýnd í réttarhöldum áður en hún var skotin af stað, þegar hún stofnaði þrisvar og drap þrjár áhafnir, samtals 23 menn. Þrátt fyrir að uppfinningamenn frá mörgum þjóðum hafi lagt sitt af mörkum til þróunar kafbáta, stendur John Philip Holland upp úr sem aðalpersónan sem talin er hafa breytt þeim í meira en aðeins leikföng eða „járnsambönd" eins og meðlimir þýska sjóhersins myndu vísa til þeirra. Eftir að hafa flutt til Ameríku frá Írlandi og byrjað að hanna neðansjávarskip með von um að hjálpa þjóð sinni að sigrast á yfirráðum breska flotans, hannaði Holland kafbátaskip til að reyna að hjálpa Írlandi að sigra yfirráð breska sjóhersins. Vinsæl teiknimynd frá 1898 sem sýnir Holland kemur upp úr einni af kafbátalúgum hans með háa hattinn, með yfirskriftinni „Af hverju ætti ég að nenna sjálfum mér?". Holland var meðal fyrstu landa til að nota bæði rafvélar fyrir siglingar neðansjávar og bensín til að keyra á yfirborði; En á endanum, vegna gufu, óstöðugleika og tilhneigingar þess til að kæfa áhafnarmeðlimi, var bensínið á endanum yfirgefið fyrir dísilolíu. Raimondo Lorenzo D'Equevilley-Montjustin, ráðinn af þýska vopnaframleiðandanum Krupp og ábyrgur fyrir hönnun fyrstu kafbáta Þýskalands; þó að gera það með inntak frá Hollandi. Bátar Schwieger leiddu þýska sjóherinn til að stofna árið 1904 Unterseebootkonstruktionsburo sem eingöngu var tileinkað kafbátagerð; þó að margir sjómenn hafi verið efins um gildi þess. Þegar stríðið hófst áttu kafbátahamfarir sér stað nógu reglulega til að ungir menn eins og Schwieger gengu í hóp U-bátaþjónustu Þýskalands.

Bátur Schwieger mældist 210 fet á lengd, 20 fet á breidd og 27 fet á hæð. Þó að frá ytra sjónarhorni virðist sem þetta hafi gefið áhöfn hans nóg rými, voru þeir í rauninni aðeins einn lítill strokkur í miðju þess. Mikið af því sem báturinn sýndi sig samanstóð af stórum tönkum beggja vegna, sem ætlaðir eru til að fyllast af sjó við köfun og tæmast þegar þeir komast á yfirborðið. Rýmið á milli þessara innréttinga var fyllt með svefnplássi fyrir þrjá tugi manna, eldhúsi, salerni, þráðlausri stjórnunarklefa, miðstýringarherbergi og tveimur 850 hestafla dísilvélum (með tankum sem taka 76 tonn af dísileldsneyti) auk tveggja 600 hestafla rafmagns. vélar knúnar af rafhlöðum; geymsla fyrir 250 skot sem notuð eru af eina þilfarsbyssunni sem og pláss til að geyma sjö „bifreiðatundurskeyti“. Báturinn var með tvö tundurskeyti í hvorum enda, tengd við fjölda röra og snúra eins þétt pakkað og manna sinar, sem framleiddi "fleirri skífur og mæla en maður gæti venjulega lent í í lífinu". Schwieger var með sinn eigin pínulitla klefa með raflýsingu fyrir ofan rúmið sitt.

U-bátaforingjar voru oft spegilmynd af sjálfum sér og persónuleika sínum; Hver skipstjóri virtist eins og skipið hans væri sérsniðið fyrir hann. Þetta stafaði af því að vera á fjarlægri eftirlitsferð án skipana frá yfirmönnum eða beina stjórn yfir mönnum sínum samanborið við aðmírál á herskipi, sem stjórnaði hundruðum skipa og þúsundum manna undir honum. U-bátaskipstjórar voru allt frá grimmir og riddarafullir, latir, kraftmiklir; sumir skipstjórar drógu jafnvel björgunarbáta í átt að landi á meðan sumir voru minna miskunnsamir og neituðu að reyna að bjarga sjómönnum; sumir skipstjórar gerðu engar tilraunir til að bjarga mannslífum á meðan aðrir gengu lengra með því að draga björgunarbáta í átt að landi - einn U-bátaforingi sendi meira að segja þrjár flöskur af víni sem afsökunarbeiðni eftir að hafa þyrlt annað skip!

Fyrri yfirmaður U-20 ára, Otto Droescher, gaf henni nafnið Daring U-20. Í einni ferð í september 1914 fóru Droescher og annar herforingi með kafbáta sína inn í ósa Edinborgar, Firth of Forth, og sigldu upp eins langt inn í land og Forth Bridge í von um að ráðast á bresk herskip.
Hed reyndi að festa akkeri við Rosyth flotastöðina rétt handan við brúna, en fljótt var tekið eftir bátunum og Hed varð að leggja út aftur í Norðursjó.

Droescher skráði sig í sögubækurnar næsta mánuðinn á annarri eftirlitsferð þegar hann varð fyrsti U-bátaskipstjórinn til að sigla um allt Bretland með U-bátum. Eftir að hafa farið inn um Dover sund inn á Ermarsund og lent í eftirlitsferðum gegn kafbáta - taldi það of hættulegt til að fara heim aftur - ákvað hann þess í stað að sigla utan um með því að fara upp vesturströnd Englands og Írlands áður en hann sneri norður um norðurodda Skotlands til að sýna drægni þeirra og úthald; Þýskaland hélt þessu afreki leyndu fyrir þeim báðum.

Schwieger var skipaður skipstjóri á U-20 í desember 1914, og gerði það fljótt frægð fyrir grimmd sína. Þann 30. janúar þegar hann var á eftirlitsferð við Frakkland sökkti hann þremur kaupmannagufuskipum fyrirvaralaust í sömu siglingu sinni til Frakklands; Veður og þoka þvinguðu bát hans inn í árósa Signu þar sem hann var á kafi í 11 af 137 klukkustundum! Þann 1. febrúar skaut Schwieger tundurskeyti á Asturias sjúkrahússkip sem bar rauða krossa málaða hvíta sem er talinn nýr lágkúru í þýskri kvíða jafnvel af yfirmönnum hans!

Schwieger var vel þekktur meðal samstarfsmanna sinna og áhafnar fyrir góðvild sína, góða húmor og hæfileika til að halda uppi skemmtilegu andrúmslofti um borð í kafbátnum sínum, U-20. „Hún var glaðvær bátur," sagði Rudolph Zentner í viðtali fyrir bók Lowell Thomas, Raiders of the Deep, frá 1928; Zentner sagði þetta eingöngu til Schwieger. Ef þú vilt góðan og skemmtilegan bát er notalegur skipstjóri nauðsynlegur og þar á meðal Schwieger. Zentner benti á: „[Hann var] góðvild í garð manna sinna undir honum... skapgerð hans var glaðvær á meðan tal hans var full af glaðværð og oddviti".

Baron von Spiegel, einn af vinum Schwiegers, sagði eitt sinn um hann að "hann væri óvenjulegur einstaklingur. Enginn gæti skaðað hann."

Schwieger gaf fljótt tóninn um borð í U-20 frá fyrsta degi sínum um borð. Henni var skipað í eftirlitsferð á aðfangadagskvöld 1914 - tilfinningaþrungin nótt en einnig upphafseftirlit Zentners í fyrri heimsstyrjöldinni.
U-20 hafði verið falið að vakta Helgoland Bight. Á aðfangadagsmorgun - upphafsjól þess í seinni heimsstyrjöldinni - fengu áhöfn þess einstakan desembermorgun, með bjartri sól, frostlegu lofti og kyrrlátu vatni í blásvörtum lit vetrarins. Þar sem U-20 hélst á yfirborði allan daginn til þess að skoða mark (þ.e.a.s. reyk úr gufuskipatrekt gæti mælst tuttugu mílur út), sást ekkert óvinaskip eða skip allan daginn, sem bendir til þess að "þau hafi greinilega verið að eyða jólunum eins og allir góðir kristnir ættu að gera," samkvæmt Zentner.

Um nóttina skipaði Schwieger að kafa niður á hafsbotninn, 60 fet fyrir neðan. Hann valdi svæði sem tilgreint er af kortunum sem að mestu samsett úr sandi frekar en grjóti. Í fyrstu þögðu allir eins og alltaf að hlusta eftir merki um vatnsleka eða leka, eftirlitsmæla sem mældu innri þrýsting til að athuga hvort skyndilegar hækkanir gætu bent til mikils magns af vatni sem síast inn í áhafnarrými - sem minnti hver annan á "Allt er þétt."

Gisting á hafsbotni var algeng venja fyrir U-báta í Norðursjó þar sem dýpi fór sjaldan yfir leyfilegt hámark fyrir kafbáta. Á botninum gátu Schwieger og áhöfn hans hvílt sig án þess að óttast að verða keyrt yfir í myrkri af gufuskipi eða rekast á enskan tortímamenn; það var meira að segja eitt af sjaldgæfum skiptum sem skipstjórum U-báta var leyft að afklæðast fyrir rúmið! En á þessari tilteknu nótt hafði Schwieger eitthvað annað skipulagt en einfaldlega að sofa: "Og núna," sagði hann, "við getum haldið jól!"

„Allur maturinn var gerður úr dósum, en okkur var sama," sagði Zentner. Venjulega borðuðu Schwieger og hinir U-20 liðsforingjarnir einir í matsalnum sínum; Nú sameinuðust þeir hins vegar með öllum 36 mönnum U-20 ára til að taka þátt í þessari hátíð - sem fylltu teið sitt með rommi til að bæta við auka hátíðarbrauði eða tveimur! Samkvæmt Zentner.

Schwieger flutti ræðu sína og fékk hlýjar lófaklapp, að sögn Zentner. Eftir það kom tónlist: Hljómsveit lék á fiðlur og mandólínur á meðan annar einstaklingur dró fram básúnu sína í einsöngs tilgangi. Þriðja persónan - lágvaxinn sherman með gríðarstórt rautt skegg - tók einnig þátt í að útvega bakgrunnsnótur.
Schwieger fékk tvær beiðnir frá konum þar sem þær kröfðust þess að harmonikkuleikarinn, mynd sem líktist dvergi en gat hvorki lesið né skrifað, fengi leyfi til að giftast þeim. Því miður voru þá engin áhrifarík leið til að rekja kafbát neðansjávar, svo enginn um borð tók mikið mark á hávaðamengun af völdum þessara þriggja tónlistarmanna; sérstaklega harmonikkuleikara þeirra sem Zentner lýsti sem leikandi með „sál", augu hans lokuðust hálfpartinn af ánægju á meðan skeggjaður munnur hans krullaðist eins og hálfmáni þegar hann brosti að hverju lagi sem hann spilaði!

Tónlist og drykkja hélt áfram langt fram á nótt; fyrir utan var þó haf sem lá kyrrt og dimmt; órjúfanlegur hindrun.

Undir Schwieger bar U-20 venjulega að minnsta kosti einn hund um borð; stundum voru þeir jafnvel sex, þar af fjórir hvolpar - allt hundar sem komu vegna árásar við Írlandsstrendur.

Schwieger fylgdi reglum skemmtiferðaskipa þegar hann elti og stöðvaði Maria de Molenos frá Portúgal. Þegar áhöfn þess hafði farið frá borði skipaði hann byssuáhöfn sinni að sökkva henni - þessi aðferð var valinn árásarmáti hans og skildi eftir takmarkaðan lager hans af tundurskeytum til notkunar gegn stærri skotmörkum.

Byssuáhöfn Zentner skaut hratt og nákvæmlega inn í vatnslínu flutningaskipsins með nákvæmni skotum úr byssubáti hans. Fljótlega sá Zentner að skipið dreifðist smám saman eða, eins og Zentner orðaði það, „að setjast niður fyrir lóðrétta siglingu sína.

Undir öllu ruslinu sem flaut á vatnsyfirborðinu tóku þrír menn eftir einhverju óvenjulegu - sundkýr og eitthvað fleira. Skeggjaður harmonikkuleikari sá þetta fyrst og hrópaði "Ach Himmel, der kleine Hund!" Hann benti á kassa þar sem tvö lítil höfuð og tvær loppur stóðu út úr honum: þetta var svo sannarlega svartur hundur!

U-20 nálguðust; áhöfn þeirra fór um borð og lyfti um borð í hund sem þeir nefndu Maríu eftir sokknu fraktskipinu; þó var ekkert hægt að gera við kúna.

María varð fljótt ólétt og fæddi fjóra hvolpa; Samkvæmt harmonikkuleikaranum þeirra hefðu sex hundar verið of margir fyrir svona innilegt rými.
Zentner fór svo með einn hvolp aftur á bátinn sinn, gaf þremur öðrum skipum á meðan hann geymdi einn fyrir sig til að sofa með á nóttunni í kojunni sinni við hlið tundurskeytis og annan hvolp: "Svo á hverju kvöldi," sagði Zentner, "Ég svaf hjá bæði."

Schwieger var eftirtektarverður í að búa til svo þægilegt umhverfi um borð í U-bát sínum; Aðstæður í slíkum skipum geta oft verið erfiðar, með þröngum aðstæðum fyrir áhafnarmeðlimi áður en farið er í eftirlit og matur geymdur alls staðar, þar á meðal snyrtistofur. Árangur hans við að skapa svo aðlaðandi umgjörð segir sitt um hæfileika hans sem leiðtoga manna. Grænmeti og kjöt var geymt á köldum svæðum um borð í skipi; vatn var takmarkað; rakvélar var aðeins hægt að fá með því að nota það sem eftir var af teskammti morgunsins; enginn fór í bað; ferskur matur skemmist fljótt, og hvatti áhafnir til að hreinsa út þegar hægt er. Einn U-bátur sendi út veiðiflokk til skoskrar eyju og drap geit; Áhafnir rændu oft skipum fyrir sultu, egg, beikon og ávexti. Ein bresk flugvélaárás bauð áhöfn annars U-báts upp á óvænta skemmtun þegar sprengja hans mistókst og sprakk þess í stað í sjónum í stað þess að lenda á ætluðu skotmarki; Heilahristingur hans leiddi upp á yfirborðið skóla af dolfallnum hákörlum sem kom hlaupandi upp að honum til að synda burt af ótta.

Áhöfn U-20 ára safnaði heilri tunnu af smjöri á meðan á eftirliti stóð, en á þeim tímapunkti var ekkert hæft til að elda með um borð. Schwieger notaði periscope sína til að koma auga á línu af shermen bátum nálægt U-20 og kom upp U-20 beint á meðal þeirra, hneykslaður og skelfingu lostinn til að gefa allt sem þeir gátu borið sem vistir fyrir Schwieger og áhöfn hans. Þegar öllu var á botninn hvolft gáfu þeir allt sem þeir gátu borið til U-20 og áhafnar þess!

Schwieger skipaði kafbátnum sínum að sökkva, svo áhöfn hans gæti borðað í friði. Zentner sagði: „Nú var til ferskt sjávarfang: steikt í smjöri, grillað í smjöri og steikt í smjöri - allt sem við gætum viljað! Sh og afgangslykt þeirra gæti aðeins hafa versnað óþægilegasta hlið lífsins í U-báta: loftgæði þess. Byrjað var á herstöðinni, þrír tugir manna fóru aldrei í bað, klæddust leðurfatnaði sem andar ekki og deildu einu litlu salerni; allt þetta gæti aðeins blandast saman til að skapa óþolandi stíflað andrúmsloft til að lifa í. Salerni gáfu oft frá sér lykt af kólerusjúkrahúsum og var aðeins hægt að skola þau þegar U-báturinn var á landi eða á grunnu dýpi, til að forðast að neðansjávarþrýstingur ýti efni aftur í skipið og veldur stíflum eða "U-bátaferðum." Þetta gerðist oftast hjá nýliði og áhöfn, sem urðu þekktir fyrir að þetta gerðist oft þegar þeir höfðu ekki nægilega reynslu í notkun þess. Þetta hugtak varð þekkt af sjómönnum sjálfum.
"Dísileldsneytislykt barst um hvert horn á bátnum og skildi eftir hvern bolla af kakó og brauði á bragðið af olíu. Ilmir streymdu úr eldhúsinu löngu eftir að máltíðir höfðu verið útbúnar - einna helst áberandi þar á meðal dagsgamall steiktur laukur sem ber sláandi líkindi. að líkamslykt karlmanna.

Allt þetta var gert verra vegna óvenjulegs fyrirbæri sem var sérstakt við kafbáta: þegar þeir voru í kafi fluttu U-bátar takmarkaðar súrefnisbirgðir í hólkum sem veittu loftinnspýtingu. Mismunandi magn var sprautað eftir því hversu margir menn voru um borð. Lofti var leitt yfir kalíumsamband til að sía út kolsýru áður en það var sprautað aftur í andrúmsloft bátsins. O2-vakthafar voru hvattir til að sofa þar sem sofandi líkami þeirra neytti minna súrefnis. Djúpt neðansjávar þróaði báturinn andrúmsloft sem líktist suðrænni mýri. Rautt og þétt loft var framleitt vegna hita sem myndast frá mönnum sem og frá heitum dísilvélum og rafbúnaði - allt stuðlað að því að hita skrokk skipsins og auka rakastig og loftþéttleika verulega. Þegar kafbátaáhafnir sigldu dýpra og kaldara sjó olli hitamunurinn þéttingu sem seytlaði inn í fatnaðinn og leiddi til mygluþyrpinga sem húðuðu yfirborð bátsins, þekktur sem U-bátasviti. Olía var dregin út úr andrúmsloftinu og sett á coRee og súpu, sem myndaði smækkaðan olíubrák. Svo lengi sem báturinn var á kafi, gæti hitastigið farið upp fyrir 100 gráður á Fahrenheit; „Það væri ómögulegt að átta sig á lofthjúpnum sem myndast við þessar aðstæður, né að skilja helvítis hitastig þess sem byggist upp í stálskel. Einn herforingi, Paul Koenig, skrifaði um þessar aðstæður: „Þú getur ekki ímyndað þér andrúmsloftið sem þróaðist og hitnaði við þessar aðstæður; né gat maður skilið hvaða hryllingur leyndist innan stálskeljar þess."

Menn þráðu það augnablik sem báturinn þeirra komst upp á yfirborðið og lúgan í flugturninum opnaðist - þegar ferskt loft, opin lúga í flugturninum og fjaðrandi dísilvélar vöknuðu aftur til lífsins eftir 15 klukkustundir á botni, að sögn Martin Niemoller herforingja. Allar hendur leituðu fersks lofts í skjóli brúarskjásins áður en þær héldu aftur fyrir neðan til að sofa.
Öll þessi óþægindi voru þola gegn andrúmslofti stöðugrar hættu; allir voru meðvitaðir um að þeir stóðu frammi fyrir hægum köfnun í myrkvuðu stálröri á botni sjávar.

Á einni af eftirlitsferðum U-20 varð þessi möguleiki allt of raunverulegur.

Snemma í stríðinu, þegar bæði U-bátaforingjar og breskir varnarmenn voru að þróa nýjar aðferðir hver gegn öðrum, var Schwieger að skoða sjóinn með sjónaukanum sínum þegar hann tók eftir tveimur undarlegum baujum fyrir framan sig: hvorugur virtist gagnlegur í neinum tilgangi og Vera þeirra þar var óvænt.

Schwieger fann enga ógn strax og kallaði: „Tvær baujur sáust. Haltu nákvæmri dýpi.“ Báturinn hélt áfram áfram á „periscope-dýpi“, 11 metra undir yfirborði eða um það bil 36 fet á dýpt - nóg til að aðeins efsti brún hans hélst yfir vatni.

Eitthvað skall á ytra byrðina og síðan kom málmhljómur eins og stál sem hreyfðist meðfram skrokknum. „Það hljómaði eins og risastórar keðjur væru að lemjast í og dregnar eftir þilfari þess,“ að sögn Rudolph Zentner sem starfaði í stjórnklefa þessa báts á þessum tíma.

Menn sem stjórnuðu láréttum stýri, þekktum sem köfunarflugvélar, um borð í skipi vörpuðu viðvörun eftir að köfunarflugvélar þeirra brugðust ekki eins og búist var við. Zentner athugaði dýptar- og hraðamæla sem fylgdust með dýpt og hraða og komst að því að báturinn var að hægjast og sökkva hratt á meðan hann færðist óstjórnlega hlið til hliðar.

Zentner fylgdist með dýptarmælinum og lét Schwieger vita við hverja breytingu þar sem U-20 fór hægt og rólega á kaf dýpra og dýpra í hafsbotninn. Á 100 feta dýpi náði U-20 loksins botninum; engin þrýstingur ógnaði þessu dýpi, en samt virtist einhvern veginn vera samruninn henni.

Zentner hljóp stigann inn í svindlturninn sinn og gægðist út um einn af litlum gluggum hans úr þykku gleri til að fylgjast með hafinu í kring á kafi. Það sem hann sá gerði hann

töfrandi: augaberandi þverlok af keðju og snúru. „Nú skiljum við merkingu þessara bauja," tilkynnti Zentner; U-20 hafði hlaupið beint inn í risastórt stálnet sem hafði verið hengt upp á milli þessara bauja til að mynda neðansjávargildru - var haldið niðri ekki bara föst heldur fest niður af þyngd sinni þar sem hún lá í hvíld á festingum sínum.
Nú var eitthvað annað að gerast: í gegnum veggi skrokksins heyrði áhöfnin þrusk í skrúfum yfir höfuð - þeir vissu að þetta hljóðmynstur tilheyrði tortímamönnum - "skrínandi, reiður suð". Djúpsprengingar höfðu ekki enn verið kynntar, samt var nærvera eyðingarmanna allt annað en hughreystandi; þessi skip voru þau sem U-bátaforingjar óttuðust mest - eitt, einkum hét Donnerwetter og gat farið á 35 hnúta (40 mílur á klukkustund) og boðið upp á banvæn skot frá allt að mílu fjarlægð; Einnig gæti það hrundið beint í kafbáta á meðan bogi hans sem hreyfist hratt gæti skorið þá upp eins og eplatjarna!

Ótti læddist fljótt í gegnum skipið þegar innviði þess urðu hlý og þröng, og Zentner sagði: „Það var ekki hlegið eða sungið núna; hver maður hugsaði um heimili sitt í Þýskalandi sem þeir myndu líklega aldrei snúa aftur til.

Schwieger var undir skipunum að sýna ekki ótta, en fann það ákaft; allt annað en að bregðast við af fullvissu og sjálfstrausti myndi aðeins auka kvíða undirmanns hans enn frekar.

Schwieger pantaði „bakkvélar.

Vélarnar svöruðu; báturinn tognaði af eigin þunga; stál gegn yfirborði skrokks sem gefur frá sér rasphljóð eftir því sem skrúfuhljóð varð skýrari yfir höfuð.

Zentner fylgdist með skífum og vísum í stjórnklefanum af miklum áhuga. „Fyrir okkur núna," sagði hann, „þeir táknuðu allt". Ég hafði aldrei horft jafn ákaft á neitt áður!

Þegar það byrjaði að bakka fór stálið að skjálfa fyrir utan.

Schwieger skipaði hækkun upp í 22 metra (72 fet), á fullum hraða á undan, þar til skrúfuhljóð fyrir ofan heyrðust enn; Skemmdarvargar virtust vita hvar nákvæmlega báturinn þeirra var. Schwieger gaf út fyrirskipanir um að breyta um stefnu reglulega með því að víkka leið sína frá hægri til vinstri en eyðingarmennirnir fylgdu alltaf stefnu þeirra.

Schwieger sigldi blindur. Hann gat ekki notað periscope hans þar sem eyðileggingarmennirnir myndu fljótt koma auga á og skjóta á eða hamra á bát hans ef þeir reyndu að nota sinn, og neyddi Schwieger til að skipa stýrimönnum köfunarflugvélarinnar að halda eins djúpu dýpi og leyfð er í sjókortum fyrir þessi sjó. Eftir því sem eftirför þeirra hélt áfram, hélt eftirför þeirra Schwiegers líka.
Zentner lýsti braut U-20 sem „klukkutíma eftir klukkutíma ringulreiðs og ringulreiðs, sem hreyfist eins hratt og við mögulega gætum".

Nóttin var þeirra eina von núna; þegar myrkrið lagðist yfir hafið fyrir ofan fóru skrúfuhljóðin að minnka smám saman þar til þau dofnuðu með öllu. Schwieger skilaði bátnum sínum á periscope dýpt og tók 360 gráðu skönnun, athugaði hvort ógnir væru nálægt honum áður en hann kafaði aftur. Þessi hreyfing krafðist styrks þar sem að herða betur og herða á periscope hans var nauðsynlegt til að halda vatni úti og þola djúpa dýfuþrýsting; að snúa þessu tæki þurfti styrk; Jafnvel þá myndi eitthvað olíublandað vatn leka á hettuna og andlit Schwiegers.

Þegar hann vissi að allir skemmdarvargar voru farnir, skipaði Schwieger U-20 að fara á yfirborðið.

Þegar komið var úr netinu hafði bátnum tekist að bakka og festa eina baujuna sem festar voru með snúru; þar sem þeir fylgdu þessari bauju í kjölfarið eins og sherman-sprengjur þar til myrkrið slökkti ljósin á henni, sem gerði baujuna nánast ósýnilega útlitsvörðum á útlitsbátum.

LÚSITANÍA – MENAGERIE

Charles Lauriat yfirgaf íbúð systur sinnar á föstudaginn og fór beint til Lusitania.

Crosstown til 645 Fifth Avenue fyrir einn síðasta hluta af safni sínu í London sem hann var að flytja, á heimili William Field (þrátt fyrir að búa á því heimilisfangi lýsti William sjálfum sér sem heiðursbónda).

Nokkrum mánuðum áður hafði Lauriat selt Field snemmútgáfu af A Christmas Carol eftir Charles Dickens sem fyrst kom út í desember 1843. Hún hafði tilheyrt Dickens sjálfum og var færð sem sönnunargögn í málaferlum sem hann höfðaði árið 1844 gegn „bókmenntaræningjum" sem höfðu endurútgefið hana. án hans leyfis; Á innri síðum þess voru skrifaðar athugasemdir eftir Dickens sjálfan um þessi mál - sem gerir þetta óbætanlegu verk sannarlega óbætanlegt.

Lauriat var fús til að fá það lánað. Fyrr á árinu hafði hann haft bréfaskipti við lögfræðing í London sem hafði skrifað frásögn af sjóræningjamálaferli Dickens, sem bað Lauriat að koma með Field's bók til London svo hann gæti afritað allar nótur hennar og afritað eigin bók Lauriat. Field samþykkti tregðu en aðeins eftir að Lauriat lofaði öryggi sínu.

Lauriat hitti Field í íbúð sinni og þar afhenti hann bókina - myndarlegt bindi bundið í dúk og pakkað inn í "tóman Levant-kassa" eða ílát þakið geitaskinni sem notað var fyrir Marokkó-bindingar - sem Lauriat setti tafarlaust í skjalatöskuna sína og tók aftur til búsetu systur sinnar.
Á föstudagsmorgni við bryggju 54 óskaði Turner eftir æfingu í björgunarbát.

Skip bera 48 báta af tveimur gerðum um borð í einu. Af þessum 48 skipum voru 22 bátar í flokki A sem hannaðir voru á hefðbundinn hátt - opnir bátar hengdir yfir þilfari úr kranalíkum örmum sem kallast dúfur strengdar með kubb og tækjum, sem geta tekið 51 manns í sæti í einu; Stærsti hliðstæða þeirra gat tekið allt að 69 í sæti. Í neyðartilvikum voru bátar hannaðir til að sjósetja þeir frá bryggju þeirra og lækka yfir hafið áður en þeir voru festir á þilfarsbrautir svo farþegar gætu farið um borð í þá. Þegar bátarnir voru sjósettir myndu tveir skipverjar fara varlega með kaðal sem kallaður var „fall" bæði við stefni og skut hvers báts til að lækka hann kerfisbundið niður í vatnið af nákvæmni og á jöfnum kili, svipað og að vera lækkaður af sex- andlit sögubyggingarinnar. Vegna tæplega 10 tonna þyngdar krafðist þetta ferli hæfileikaríkrar samhæfingar jafnvel við kjör veðurskilyrði, sem gerði það að verkum að spennandi en þó ógnvekjandi aðgerð.

Tuttugu og sex bátar voru fellanlegir, eða „fellanlegir", sem litu út eins og dempaðar útgáfur af venjulegum bátum og gátu tekið á móti 43 til 44 manns hver. Hvert samanbrjótanlegt var með strigahliðum sem þarf að hækka og festa á sinn stað til að gera það sjóhæft og var hannað sem hluti af málamiðlunarsamningi milli þriggja aðila sem taka þátt í gerð hans. Eftir Titanic hörmungarnar þurftu sjóskip að útbúa alla farþega um borð með björgunarbátum sem nægðu fyrir alla farþega, en með svo stóru skipi eins og Lusitania var einfaldlega ekkert pláss laust fyrir báta í A-flokki sem þurfti til öruggrar siglingar. Auðvelt var að geyma báta sem hægt var að leggja saman undir og lækka úr dúfur eftir að venjuleg skip höfðu verið sjósett; fræðilega séð gætu þeir líka flotið lausir þegar skip sökktu. Hönnuðir höfðu ekki skipulagt hættuna á því að farþegar gætu lent í sjónum áður en hægt væri að setja báta þeirra almennilega saman, þar sem fjöldi óttaslegins fólks hindraði allar tilraunir til að lyfta hliðunum. Saman gætu björgunarbátar Lusitania rúmað yfir 2.605 manns; meira en nóg pláss til að halda öllum farþegum og áhöfn.

Á föstudaginn voru skipsmenn settir saman á bátaþilfarið og hefðbundnir bátar svignuðu undan skrokknum á föstudagsæfingunni. Stjórnborðsbátar voru dregnir yfir bryggjuna á meðan skipin sem eftir voru héldu áfram undir þeim.
Bakborðsmegin voru nokkrir starfsmenn lækkaðir í vatnið og sumum var jafnvel róið frá skipinu, síðan lyft upp á þilfar aftur áður en þeir fóru aftur á stöðu sína.

Turner hélt því fram á Titanic-útgáfunni um morguninn að reyndur og hæfur áhöfn gæti sjósetja bát á þremur mínútum við kjöraðstæður, þó að eins og allt of augljóst væri af reynslunni í fyrri heimsstyrjöldinni væri skortur orðinn bráður í öllum atvinnugreinum, sérstaklega siglingum (með Royal Navy). að draga þúsundir vinnufærra sjómanna á brott til að berjast á landi og sjó) reyndist nánast ómögulegt að koma upp slíkri áhöfn - sérstaklega í ljósi þess að samkomulag Cunards við Admiralty krafðist þess að allir yfirmenn og þrír fjórðu hlutar áhafnar þess væru breskir ríkisborgarar - þar með auk þess sem skortur á stríðstíma vegna skortur á vinnuafli vegna skorts á stríðstímum í öðrum atvinnugreinum (sjálfsagt skortur á skipaiðnaði) sem gerir Turner almennt erfitt fyrir að fjölga slíkri áhöfn; Cunard neyddist til að útvega breska ríkisborgara sem hluta af samningi sínum; Turner vissi að þetta gerði verkefni hans enn erfiðara þar sem upphaflegur samningur Cunards við Admiralty krafðist allra yfirmanna auk þess að uppfylla upphaflega samningskröfu þess að allir yfirmenn og að minnsta kosti þrír fjórðu af áhöfn þess yrðu að vera breskir ríkisborgarar í samræmi við upphaflegan samning Cunards við Admiralty. krefjast þess að allir skipsráðsmenn sem og þrír fjórðu hlutar áhafnar þess séu breskir háðir breskri löggjöf sem bresk yfirvöld setja; slík staða kom í efa þegar hún var ekki í stakk búin til að fá áhöfn í samræmi við upphaflega samninginn, eða skipverja, að Konunglegi sjóherinn, hvað varðar ráðningu þeirra, var af skornum skammti vegna skorts hjá embættismönnum konungsflotans fyrir siglingar vegna eða upprunalegs samkomulags þess krafðist allra áhafna sinna. vera breskir þegnar um borð að vera breskir þegnar til að vera gjaldgengir.

Breskar kaupskipaáhafnir í seinni heimsstyrjöldinni voru svo vanhæfar í að meðhöndla björgunarbáta að U-bátaskipstjórinn Forstner, sem bar ábyrgð á því að sökkva Falaba, tók eftir því. Farþegar lýstu einnig yfir óánægju með þá. James Baker, austurlenskur teppasali frá Englandi, ferðaðist frá London um borð í Lusitania til New York fyrr á þessu ári - jómfrúarferð hennar undir stjórn Turner skipstjóra - þar sem hann eyddi hluta af fyrsta deginum í að fylgjast með áhöfn þess vinna. Niðurstaða hans: "Sumir þeirra gætu ómögulega hafa upplifað að vera á sjó áður." Hann var undrandi á óskipulagðri klæðaburði flestra karlmanna; með aðeins fjóra eða fimm fasta áhafnarmeðlimi (aðrir voru með alls kyns búninga í), fyrstu tilfinningu mína var staðfest að flestir áhafnir væru svipaðar klæddir og trampar - eitthvað sem ætti ekki að vera á slíku úrvalsskipi!

Turner viðurkenndi að áhafnir hans á stríðstímanum voru ekki lengur eins og þær sem fundust fyrr á ferlinum; þessir einstaklingar bjuggu ekki lengur yfir þeim traustu og færu „sjómönnum“ sem höfðu hjálpað til við að móta þá í seigla og hæfa „sjómenn“ að hans sögn. Turner sagði, "gamaldags fær sjómaðurinn sem gat hnýtt, rifið, splæst eða stýrt var horfinn með seglskipum; hvað varðar meðhöndlun björgunarbáta: Þeir eru nógu hæfir - þeir þurfa bara meiri reynslu og þjálfun".

Turner tókst að ráða nokkra áhafnarmeðlimi með reynslu ekki aðeins sem sjómenn heldur einnig sem sjómenn.
Leslie „Gertie“ Morton var 18 ára siglingalærlingur um borð í stórum ferhyrndum seglskipum þegar bróðir hans CliO fór líka út, á stórum ferhyrndum rigningum eins og Naiad. Samkvæmt opinberu sjómannaskrá sinni stóð Leslie fimm fet, tíu og hálfa tommu með ljóst hár og blá augu; tvö húðflúr auðkenndu hann: krossband með andliti á vinstri handlegg og butterUy á hægri - smáatriði sem gætu reynst mikilvæg ef einhvern tíma týnst á sjó og síðar endurheimt ef týnt á sjó og batnað síðar! Báðir bræður undirrituðu lærlingasamninga sem bundu þá undir formlega samninga sem

haldnir voru við útgerðarmann til fjögurra ára; CliO var enn framúrskarandi á meðan Leslie lauk formlegum samningi sínum 28. mars 1915.

Seglskip voru enn víða notuð til verslunar, þó að ferðir þeirra gætu oft verið hægar og leiðinlegar. Leslie Morton lýsti ferð þeirra frá Liverpool sem sérlega harkalega: Það tók sextugustu dagana í kjölfestu án þess að farmi var bætt við eða fjarlægður á leiðinni, til New York, áður en hann safnaði fullt af 5 lítra gámum af steinolíu áður en hann flutti hann til Ástralíu og kom aftur með það í gegnum Sydney í Sydney til Liverpool; allt sagt, öll ferðin lofaði að standa í eitt ár!

CliO og bróðir hans ákváðu að stökkva á skip, þrátt fyrir að CliO skyldi standa við samning sinn, vegna þess að báðir vildu snúa aftur heim fljótt til að taka þátt í stríði sem margir bjuggust við að myndi brátt enda. Morton benti síðar á: „Við horfðum enn á stríð með viktorískum gleraugum," og áttaði okkur ekki á því að eðli þess hafði breyst varanlega í ágúst 1914: engin stríðsútilokun ætti lengur við um óbreytta borgara, karla, konur eða börn.

Þeir ætluðu að ferðast sem borgandi farþegar og hleruðu heim fyrir peninga til að kaupa annars flokks miða; Faðir þeirra skipulagði rafræna millifærslu fjármuna í gegnum skilastreng.

Morton-hjónin komust að því að næsta skip þeirra heim yrði Lusitania og ákváðu að kaupa miða fyrir ferð sína heim. Þegar Leslie Morton heyrði svo mikið um hana skrifaði hún um „hvaða áhrifamikil sjón hún sýndi augu okkar". Hún virtist jafn stór og alltaf! ""[Hún var] jafn stór og alltaf!," sagði Leslie Morton síðar í dagbók sinni. Um leið og við sáum hana fjórar trekturnar og gífurlega lengdina urðum við mjög spennt við tilhugsunina um að ferðast á henni.

Þegar þeir stóðu á bryggjunni og horfðu á skipið, áttuðu þeir sig á því að einn af liðsforingjum þess - John Preston Piper yfirlögregluþjónn var nýkominn niður landganginn að bryggju þeirra og tók eftir því að þeir horfðu. "Á hvað eruð þið strákar að glápa?" spurði hann.

Þeir útskýrðu að þeir hefðu pantað far í komandi ferð um borð í skipinu og vildu einfaldlega upplifa fegurð þess í návígi.

Þegar þeir gengu framhjá, horfði hann stuttlega á þá og spurðist fyrir um eðli skips þeirra, og Morton svaraði því til að þeir hefðu nýlega staðið við samninga sína og væru að snúa aftur til Liverpool til að sækja þá. Morton gaf nokkurn veginn svar um að þeir væru bara að koma til baka eftir að hafa greitt út skuldir sínar - inneignir voru greiddar upp, teknar inneignir fyrir tekin lán o.s.frv.

„Þið lítið út eins og sjómenn," svaraði Piper þeim og spurði frekar um ástæðu þeirra fyrir því að borga fyrir ferð þeirra þegar það voru svo margar lausar stöður um borð í Lusitania. Tíu þilfararmenn höfðu nýlega yfirgefið það til að forðast að þjóna í breska hernum; Þess vegna gæti ég notað tvo stráka eins og þig, sagði Piper.

Morton tók þó fram að nokkrir aðrir skipsfélagar hefðu greitt. „Ég held að það gætu verið fleiri framlög, herra," fullyrti Morton.

Höfðingi Piper skipaði bræðrum sínum að safnast saman við bryggjuna á föstudagsmorgun með eins mörgum meðlimum og þeir geta haft með sér.

Strákarnir fögnuðu sjálfum sér, eiga nú nóg af peningum af kostnaði föður síns til að endurgreiða miða og nota til annarra athafna. „Við sprengdum hverja krónu," eins og Morton orðaði það og eyddum fimmtudagskvöldinu „í lúxus en vafasömu umhverfi".

Átta skipverjar ætluðu að stökkva skipi í einu. Sagan segir ekki frá því hvað Turner skipstjóra fannst um þessa áætlun, þó að vísbendingar séu um að hann hafi líklega tekið þær án efa eftir þörfum, alla þá áhöfn sem hann gæti Rnd.

Stríð leiddi til annarra áskorana. Turner undirbjó skip sitt innan um andrúmsloft ótta og tortryggni; sérhvert kaupskip sem yfirgaf höfn myndi líklega lenda í svipuðum aðstæðum.
Sérhvert skip sem fór frá New York-höfn þurfti að skoða ítarlega áður en farið var í ferð sína til að ganga úr skugga um að allur farmur innan lestar þess væri auðkenndur á siglingaskrá þess og væri laus við vopn í bága við bandarísk hlutleysislög. Turner fékk heimsókn frá „Hlutleysissveitinni," undir eftirliti Tollheimtumannsins Dudley Field Malone, en umboðsskrifstofa hans hafði vald til að leita í öllum skipum á sjó. Malone var sagður líkjast Winston Churchill mjög; svo mikið að árum seinna myndi hann leika hann í kvikmynd sem ber yfirskriftina Mission to Moscow. Malone framkvæmdi fljótt skoðun sína og gaf Turner skipstjóra út „hleðsluskírteini" sem gaf þeim heimild til að sigla; þó að viðurkenndu síðar að það hefði verið „líkamlega ómögulegt" fyrir þá að athuga hvern farmpakka fyrir sig.

Skrifstofa Malone gaf út bráðabirgðaskrá Lusitania, sem innihélt 30 saklausar sendingar skráðar á einu blaði. Því miður var þessi listi aðeins brot af raunverulegum farmi hans; nákvæmur listi yrði gefinn út eftir að hún færi úr höfn og eftir að hún hefði siglt - þannig að allar upplýsingar væru frá þýskum höndum eins lengi og mögulegt er; Þýskir njósnarar og skemmdarverkamenn, sem starfa undir stjórn sendiráðs þeirra, höfðu lengi verið þekktir fyrir að starfa meðfram bryggjum New York.

Þýskir njósnarar tóku sérstaklega eftir Lusitania og höfðu í langan tíma fylgst með ferðum hennar. Samkvæmt skýrslu sem gefin var út frá New York 27. apríl 1915 - fjórum dögum fyrir brottför hennar - greindu fjórir þýskir sjóhermenn fjórum dögum áður að „Áhöfnin er sérstaklega þunglynd, þar sem þessi ferð gæti verið síðasta ferð þeirra yfir Atlantshafið á þessari stundu. Átök eru ennfremur ófullnægjandi þar sem „erfitt er að þjónusta vélar á fullnægjandi hátt vegna ótta við U-báta".

Cunard skildi að hættan sem stafaði af þýskum skemmdarverkamönnum var raunveruleg og tók það nógu alvarlega að þeir skipuðu lögreglumann Liverpool, William John Pierpoint (þekktur af Turner skipstjóra sem „eftirlitsmann") sem eftirlitsmann um borð í hverri ferð til að fylgjast með. Pierpoint bjó í herbergi A-1 á bátaþilfari og hélt sig útaf fyrir sig og tók sér búsetu þar í ferðum sem hann vakti yfir. Þegar dögun nálgaðist og nóttin féll, byrjaði áhöfn Lusitania að koma um borð.

Leslie Morton, ásamt öðrum flóttamönnum frá Naiad, lögðu leið sína upp landganginn og fann enn fyrir áhrifum kvöldsins í bænum. Ef hann bjóst við lúxusgistingu um borð í Lusitania, þá var það ekki nákvæmlega það sem hann fékk: Kojan hans var þremur þilförum fyrir neðan í því sem virtist vera meira í ætt við óinnblásinn „vinnuheimilisheimili", þó að það væri að minnsta kosti koja nálægt!

Francis Burrows, sautján og hálfur, sem starfaði sem bjöllumaður eða „ráðsmannsstrákur," var mætt við hlið flugstöðvarinnar af vörð sem varaði við því að „þessi tími verður ekki öðruvísi, þeir munu ná þér".

Burrows hló og hélt áfram í átt að koju hans.

Um kvöldið ákvað hópur stýrimannsdrengja, sem fengu skipun um að yfirgefa ekki skipið, athöfn til að draga úr leiðindum. Robert James Clark leiddi stráka samráðsmanns síns í átt að mannlausu farmrými sem kallast lazaret þar sem þeir byrjuðu að gera eitthvað sem þeir ættu ekki að gera. Samkvæmt Clark byrjuðu þeir að "gera hluti sem hefðu ekki átt að gerast."

Clark og vitorðsmenn hans fundu nokkra rafmagnsvíra, fjarlægðu þá eða einangrun þeirra og dreifðu þeim á jörðina áður en þeir settust aftur niður og biðu.
Skipið var full af rottum. Innan árs höfðu rottur valdið litlum eldi í einu af almenningsherbergjunum með því að tyggja í burtu einangrun á rafmagnsvírum sem liggja í gegnum veggi, sem leiddi til tengingar þeirra og snerta hver annan ber.

Strákar horfðu með ánægju þegar rottur komu fram og fylgdu venjulegum leiðum sínum um herbergið, án þess að vita af vírunum sem voru til staðar. "Auðvitað fengu þeir raflost!" Clark hrópaði: „Þetta var afþreying okkar á föstudagskvöldinu. Seinna á ævinni myndi Clark verða séra Clark.

"Af fagmennsku eða eðlishvöt hafði kötturinn Dowie - nefndur eftir forvera Turner skipstjóra - yfirgefið skipið um kvöldið fyrir óþekkta staði. Turner skipstjóri fór sjálfur líka um kvöldið. Hann hélt heim á leið."

Síðan hélt hann af Broadway, í Harris-leikhúsið við Forty-second Street, og horfði á The Lie, þar sem Mercedes Desmore, frænka hans og nýkomin leikkona var áberandi sem ein af aðalsöguhetjunum.

Turner naut þess líka að snæða þýska matargerð, fór í léttar göngur frá Cunard bryggjunni til Luchow's við 110 East Fourteenth Street og borðaði í Nibelungen herberginu í fylgd átta manna hljómsveitar sem flytur Vínarvalsa.

Um kvöldið heimsótti Charles Lauriat íbúð systur sinnar og eiginmanns hennar og sýndi þeim bæði Dickens-bókina sína og Thackeray teikningar og útskýrði fyrir þeim báðum hvers vegna hann tók þær með sér frá Frakklandi til Englands.

Árið 1914, þegar hann keypti þær af dóttur Thackeray og barnabarni Lady Ritchie og Hester Ritchie frá London fyrir $4.500, vissi hann að hann gæti selt þær síðar fyrir fimm eða sex sinnum meira í Ameríku. Hann áttaði sig fljótt á því að til að tryggja besta verðið verður að setja teikningar hans fram á meira aðlaðandi hátt - eins og er voru þær límdar eina á síðu í tvær úrklippubækur. Hann ætlaði að láta festa flestar teikningarnar upp hver fyrir sig og ramma inn, en sumar vildi hann binda í þrjár eða fjórar samsetningar í bókum með fullum Levant-bindingum. Aðalástæða hans fyrir því að koma þeim aftur til Englands var svo að Lady Ritchie gæti skoðað þær í síðasta sinn og skrifað litlar athugasemdir um hverja teikningu og þannig bætt við áreiðanleika og auknu áhugalagi.

Hann fann ekki fyrir neinni eftirsjá að hafa borgað Lady Ritchie svo lágar upphæðir fyrir teikningarnar, sem tíðkaðist í listbransanum og sérstaklega ef maður leitaði eftir geðþótta eins og þeir Ritchies óskuðu eftir. Þeir kröfðust þess að hann hefði söluna eins næði og hægt væri og gæti aðeins selt þær hljóðlega í Ameríku án auglýsinga. Lady Ritchie hafði nýlega upplifað óþægilegar afleiðingar af annarri sölu í gegnum söluaðila í London sem hafði kynnt þær harðlega og valdið óæskilegri opinberri athugun og athugasemdum.
Lauriat sagði frá því hvernig systir Lauriat og eiginmaður hennar skoðuðu teikningarnar af miklum áhuga og aðdáun; Sérstaklega virtist George vera sérstaklega hrifinn af skopmyndinni af Thackeray sjálfum sem teygði sig út í sófa í Old Garrick Club auk sex skissum eftir Thackeray af "Negroes and Their Children on a Porch of a Small House in America in 1850" sem vöktu aðdáun þeirra. .

Eftir ferð sína geymdi Lauriat bókina og teikningarnar á öruggan hátt aftur í framlengingartöskunni sinni og læsti henni.

Alta Piper átti í erfiðleikum með að sofa á hótelherberginu sínu. Leonora Piper, almennt kölluð frú Piper af William James - byltingarkenndum sálfræðingi og sálfræðingi frá Harvard - taldi hana vera ekta andamiðil.

Alta virtist deila spádómsgáfu móður sinnar; allt þetta föstudagskvöld heyrði hún innri rödd sem varaði hana við því að fara í koju hennar:

Herbergi 40 - "THE MYSTERY"

Fylgst var náið með U-20 brottför Walter Schwieger hans úr fjarska. Í London, tveimur húsaröðum frá Thames og við hlið Horse Guards Parade Ground, stóð glæsileg fimm hæða bygging úr fölum steini og viskílituðum múrsteinsframhlið. Þetta mannvirki, sem allir í aðmíralinu þekkja, var almennt þekkt sem "O.B." Minna þekktur var leynilegur starfsemi þess byggður á göngum þess - nánar tiltekið í kringum herbergi 40. Hér bjó "Leyndardómurinn" eða "Hið heilaga," tilgangur þess þekktur aðeins starfsfólki þess og níu háttsettum embættismönnum, þar á meðal First Lord Churchill og Adm. Jacky Fisher sem í apríl 1915 hafði snúið aftur til Admiralty sem fyrsti sjóherra - númer tvö hjá Churchill - orðinn sjötíu og fjögurra ára.

Leiðtogi hans var þremur áratugum eldri.

Herbergi 40 fékk á hverjum degi hundruð dulkóðaðra og dulkóðaðra þýskra skeyta sem voru hleruð af þráðlausum stöðvum sem settar voru upp meðfram ströndum Bretlands, sem voru sendar aftur til herbergis 40 með landsíma. Þar sem Þýskaland treysti aðallega á þráðlaus samskipti vegna þess að Bretland hafði uppfyllt áætlun sína frá 1912 um að klippa neðansjávarkapla sína, bárust þessi hleruðu skilaboð fyrst í kjallara Admiralty Building áður en þau voru send áfram til stofu 40 til vinnslu.

Herbergi 40 hafði það verkefni að þýða þessi skilaboð yfir á King's ensku, ferli sem var gert mögulegt þökk sé ótrúlegri röð atburða á árunum 1914 og snemma árs 1915 sem voru nálægt kraftaverkum í eðli sínu.
Embættismenn aðmíralsins eignuðust þrjár kóðabækur sem stjórna þýska sjóhernum og diplómatískum fjarskiptum. Sérstaklega mikilvæg var SKM kóðabók Signalbuch der Kaiserlichen Marine (kóðabók þýska sjóhersins). Í ágúst 1914 strandaði þýskur tundurspilli, þekktur sem Magdeburg, og festist á milli rússneskra skipa. Í einni sögunni kemur fram að rússneskir hermenn hafi uppgötvað afrit af kóðabókinni sem er enn fast í fanginu á látnum þýskum merkjamanni sem skolað hafði í land eftir árásina, óvíst nákvæmlega hvað gerðist næst. Að öllum líkindum var það líklega kóðabókin hans sem leiddi til dauða hans: Hún mældist 15 tommur á 12 tommur á 6 tommur og innihélt 34.304 þriggja stafa hópa sem notaðir voru til að umrita skilaboð - til dæmis stóð MUD fyrir Nantucket á meðan Liverpool var FCJ. Rússneskum hermönnum tókst að endurheimta þrjú eintök frá ýmsum líkum áður en þeir afhentu aðmíraliðinu eitt eintak til varðveislu í október 1914.

Kóðabækur voru ómetanleg verkfæri, en ein og sér leiddu ekki í ljós innihald hleraðra samskipta. Þýskir höfundar þeirra notuðu þau til að hylja upprunaleg látlaus textaskilaboð áður en þau sprændu þau frekar með dulkóðaðri útgáfu með dulkóðun; aðeins þeir sem áttu opinberan lykil gætu ákvarðað innihald þeirra; Að eiga kóðabækur gerði þetta ferli mun einfaldara.

Til að virkja þessi auðæfi stofnaði aðmíralið herbergi 40. Eins og Churchill útskýrði það í handskrifuðum tilskipunum sínum, var aðalverkefni þess að „koma inn í þýska huga" eða eins og einn af lykilmeðlimum þess orðaði það, „taka út safann". Churchill og Fisher ákváðu frá upphafi að aðeins þeir og örfáir embættismenn aðmíralsins vissu af tilvist þess.

Jafn óljóst var hver stjórnaði hópnum í raun og veru, þó óafvitandi. Á pappírnum féll þetta hlutverk að minnsta kosti í hendur Henry Francis Oliver, aðmíralsins, sem yfirmaður StaD þess; vegna hefð breska sjóhersins fyrir því að gefa fólki gælunöfn á borð við þetta, varð hann fljótlega þekktur sem "Dummy" Oliver og varð samheiti við það að eilífu.

Herbergi 40 sjálft var að mestu leyti haft umsjón með og óformlegt af Cdr. Herbert Hope.
Alþjóðlega hlerunareftirlitsskrifstofan var stofnuð í nóvember 1914 til að veita flota sérfræðiþekkingu í afkóðun á hleruðum skilaboðum. Þekking hans var nauðsynleg í ljósi þess að flestir starfsmenn voru ekki sjóliðsforingjar heldur óbreyttir borgarar sem ráðnir voru fyrir sérfræðiþekkingu sína í stærðfræði og þýsku - sem og allt annað sem þarf til að brjóta kóða og dulmál. Á listanum stækkaði að vera píanóleikari, húsgagnasérfræðingur, prestur frá Norður-Írlandi, auðugur London-náncier, fyrrum meðlimur skoska Ólympíuhokkílandsliðsins og dásamlegur aðgerðamaður C. Somers Cocks, sem að sögn fyrri meðlims William F. Clarke var "sérstaklega þekktur fyrir spakirnar sínar". . Clarke greinir frá því að konur þessarar sveitar, þekktar sem „Fair Ladies in Fjörtíu", hafi gegnt klerkahlutverkum, þar á meðal Lady Hambro, eiginkonu áhrifamikils fjármálamanns sem, að hans sögn, olli talsverðu uppnámi á árlegum kvöldverði með því að reykja gífurlegan vindil! Clarke rifjar upp, "þetta var tilvalið starf og við vorum svo heppin að hafa hinn fullkomna leiðtoga, í Hope. Vonin var bæði auðmjúk og áhrifarík; við tengdumst honum öll innilega."

Vald Hope var fljótt viðurkennt fyrir utan herbergi 40 líka, til mikillar óánægju Dummy Oliver; Dummy var sögð vera heltekinn af því að stjórna því hver sá og notaði afleysaðar hleranir sem birtust frá þeim. Eftir að First Sea Lord Fisher heimsótti herbergi 40 og sá af eigin raun hvað hópurinn hafði fyrir stafni, gaf hann Hope fyrirmæli um að koma með nýjustu hleranir tvisvar á dag til skoðunar af Hope í eigin persónu.

Hope veitti einnig William Reginald Hall, skipstjóra leyniþjónustu sjóhersins, hleranir beint. Hall mælti með flutningi yfirforingja Hope frá leyniþjónustudeild sinni inn í herbergi 40 til frekari vinnu; þó að Captain Hall hefði enga beina stjórn á herbergi 40 á þeim tíma (njósnadeild hans og herbergi 40 voru aðskildar einingar), myndi nafn hans verða samheiti yfir afrek þess meira en nokkru sinni fyrr.
Hall var fjörutíu og fjögurra ára gamall og fyrrverandi herskipsstjóri þegar hann tók við stjórn leyniþjónustu sjóhersins og gegndi embætti sem faðir hans hafði áður. Hann var lágvaxinn og kraftmikill, með áberandi andlit fullt af oddum og hornum og áberandi nef sem líkist nöfnum - sem gaf honum útlitið að vera skógarþröstur með skipstjórahettu. Taugavandamál urðu til þess að Hall blikkaði hratt allan daginn og færði honum gælunafn flotans: Blinker. Einn af mörgum aðdáendum Halls í London var sendiherra Bandaríkjanna, Page sem sagði: „Ég mun aldrei hitta annan mann eins og Hall; við því var of mikils að búast; því að Hall getur horft í gegnum þig og séð mjög vöðvastæltar hreyfingar ódauðlegrar sálar þinnar á meðan hann talar til þín. þú - slík augu hefur þessi maður!

Hall var vel þekktur fyrir að hafa yndi af stríðsleikfimi og var oft lýst sem bæði grípandi og miskunnarlausum á grípandi hátt. Ruth Skrine (síðar gift og verður frú Hotblack) minntist þess að hafa heyrt kunningja sinn lýsa Hall sem að hluta til Machiavelli og að hluta skólastrák; maður gæti lýst fyrri hliðinni sem grimmilegri á meðan fjörugur skólastrákahlið hans gæti vakið gleði þegar hann spilaði hættulega leiki með bandamönnum eins og honum sjálfum; hún minntist á hvernig Hall, þegar hann hugsaði um nýtt ævintýri eða áskorun, nuddaði saman höndum sínum glottandi eins og einhvers konar frönsk Abbe!

Herbergi 40 veitti Bretlandi ómetanlega mikilvægt forskot á mikilvægum tímamótum síðari heimsstyrjaldarinnar, þegar Þýskaland var allsráðandi. Bardagar geisuðu um Rússland, Austurríki, Serbíu, Tyrkland og Asíu - í Suður-Kínahafi einu höfðu þýskir tundurskeytabátar þegar sökkt japanskri skemmtisiglingu sem varð 271 sjómanni að bana; í Kyrrahafsríkinu C oR Chile Þýsk herskip sökktu tveimur breskum skemmtisiglingum samtímis með þeim afleiðingum að 1.600 manns létu lífið, og olli Bretum fyrsta flotaósigri sínum síðan 1812 (þegar enskur floti á Ontariovatni hafði tapað fyrir Frakklandi).

Champlain hafði verið sigraður af óþroskuðum bandarískum sjóher og á nýársdag 1915 sökkti þýskur kafbátur breska orrustuskipinu HMS Formidable með 547 mönnum týndu. Breskum herskipum í nágrenninu var bannað að bjarga eftirlifendum samkvæmt stefnu sem sett var eftir Aboukir hörmung.

Stríð hafði orðið eyðileggjandi og skapað nýjar drápsaðferðir. Þýsk herskip skutu á ensku strandbæina Scarborough, Whitby og Hartlepool með þýskum sprengjum og drápu yfir eitt hundrað almenna borgara, þar á meðal tvo níu ára drengi og fjórtán mánaða gamalt barn í Scarborough einum.

Janúar 1915 hóf Þjóðverjar fyrstu loftárás sína gegn Bretlandi og sendi tvo risastóra zeppelínumenn yfir Ermarsundið. Kölluð „zeps" á bresku tali (eftir Ferdinand von Zeppelin greifa), ollu þessar árásir lágmarksskaða en drápu samt fjóra óbreytta borgara. Önnur loftárás átti sér stað 31. janúar; níu loftskip flugu alla leið upp til Liverpool; Skuggi yfirferð þeirra varð til þess að umgjörð Jane Austens Pride and Prejudice virtist enn skelfilegri.

Þann 22. apríl 1915 - síðdegis nærri Ypres - í björtu sólarljósi með örlítilli austur-til-vestur golu sem blés, voru kanadískar og franskar hersveitir, sem sameinuðust alsírskir hermenn, festir í sessi í skotgröfum sem umlykja „sali. Eins og venjulega er gert á stríðstímum hófu þýskar hersveitir sókn, sem hófst með stórskotaárásum frá fjarlægum stöðum. Óttinn greip bæði franskar og kanadískar hersveitir þegar þeir sáu fram á árás þvert yfir einsmannsland til að hefja árás fótgönguliða, en skyndilega um klukkan 17:00 breyttist vettvangurinn verulega. Þýskir hermenn opnuðu lokana á sex þúsund skriðdrekum sem voru fylltir með yfir 160 tonnum af klórgasi til að losa það um fjögurra mílna víglínu, slepptu því úr læðingi með tafarlausum og hrikalegum afleiðingum - hundruð létust samstundis; þúsundir hlupu úr skotgröfunum sínum með skelfingu vegna útsetningar sem á endanum myndi reynast banvænt; þegar það náði bandamanna megin olli það tafarlausum og hræðilegum skaða; margir hlupu úr skotgröfum óttaslegnir að þeir gætu orðið fyrir útsetningu sem myndi að lokum drepa þá alla.
Á um 8 km/sek., skapaði gasárás þeirra átta þúsund yarda bil á bandamannalínunni - en jafnvel höfundar hennar virtust hissa á umfangi áhrifa hennar. Þýskir hermenn með öndunargrímur fylgdust með gasskýinu, en í stað þess að storma í gegnum það til að ná afgerandi sigri grófu þeir nýja skotgrafalínu og grófu inn. Foringjar þeirra höfðu ekki skipulagt nægilega mikið varalið til að nýta op í línunni þegar Guid dró úr lungum þeirra. með vatnsgufu; tvö þúsund kanadískir hermenn fórust vegna þessarar lokunar og innöndunar á leiðslulofti; eins og einn hershöfðingi sagði: „Ég sá nokkur hundruð

fátæka náunga liggja úti á opnu svæði nálægt kirkjugarði með allt tiltækt loft gefið svo þeir gætu drukknað hægt og rólega með vatn í lungunum - óhugsandi skelfileg sjón sem gerði lækna máttlausa til að grípa inn í. .

En þessar hamfarir áttu sér stað á landi. Þar sem herbergi 40 lofaði Bretum forskoti var í baráttunni um yfirráð yfir hafinu; Hér hafði stefna Breta tekið miklum breytingum. Þó að meginmarkmið þess væri áfram að eyðileggja flota Þýskalands í bardaga, gaf Bretland einnig nýtt vægi við að trufla stríðsefni Þýskalands og U-bátaógnir gegn breskum viðskiptum og vinna gegn U-bátaógnum frá þýskum U-bátum. Auk þess óttuðust Bretar að Þýskaland gæti reynt innrás í fullri stærð, þannig að allar fyrirfram viðvörun um aðgerðir Þjóðverja myndi hjálpa til við að veita breskum hersveitum bráðaviðvörun áður en bardaga gæti hafist.

Herbergi 40 byrjaði að veita upplýsingar nánast samstundis; Frá nóvember 1914 til loka fyrri heimsstyrjaldarinnar greindi William Clarke þess frá því að engin meiriháttar hreyfing þýska flotans gæti átt sér stað án þess að Bretar hafi fyrirfram vitneskju um það - allt frá einstökum skipum og kafbátum sem færast yfir til stærri skipa sem fylgst hefur verið með - beint frá herbergi 40. Því miður komu slíkar upplýsingar hins vegar fyrir vandamál: að bregðast við hverri spá þýskra hersveita gæti leitt Þýskalandi í ljós að reglur hefðu verið brotnar; Oliver aðmíráls sagði í innra minnisblaði að þessi áhætta ætti aðeins að taka þegar niðurstöður myndu réttlæta að taka slíka áhættu - í innra minnisblaði sem gefið var út leynilegt innanhúss sem stafaði af því að brjóta reglur gætu vegið þyngra en áhættan sem tekin var samkvæmt Oliver aðmíráls skrifaði að innra minnisblaðið:

En hvað fólst í "þess virði"? Sumir menn innan herbergis 40 töldu að gagnlegar upplýsingar hefðu verið geymdar, en þær voru aldrei notaðar eða miðlað.
Starfsmaður aðmíralsins, Dummy Oliver, var mjög hræddur við að upplýsa leyndarmál herbergi 40; á fyrstu tveimur starfsárunum var meira að segja Sir John Jellicoe, yfirhershöfðingi breska sjóhersins, meinaður beinan aðgang. Samt sem áður, þegar stríð hófst, fékk hann ekki formlega vitneskju eða reglulegan aðgang fyrr en í nóvember 1916 þegar, vegna marskrar tilfinningar frá herbergi 40, var samið um að hann myndi skoða daglegar samantektir sem áttu að brenna eftir að hafa lesið þær.

Strangt eftirlit yfirmanns StaW Olivers á hlerunum olli herbergi 40's Commander Hope mikilli gremju.

Hope skrifaði í endurminningum sínum um Oliver að hefðum við verið kallaðir til af StaW, hefðum við veitt ómetanlegar upplýsingar um hreyfingar kafbáta, jarðsprengjusvæði, jarðsprengjusópun o.s.frv. En StaW var heltekinn af leynd; þeir gerðu sér grein fyrir því að þeir höfðu forskot og unnu undir þeirri meginreglu að þekking okkar yrði að haldast innra með okkur sjálfum ef tækifæri gæfist eins og þegar þýskar hersveitir hófu fullkomnar árásir í bardaga; þeir ákváðu með öðrum orðum að nota upplýsingarnar okkar í vörn frekar en sókn.“ Með þessari línu bætt við bréf sitt eftir Hope sjálfan:

ÞAÐ var þreytandi vinna. Á hverjum degi komu hundruð skilaboða sem voru hleruð inn í kjallara byggingarinnar úr öllum hornum, geymd í lóðalaga dósum áður en þeim var stungið inn í lofttæmisrör og send í gegnum í herbergi 40 með heyranlegu „fwump“, sem sendi höggbylgjur um gangana þar til komið var. Herbergi 40 þar sem þeir duttu á málmbakka í herbergi 40 með heyranlegu klingi sem „hristi taug hvers óvitandi gesta,“ samkvæmt einum af kóðabrjótunum. Hávaðamengun frá þessum skilaboðum sem berast var sérstaklega skattleggjandi fyrir karlmenn sem voru útnefndir sem næturvörður sem deildu svefnherbergjum á milli stærri húsakynna; Langvarandi útsetning þeirra stóð í 16 klukkustundir til viðbótar þar til dögun rann upp morguninn eftir þegar þessi skilaboð bárust í gegnum þessar tvær stærri Orces Orce-tengingar með heildarútsetningartíma.
Mýs voru stöðugt vandamál í svefnherberginu þeirra og komu oft í heimsóknir á nóttunni til að skríða yfir andlit sofandi karla og narta í húðina.

„Tubists“ voru einstaklingar sem tóku skilaboð úr lofttæmdarhylkjum og komu þeim til kóðabrjóta til afkóðun. Flestir tubistar voru slasaðir orcers sem gátu ekki lengur ght; þar á meðal Haggard, sem missti annan fótinn í bardaga; Edward Molyneux frá Bretlandi (síðar varð virtur fatahönnuður í París).
Churchill krafðist þess að hvert einasta hlerun yrði skráð, sama hversu saklaus. Eftir því sem fleiri hleranir hlóðust upp varð þetta verkefni sífellt leiðinlegra; einn Room 40 meðlimur lýsti því sem sálareyðileggjandi. Samt fylgdist Churchill alltaf vel með: í mars 1915 krotaði hann á eina af dulkóðun Hope: "Fylgstu vel með þessu.."

Með tímanum komst hópurinn að því að jafnvel minniháttar frávik að því er virðist í venjubundnum skilaboðum frá þýska sjóhernum gætu gefið til kynna mikilvægar nýjar aðgerðir þeirra yfirvofandi. Yfirmaður Hope skrifaði: "Skeyti sem ekki samræmdu staðlaða samskiptareglur okkar voru vandlega íhuguð, sem gerði okkur kleift að byggja upp mikið safn af skiltum og boðberum. Breskir þráðlausir símafyrirtæki sem hlustuðu á þýsk fjarskipti áttuðu sig fljótt á því að þeir gætu séð með því að hlusta á hvort sendingar væru sendar. komu frá kafbáti með því að heyra hljóðið í honum. Þeir komust að því að U-bátar tóku nokkrar mínútur að stilla kerfin sín áður en þeir hófu hverja sendingu með rafknúnum hálshreinsunarmerkjum eins og dash-punktur dash-morse-merkjum. setti fram með annaðhvort vælandi eða vælandi eiginleikum við sendinguna." Hope yfirmaður tók eftir þessu þegar hann sendi.

Vegna tekinna korta hafði herbergi 40 þá vitneskju að þýski flotinn hefði skipt upp hafinu í kring í Englandi í rist til að auðvelda yfirborðsskipum og kafbátum ferðalög. Samkvæmt Hope hafði Norðursjónum verið skipt upp í ferninga sex mílna ferninga hver með tölum úthlutað þar sem hver ferningur gaf til kynna staðsetningu hans; skip myndu reglulega tilkynna stöðu sína með því að segja á hvaða ferningi þau væru; með því að setja þessa reiti á sjókort sem Hope skrifaði, uppgötvaði herbergi 40 hvaða leiðir þessi þýsku skip og U-bátar fóru.
Sumir reitir voru áberandi tómir: Það virtist líklegt að gera ráð fyrir að þessi auðu svæði gætu innihaldið námuvinnsla.

Með tímanum, þökk sé hlerunum á herbergi 40 og upplýsingum sem fengnar voru úr yfirheyrslum yfir handteknum kafbátamönnum, þróuðu bæði herbergi 40 og leyniþjónustudeild Capt. Blinker Hall skilning á því hverjir voru að stjórna þýskum U-bátum. Sumir herforingjar, eins og Kapitanleutnant Weddigen, sem sökktu skipunum Aboukir, Cressy og Hogue, voru áræðnir og teygðu oft yfir mörk áhafna sinna, þekktir sem Dashing Commanders eða Draufgangers; annar herforingi, Claus Rucker var þekktur sem hugleysingi; á hinn bóginn var Walther Schwieger vinsæll meðal jafningja sinna og áhafnar - margar leyniþjónustuskýrslur lýstu honum sem "mjög vinsælum og skemmtilegum".

Sumir U-bátaskipstjórar voru morðóðir morðingjar eins og vinur Schwieger, Max Valentiner. Breskur yfirheyrandi lýsti Valentiner sem einum „valdmesta smíðaða yfirmanninum" í þýska sjóhernum sem og einum „miskunnarlausasta kafbátaforingjanum". Robert Moraht var annar skipstjóri sem gerði sitt besta til að bjarga mannslífum „þegar það var hægt". Jafnvel eftir að báti hans var sökkt og fjórir meðlimir hans teknir, sannaði Moraht gildi sitt þar sem yfirheyrendur lærðu af eigin raun af honum og öðrum að lífið í U-báta var ekki alltaf ömurlegt. Moraht byrjaði daginn á því að klifra upp á þilfarið í stuttan göngutúr og síðan borðaði hann einn hádegisverð í káetunni sinni og las upp úr einni af mörgum góðum bókum sem hann geymdi alltaf þar. Te var borið fram klukkan 4:00 og klukkan 7:00 kvöldverður og síðan var dvalið eftir í stofunni og spjallað, spilað eða hlustað á grammófóninn; loksins klukkan 23:00 það var kominn háttatími - oft með einum síðasta sopa af víni áður en sofnaði."

Herbergi 40 og Halls deild fengu innsýn í U-báta menningu. Til dæmis komust þeir að því að herforingjum var ekki alveg sama um að sökkva skipum eins mikið og um tonnafjölda vegna þess að þetta skipti máli við að veita heiðursmerki yfirboðara. Ennfremur hafði þýski sjóherinn sína eigin hefð fyrir því að úthluta gælunöfnum; einn sérstaklega hávaxinn herforingi fékk sjálfan sig undir nafninu Seestiefel (sjóstígvél). Einn var þekktur fyrir að lykta illa og fékk því viðurnefnið Hein Schniefelig (lyktandi manneskja). Þriðjungi var lýst sem „mjög barnalegum og góðlátum“ sem leiddi til þess að hann var þekktur af heimamönnum sem Das Kind - Barnið.

U-bátaskipstjórar áttu allir eitt sameiginlegt; þegar kom að þráðlausum samskiptum voru allir orðheppnir - Room 40 til mikillar ánægju og Blinker Hall. U-bátaforingjar notuðu þráðlaus kerfi sín stöðugt í seinni heimsstyrjöldinni; Herbergi 40 fékk tuttugu þúsund hleruð U-bátaskilaboð sem gerðu því kleift að fylgjast vel með ferðum U-báta sem var skráð í höfuðbók af skipstjóra Hope.

Athuganir herbergis 40 í janúar 1915 gerðu það kleift að bera kennsl á fyrsta skiptið sem U-bátur ferðaðist inn í Írska hafið milli Englands og Írlands. Ennfremur bentu þeir á hvar fyrirliða þess hafði verið skipað: sérstaklega nálægt Liverpool. Við þetta tækifæri var gildi upplýsingaöflunar strax augljóst fyrir aðmíraliðið og strax var gripið til skjótra aðgerða til að upplýsa heimilisfólk um það sem það hafði lært - þeir gáfu út viðvörun og tilgreindu uppruna þess aðeins sem "áreiðanlegt yfirvald." Skemmdarvargar færðu sig síðan í átt að eftirlitssvæðum U-báta bæði norður og suður til að stöðva hugsanlegar ógnir U-báta. Á þeim tíma voru tvær Cunard línuskip, Ausonia og Transylvania, á siglingu milli Sydney og Liverpool með sjóbyssutunna framleidda af Bethlehem Steel til notkunar fyrir sjóherinn í Betlehem. Undir eftirliti Turner skipstjóra á Transylvaníu voru fjörutíu og níu Bandaríkjamenn um borð í skipi þess - auk tunna. Aðmíralið skipaði báðum skipunum að snúa snöggt við og halda í átt að Queenstown á suðurströnd Írlands og bíða þar til tortímamenn gætu komið og verndað þau öll á leið sinni til baka til Liverpool. Þegar hann kom heilu og höldnu á áfangastað lýsti Turner yfir létti yfir því að hafa komist hjá árásum með góðum árangri: „Ég blekkti þá í það skiptið.

Herbergi 40 hafði lengi haldið utan um Kptlt Walther Schwieger og U-20 hans og haldið dagbók yfir eftirlit hans: hvenær og hvernig hann lagði úr höfn, hvaða leið hann fór, hvert hann stefndi og væntanlegar aðgerðir hans þegar þangað var komið. Þann 1.

mars 1915 fylgdist Hope herforingi með óvenjulegri ferð sem Schwieger fór til Írlands í samræmi við ógnvekjandi útsendingarskilaboð frá Norðursjávarströnd Þýskalands nálægt Norddeich: sem olli ugg meðal samstarfsmanna þeirra í herbergi 40.
Þýsk herskip og kafbátar í Hollandi fengu skilaboð þar sem sérstaklega var minnst á Lusitania, þar sem þeim var tilkynnt að það væri á leið til Liverpool og myndi koma fyrir 4. eða 5. mars.

5. Það var ljóst: Þýskaland taldi Lusitania ásættanlegt skotmark.

Aðmíraliðinu fannst þessi skilaboð nógu óhugnanleg til að senda tvo tundurspilla til að hittast og fylgja þeim til hafnar. Einn eyðileggingarmaður sendi ókóðaða skilaboð þar sem Daniel Dow, sem þá var skipstjóri skipsins, tilkynnti stöðu sína til að skipuleggja fund - Dow neitaði af ótta við að U-bátur hefði sent það - en tókst að lokum að komast til Liverpool á eigin spýtur og gera samkomulag við Turner skipstjóra um lausn hans sem skipstjóri.

Þegar leið á vorið 1915, skerptu kóðaleysismenn í herbergi 40 færni sína. Þeir voru himinlifandi og undrandi yfir því að þýsk flotayfirvöld hefðu ekki endurskoðað kóðabækur sínar enn - leyndardómurinn hélt enn sterkum og gaf innsýn í starfsemi þýskra U-báta.

Í lok apríl, þegar Turner skipstjóri undirbjó Lusitania fyrir brottför þess 1. maí, varð herbergi 40 vör við áður óþekkt ólæti í U-bátavirkni. Hleranir leiddu í ljós að fjórir U-bátar fóru frá bækistöðvum föstudaginn 30. apríl. Dummy Oliver sendi brýn, ofurleynileg skilaboð til Jellicoe á Scapa Flow sem bentu til þess að fjórir kafbátar hefðu lagt af stað frá Helgoland 8. ágúst, með áfangastaði og sýnilegur hraði upp á 12 1 /2 hnútar. Herbergi 40 frétti fljótlega af tveimur U-bátum til viðbótar sem fóru frá Norðursjávarströnd Þýskalands við Emden; meðal þeirra var Schwiegers U-20. Í ljósi þess að Þýskaland hélt venjulega aðeins að meðaltali tveimur U-bátum í rekstri á hverjum tíma annað hvort í Norður- eða Atlantshafi, kom þessi þróun óvænt á óvart.

Codebreakers herbergi 40 fundu það tiltölulega einfalt að fylgjast með U-20 í gegnum fyrstu ferðadaga sína: Þráðlausi maður Schwieger bergmálaði staðsetningu hennar fjórtán sinnum innan 24 klukkustunda og gaf þeim allar sönnunargögn sem þeir þurftu til að sjá hvers vegna þetta nýja skip var til.

Þýskir U-bátar gerðu áður óþekkta og áhættusama árás. Þessi aðgerð var til að bregðast við leyniþjónustu Blinker Hall sjálfs, sem reyndi að „villa og beina athygli óvinarins".

LÚSITANÍA - FARÞEGAR

Laugardagsmorguninn 1. maí var hitabylgjan komin yfir; hitastigið var komið í eðlilegt horf snemma á morgun og farþegar fóru að fara frá borði frá LUSITANIA með aðeins kalt veður í vændum.

Við Cunard's Pier 54 áttu farþegar sem komu með farangur auðveldara en nokkru sinni fyrr að flytja eigur sínar vegna hitastigsins. Það var miklu einfaldara að klæðast þungu úlpunum sínum frekar en að bera þær í kring, þar sem reyr, regnhlífar, pakkabækur og börn sáust fyrir utan á götunni á elleftu breiðgötu þar sem leigubílabílar höfðu dregið saman ásamt stórum töskum sem voru fluttir af þeim af sterkum mönnum á opnum stað. jakkar með bulluhúfur.

Allt þetta náðist á filmu með hreyfimyndavél sem staðsett var fyrir utan inngang flugstöðvarinnar, þar sem farþegar gengu undir linsu hennar: menn klæddir yfirhöfnum, fedoras og smellubrúnhettum; konur í stórum hattum hlaðnar með ásaumuðum úm; smábörn pakkuðu inn eins og þau væru á leið til Suðurskautslandsins (einn var meira að segja með prjónahúfur dreginn lágt yfir eyrun); Stundum hafa ferðalangar með þetta útlit alltaf haft í gegnum tíðina: stranga einbeitingu í að reyna að borga leigubílstjóranum á meðan þeir halda í staf og hanska (höndla hanska eins og júgur úr kú) á meðan þeir fylgjast með ferðatöskum eða ferðakoffortum sem hopa aftur inn í flugstöð Cunard.

Yst á byggingunni stóð svartur stál- og hnoðskrokk Lusitania, sem virtist óslítandi, jafnvel á tímum sem dýrkuðu gríðarlega og uppfinningar.

Ofnar í ketilherbergjum þess endurmynduðu gufu fyrir brottför; trektar hleyptu gráum reykþráðum út í loftið fyrir ofan.

Eins og oft gerðist komu farþegar sem höfðu aflað sér frægðar í fréttirnar þegar þeir komu um borð og skapaði uppnám meðal þúsunda velunnara, ættingja og áhorfenda sem söfnuðust saman við bryggjuna til að sjá þá af. Cunard byggði palla til að marka þennan sið og voru þeir þéttsetnir; veita ekki aðeins útsýni yfir skipið sjálft heldur einnig Neðra Manhattan með bryggjum þess og skipum sem skaga út frá báðum bökkum Hudson. Lengra norður stóðu White Star Line bryggjurnar sem þremur árum áður áttu að taka á móti Titanic; meðal áhorfenda var áhuginn á Lusitania enn meiri vegna viðvarana Þjóðverja sem birtar voru í borgarblöðum fyrr í morgun.

Charles Frohman, leikhúsforsetinn sem hafði gert Ethel Barrymore frægan og kom Peter Pan til Ameríku var næstur á ferðinni; Fyrir þessa frammistöðu klæddi hann Maude Adams með óhefðbundnum viðarkenndum kyrtli með breiðum kraga sem prentaði óafmáanlega eina ákveðna mynd af Peter Pan inn í huga fólks að eilífu. Frohman framleiddi einnig sviðssýninguna Sherlock Holmes, með William Gillette sem nafna hetju hennar með deerstalker hettu og meiraschummpípu í deerstalker hettu. Frohman sjálfur klæddist bláum tvíhnepptum jakkafötum á meðan hann gekk með augljósan haltur á meðan hann notaði staf sem hluta af frammistöðu sinni. Marguerite Lucile Jolivet, einnig þekkt undir sviðs- og kvikmyndarnafninu Rita Jolivet, 25 ára gömul. Þar sem hún hafði þegar leikið Shakespeares leikrit og nokkrar þöglar ítalskar kvikmyndir - þar á meðal aðalhlutverk hennar sem Júlíu - áður en hún hitti Frohman, var hún enn aðeins nýstjarna, en stuðningur hans tryggði henni nánast einstakan feril í Hollywood og Evrópu. Nú þegar hún ferðaðist heim myndi hún birtast í fleiri ítölskum myndum sem Frohman myndi leikstýra.
George Kessler var alþjóðlega virtur víninnflytjandi þekktur sem Champagne King. Kessler, sem einkenndist af skeggi og gleraugum sem minna á ákveðna sálfræðinga í Vínarborg, stóð fyrir vandaðri veislum sem þekktar eru sem æðislegar kvöldverðir (eins og „Gondola Party“ hans árið 1905 í Savoy hótelgarðinum í London fyllt með vatni) áður en hann framreiddi kvöldverð um borð í risastórum kláfferju; Til að auka blómgun lét hann fíl bera í risastórri afmælisköku (níu fet á hæð!) fyrir veislugesti sína!

Alfred Gwynne Vanderbilt I var lang glæsilegasti farþeginn. Sem sonur og aðalerfingi dauða Cornelius Vanderbilt árið 1899, hafði Alfred orðið gríðarlega ríkur eftir að hafa erft auð sinn. Yfirlætislaus og flott persóna með dökk augu og hár og sækni í dýr jakkaföt. Honum var fagnað um borð, sérstaklega af konum, þrátt fyrir að vera giftur og bera með sér hneykslissögu. Ellen French hafði sótt um skilnað árið 1908 á þeim forsendum að hann hagaði sér illa við óþekkta konu á ferðalagi á einkajárnbrautarvagni hans, sem síðar kom í ljós sem Mary Ruiz (eiginkona kúbversks diplómats). Í kjölfar þessa hneykslismála atburðar gerði Mary Ruiz sjálfsvígstilraun. Vanderbilt giftist aftur Margaret Emerson, sem erfði gríðarlega auð með lélegu mataræði Bandaríkjanna og magaafleiðingum hennar - Bromo-Seltzer auðæfin. Því miður fyrir Vanderbilt var Margaret ekki um borð. Vanderbilt var einnig hluti af því sem dagblöð í Minnesota kölluðu „Just Missed It“ klúbbinn, sem samanstóð af frægum eins og Theodore Dreiser, Guglielmo Marconi og J. P. Morgan sem höfðu upphaflega ætlað sér að sigla á Titanic en skipt um skoðun vegna ýmissa aðstæðna. Vanderbilt ferðaðist með stæl og bókaði eina af lúxus "Parlor Suites" Lusitania. Þjónustuþjónninn hans hýsti tvær hurðir niðri í innra herbergi án kofts eða baðs - borgaði í reiðufé sem jafngildir yfir $22.000 í dag!

Fréttamenn fóru um borð eins og oft vill verða og vildu taka viðtöl við merka farþega - þó í dag hafi áhugi þeirra verið markvissari.
Í New York voru siglingar svo mikilvægir að sérhvert dagblað hafði sérstakan „skipafrétta" fréttamann sem fjallaði um komu og brottfarir línuskipa yfir Atlantshafið sem komu til New York, auk auglýsinga og áætlana um bryggjur staðbundinna siglingafélaga - svo mjög að nokkrir laugardagsmorgunn útgáfur innihéldu þýskar viðvaranir á þessum síðum.

Fréttamenn skipafrétta voru staðsettir nálægt Battery Park á Neðra Manhattan, nálægt þeim stað þar sem Staten Island ferjuhöfnin stóð, innan skúralíks mannvirkis með slitnum skrifborðum og símum sem blaðamenn frá mörgum dagblöðum nota og einn þráðarþjónustu. Mikið græn hurð leiddi inn í þetta þrönga herbergi af skrifborðum og símum sem blaðamenn frá þessum verslunum notuðu auk einni þráðlausu til viðbótar. Blaðamenn myndu oft hygla vissum skipum af óefnislegum ástæðum. Að sögn Jack Lawrence, sendingarritara hjá New York Evening Mail. Skip „hafa persónuleika". Sum skip "bjóða upp á karakter og hlýju, á meðan önnur eru lítið annað en stálplötur hnoðaðar saman af túrbínum. Lusitania var alltaf vinsælt." Sem ein hraðskreiðasta og glæsilegasta sjóskipið sem enn er starfrækt, laðaði hún að sér nokkra af ríkustu og áhrifamestu farþegunum til að sigla með sér. Aðdráttarafl skipsins jókst af James McCubbin (62), sem var aðalpurserinn til margra ára, sem bauð blaðamenn velkomna um borð og beindi þeim að farþegum sem gætu verið áhugaverðir. Sem purser bar McCubbin þá ábyrgð að koma farþegum fljótt inn í klefa sína og kojur eins fljótt og auðið er, geyma verðmæti á öruggan hátt og setja saman barreikninga að lokinni hverri ferð. Samkvæmt handbók Cunard orcers var honum skylt „að veita öllum flokkum farþega ánægju".

Fréttamenn hittu Lusitania ekki aðeins fyrir brottför þess frá Liverpool heldur einnig við komu þess inn í New York höfn í sóttkví. Helgisiði átti sér stað: fréttamenn komu saman í klefa McCubbins; hann myndi skipa einum af strákunum sínum í farþegarýminu að koma með ís, kylfugos og nokkrar flöskur af Cunard Line Scotch áður en hann lokaði hurðinni og gaf út farþegalista. Svipuð fundur hafði átt sér stað vikuna áður þegar hún flutti óvelkomnar fréttir um yfirvofandi verkfall í Cunard; að þessu sinni flutti McCubbin fleiri slæmar fréttir með því að útvega farþegalista yfir farþega sem myndu koma frá Liverpool; á fyrri fundi, þegar hún hafði gert höfn, hafði McCubbin afhent farþegalista með nöfnum farþega sem höfðu komið þrátt fyrir að

hann hafi boðið allar nauðsynlegar varúðarráðstafanir sem hafa hjálpað fréttamönnum við komu hennar frá Liverpool sem McCubbin tilkynnti í klefa hans og gerði. tilkynning um þennan atburð til fréttamanna áður en hún afhenti farþegalista um leið og hún lagðist að bryggju við Quarant station New York Harbour sóttkvíarstöð New York höfn þegar hún kom frá Liverpool og færði fréttamönnum óvelkomnar fréttir af einhverjum óvenjulegum toga: McCubbin tilkynnti óvelkomnar fréttir af nýjum farþegum verið fluttur af McCubbin í farþegarýmið strákur sem kom með farþegaklefa kom með ís, sódavatn og kúlur. Line Scotch flöskur frá Liverpool áður en hún loksins hætti ferð sinni frá Englandi hafði borið óæskilegar fréttir um að McCubbin hefði látið hann tilkynna þá óvelkominn McCubbin um borð í farþegarýminu sínu. by Cabin á skála drenginn sinn að panta Cabin áður en hann lokaði hurðinni og afhenti farþegalista til New York hafnar og kom New York óvænt á óvart sem leiddi til þess að hann lokaði hurðinni og tilkynnti um borð á meðan farþegar myndu fljótlega eftir að hafa komið frá Liverpool þegar þeir komu kl. sóttkví stöð sem McCubbin hafði áður pantað Cabin með því að skipa Cabboy að koma með hann ung og nokkrar kúrskar skotskar flöskur við hliðina á tveimur flöskum með það innanborðs sem voru slæmar fréttir áður en dreift var! McCubbin sem olli áhyggjufullum fréttum um þegar vistir komu fyrir lokaðar dyr áður en dreift var. McCubbin myndi tilkynna. Hann myndi tilkynna tilkynntar nokkrar átakanlegar fréttir svo óvænt svo óvæntar fréttir um. McCubbin tilkynnti henni að loka dyrum og tilkynnti síðan að hann væri kominn yfir tíma áður hafði hætt! McCubbin hafði úthlutað farþegalistum var tilkynnt í gegnum þegar Lus í viku afhenda Scotch eftir að þeir myndu koma með flöskum eftir dreifingu þá á að þeir myndu ekki loka dyrunum! áður en dreifibréf líka koma með þær allar fyrir tvær flöskur! Þegar Lusan eru nokkrar flöskur tiltækar þegar ein í viðbót á hinum farþegalistanum!
„Næsta ferð mín, sú sem fer frá Liverpool laugardaginn 1. maí verður síðasta ferð mín," sagði hann við fréttamenn, þar sem reglur fyrirtækisins kröfðust þess að hann hætti störfum. Aðspurður af þeim um að lýsa sjálfum sér í gríni sem að hann væri að verða „ónotlausasta dauðlegi jarðarbúi" svaraði hann „Sjómenn eiga ekki heimili". Þegar gamall sjómaður verður óvinnufær ætti hann að sauma hann upp í tusku úr stagsegl og henda fyrir borð."

Laugardagsmorguninn fór fréttamaðurinn Jack Lawrence um borð í venjulegt flug sitt og hafði meðferðis afrit af viðvörun þýska sendiráðsins gegn því að fljúga B-777-200ER flugvélinni.

Lawrence kom að klefa Alfred Vanderbilt og bankaði að dyrum hans, bankaði forvitnislega og gekk inn til að sjá Vanderbilt sjálfan - klæddur glæsilegum jakkafötum með bleikri nellik í einu jakkafötinu og með þjóninn Peter við að pakka niður farangri í öðru herbergi - þar sem hann opnaði sig. , klæddur glæsilegum jakkafötum með bleikum nellikum í einu skjaldinu og með þjóninn Peter að vinna sleitulaust að pakka niður stórum haug. Lawrence hafði áður reynt að taka viðtal við Vanderbilt en fannst hann venjulega ekki svara; lýsti honum einu sinni sem „ástríðufullum karakter meðal kvenna en fyrir framan blaðamenn varð hann feiminn og hætti störfum. Lawrence skrifaði að þegar hann stóð frammi fyrir blaðamönnum varð hann feiminn og minnkandi fjólublár þegar hann stóð frammi fyrir spurningum fjölmiðla; Lawrence fannst hann ekki nógu ástfanginn.

Vanderbilt tók eftir óvenju aukinni spennu um borð. „Mikið talað um kafbáta, tundurskeyti og skyndidauða," tók Vanderbilt eftir og lagði ekki mikið upp úr slíku tali sjálfur: hann sýndi Lawrence símskeyti undirritað „Mort" og lýsti yfir Lusitania dæmda og varaði við því að sigla á hana; Samkvæmt Vanderbilt hefði það getað verið notað sem vísbending um yfirvofandi dauða eða kannski bara ætlað sem skilaboð um að sigla ekki á hana! Hann benti Lawrence á mikilvæg skilaboð: hann hafði ekki þekkt neinn sem hét Mort sjálfur en velti því fyrir sér hvort mikilvægi þess gæti hafa haft eitthvað með það að gera að sökkva henni. Lawrence sagði að það gæti hafa þýtt að dauðinn væri yfirvofandi: eitthvað sem hann trúði ekki mikið á. Hvað myndu þeir græða á því að sökkva henni? Við að sjá Lusitania var dæmt; þó að Vanderbilt vissi ekki að neinn hét Mort gæti hugsanlega táknað yfirvofandi dauðadóm á meðan Vanderbilt stakk upp á tákni þess. Líklega gæti það hafa þýtt dauðann."

Úti á þilfari hitti Lawrence Elbert Hubbard - einn þekktasta einstakling Bandaríkjanna á þessum tíma - sem hafði orðið frægur í gegnum sápusölumanninn sem varð höfundur í East Aurora í New York sem heitir Roycrofters þar sem karlar og konur smíðuðu húsgögn , bundið inn bækur, prentað og framleitt fíngerðan varning úr leðri og málmi. Hubbard var þekktastur fyrir að skrifa A Message to Garcia sem undirstrikaði persónulegt frumkvæði auk þess að skrifa frásögn af Titanic harmleik sem miðast við Lawrence.
Hubbard hafði siglt til Evrópu til að taka viðtal við keisara Wilhelm, og var frægur fyrir að búa til furðulegar setningar eins og: "Vinur er einhver sem veit allt um þig en elskar þig samt." Hann klæddist Stetson-húfu og ambrönu svörtu hálsi (meira eins og eyðslusamur gjafaborði), ásamt sítt rennandi hár. Lawrence hitti Hubbard á meðan þeir sátu við hlið hvort annars og borðuðu epli þegar Lawrence nálgaðist.

Lawrence hafði sýnt Hubbard viðvörunina en hún fór framhjá honum óséður. Lawrence sagði: Þegar ég sýndi honum það leit hann aðeins og hélt áfram að tyggja eplið sitt; eftir það bauð Hubbard Lawrence annað epli úr vasa sínum sem leið til að róa hug þeirra um Potsdam-brjálæðinga sem eru allir geðveikir og brjálaðir. "Hérna, fáðu þér einn og hafðu ekki áhyggjur af Potsdam-brjálæðingunum. Þeir eru allir brjálaðir!"

Lawrence greip framhjá og spurði: hvað ef áætlanir þýska flotans væru í raun yfirvofandi ógn?

"Hvað ætti ég að gera?" Hubbard svaraði og gaf til kynna að hann myndi vera um borð í skipi sínu frekar en að reyna að elta á eftir björgunarbátum eða synda. Þess í stað verðum við saman í þessu máli." Þegar Lawrence var spurð um álit sitt á þessu máli virtist hún ekki vera sammála nálgun Hubbards. Lawrence taldi að frú Hubbard væri ósammála þessari skoðun en Lawrence hafði sínar efasemdir.

Lawrence taldi það ekki koma á óvart að fáir farþegar hefðu lesið viðvörun Þjóðverja. Þegar öllu er á botninn hvolft, „Þegar þú ferð um borð í Atlantshafslínu á hádegi," skrifaði Lawrence, „hefurðu sjaldan tíma til að setjast niður og skoða morgunblöð.

Jafnvel þeir sem höfðu séð viðvörunina veittu ekki mikið gaum. Þýskaland myndi varla þora að reyna að sökkva borgaralegu farþegaskipi án óvinaskipa um borð og jafnvel þótt U-bátar gerðu slíkar tilraunir voru þær líklega misheppnaðar; enda var Lusitania einfaldlega of stór og hröð, auk þess vernduð af breska sjóhernum þegar hún var á bresku hafsvæði.

Aðeins tveir farþegar afbókuðu vegna viðvörunarinnar sjálfrar; Edward B. Bowen frá Boston og eiginkona hans tóku ákvörðun á síðustu stundu um að gera það vegna þeirrar trúar þeirra að eitthvað gæti gerst um borð í Lusitania, og rifjuðu síðar upp „óþægilega tilfinningu um að eitthvað gæti farið úrskeiðis um borð í skipinu," og sögðu, „eftir að hafa rætt það. með frú Bowen ákváðum við að það væri best fyrir okkur bæði að hætta við miðana okkar".
Þrátt fyrir að ég hafi átt mikilvægan viðskiptaþátttöku í London, tókst mér að halda áfram án atvika.

Sumir farþegar afbókuðu af ástæðum eins og veikindum og breyttum áætlunum; eða vegna þess að þeir gerðu sér grein fyrir, að vara til hliðar, að siglingar á breskum skipum á stríðstímum var ekki skynsamlegt. Ellen Terry ætlaði upphaflega að ferðast um borð í Lusitania með framleiðanda Frohman; Hins vegar, áður en viðvörun birtist, hætti hún við og skipti um pöntun fyrir amerískt skip í staðinn - New York. Hún ráðlagði Ritu Jolivet að breyta bókun sinni en Jolivet hélt upprunalegu bókuninni. Lady Cosmo Du-Gordon, helgimynda fatahönnuður sem hafði lifað Titanic af, hætti við vegna veikinda á meðan hönnuðurinn Philip Mangone hætti við af óútskýrðum ástæðum. Mörgum árum síðar myndi hann finna sig um borð í loftskipinu Hindenburg í síðustu ferð þess, þó hann lifði af þó með alvarleg brunasár. Annars var mikið bókað á Lusitania, sérstaklega í minni flokkum; svo mikið að sumir farþegar komust að því sér til mikillar ánægju að þeir hefðu í raun fengið úthlutað fyrsta flokks herbergjum fyrir mistök!

Cunard kom með hughreystandi orð til farþega sem fannst viðvörun Þjóðverja brugðið. Ambrose B. Cross greindi frá því að strax í upphafi „hafðu skipverjar lýst því yfir að engin hætta væri á ferðum; annað hvort ættum við að hlaupa í burtu frá hvaða kafbáti sem nálgaðist eða hrinda henni, og svo framvegis; með tímanum varð þetta að einhverju vægu gríni í hádeginu og á kvöldin. borðum".

Á þeim tíma voru farþegar þeirrar skoðunar að þegar þeir næðu bresku hafsvæði vestur af Skotlandi - þekkt sem "Western Approaches" - yrði skipi þeirra mætt af starfsmönnum Royal Navy og flutt beint til Liverpool. Cunard hvatti þessa skoðun og gæti hafa jafnvel trúað á réttmæti hennar, í ljósi þess hversu oft starfsmenn Royal Navy höfðu aðstoðað Cunard-skip með því að veita leiðbeiningar eða verndarþjónustu. Oscar Grab, 28, atvinnulaus fatainnflytjandi frá New York sem hafði nýlega gift sig 39 dögum áður, pantaði tíma hjá Cunard til að ræða kafbáta og almennt öryggi yfir Atlantshafið. Eiginkona Grab hafði líka heimtað amerískt skip. Grab og Cunard fulltrúinn áttu í langri viðræðum þar sem ráðstafanir yrðu gerðar til að tryggja öryggi hans við yfirferð.
Honum fannst hann vera nógu viss um að kaupa fyrsta flokks miða daginn fyrir brottför, þó að þessi ákvörðun hafi ekki verið endanleg fyrr en um morguninn.

Farþegar sem lásu morgunútgáfu New York Times hefðu fundið hughreystandi fullvissu. Vitnað var í grein sem fjallar um Charles Sumner, yfirmann Cunard í New York, í grein sem fjallar um þessa viðvörun, þar sem hann sagði að það sé komið kerfi til að flytja bresk skip um hættulegt hafsvæði; Konunglega sjóherinn hefur umsjón með þessum viðleitni sem tekur fulla ábyrgð á öllum breskum skipum (sérstaklega Cunarders).

Blaðamaður Times sagði: "Hraði þinn er líka áhrifarík vörn?"

"Já," svaraði Sumner; "hvað varðar kafbáta, ég óttast þá alls ekki."

Ogden Hammond, fasteignaframleiðandi og meðlimur ríkisþingsins í New Jersey, spurði Cunard embættismann hvort það væri óhætt fyrir hann að ferðast yfir á skipi þeirra. Til vantrúar hans svöruðu þeir að það væri fullkomlega öruggt - öruggara jafnvel en New York City kerrubílar - sem svar þrátt fyrir tíð banaslys á þeim.

Um borð í Lusitania var mikill gálgahúmor talaður af huggun og sjálfstrausti. „Auðvitað heyrðum við fregnir af því í New York að þeir ætluðu að þyrla okkur en trúðu þeim ekki í eina sekúndu," að sögn May Walker, einnar flugfreyjunnar. "Við hlógum þessu bara sem eitthvað fáránlegt og sögðum að þeir myndu ekki ná okkur; enda vorum við of fljótir. Við hlógum bara að spám þeirra því þessi ferð yrði bara önnur eins og hver önnur."

Eitt af verkefnum hennar var að aðstoða börn farþega. Þilfararleikir, gæsir og skrúðgöngur í skrúðbúningum sáu til skemmtunar. Börn sem héldu upp á afmæli í siglingum fengu "litla einkaveislu með köku sem bar nöfn þeirra. Þessir unglingar áttu sannarlega ánægjulega ferð."

Í þessari ferð myndi hún standa frammi fyrir krefjandi ferðalagi: margar breskar fjölskyldur voru að snúa aftur heim til að styðja þjóð sína á stríðstímum, og stærð hennar og hraði veittu vissu öryggi - farþegaskrá hennar sýndi 99 börn og 39 ungabörn!
Cunard lagði til hliðar nokkur fyrsta flokks herbergi fyrir Paul Crompton frá Fíladelfíu og konu hans með sex börn þeirra - eitt var ungbarn - ásamt Dorothy Allen (þá 29 ára). Crompton var skyldur stjórnarformanni Cunard, Alfred Allen Booth; Booth Group hennar átti gufuskipslínuna; Crompton leiddi dótturfyrirtæki sitt fyrir leðurvörur. Sumner, framkvæmdastjóri Cunard í New York, tók á móti Pearl fjölskyldunni í New York og sá um hana skömmu áður en hún fór um borð og hafði mikla ánægju af því að tryggja að ferð þeirra gengi eins vel og hægt er. Á gagnstæðri hlið skipsins og einu þilfari fyrir neðan þá voru þrír fyrsta flokks farþegarými - E51, E59 og E67 í sömu röð. Frederic Pearl ferðaðist með eiginkonu sinni og fjórum börnum - fimm ára gömlum syni, tveimur dætrum yngri en þriggja ára og ungabarni - til að senda póst í bandaríska sendiráðinu. Tvær fóstrur voru útvegaðar; öll fjögur börnin, þar á meðal barnið, gistu hjá fóstrunum sínum á E-59 og E-67 á meðan foreldrar hans nutu tiltölulega friðar í E-51 á meðan frú Pearl átti von á.

William S. Hodges var á ferð með eiginkonu sinni og tveimur ungum sonum til Evrópu til að taka við stjórn Baldwin Locomotive Works í París, þegar blaðamaður

Times á bryggjunni spurði konu sína hvort hún væri hrædd við að fara þessa ferð; svar hennar? Einfaldur hlátur fylgt eftir með "Ef við förum öll niður, þá er það svo!"

Foreldrar voru að sigla til að sameinast börnum sínum aftur, börn sigldu heim, eiginkonur og feður hlökkuðu til að koma saman aftur, eiginkonur sem vonuðust til að fjölskyldur þeirra sameinuðust aftur, o.s.frv. Eitt slíkt dæmi er frú Arthur Luck frá Worcester, Massachusetts sem ferðast með tvo syni sem nefndir eru Kenneth Luck og Elbridge Luck (átta og níu ára) í von um að hitta eiginmann sinn, enskan námuverkfræðing sem beið þeirra þar. Það er enn óskiljanlegt hvernig í einhverjum stórum sögulegum atburði virðist alltaf vera einhver fjölskylda með svo rangt nafn sem getur birst og sameinað krafta sína.

Hér að neðan er úrval af minna þekktum en samt athyglisverðum farþegum sem ferðuðust um borð.

Laugardagsmorgun sá Theodate Pope frá Farmington, Connecticut, fara um borð í flugvélina sem fylgdarlaus farþegi; móðir hennar kom í heimsókn og Edwin Friend var á ferð með þeim báðum til London. Theodate var glæsileg persóna þrátt fyrir að hafa aðeins staðið fimm fet á hæð, sást oft með flauels túrban og með ljósa lokka, skarpa kjálka og skær blá augu. Augnaráð hennar var opið og beint, sem endurspeglaði sjálfstæði hennar sem hafði knúið hana til að velja óhefðbundna leið í lífinu og yfirgnæfandi það sem búist var við af hástéttarkonum. Móðir hennar barðist einu sinni gegn henni: „Þú lætur aldrei eins og aðrar stelpur gera". Samtímamaðurinn er oft nefndur femínisti.

Theodate var náinn nokkrum frægum persónum, þar á meðal málaranum Mary Cassatt og William og Henry James; Theodate hafði sérstaklega gaman af tíma sínum með Henry James sem hún nefndi nýja hvolpinn sinn eftir. Jim-Jam varð gælunafn hennar. Hún var ein af fáum virtum kvenarkitektum Bandaríkjanna og hannaði helgimynda heimili í Farmington sem hún kallaði Hill-Stead. Henry James varð fyrst vitni að húsi Theodate, jafnvel áður en hann kynntist henni, og bjó til eina af frumlegri myndlíkingum byggingargagnrýni: Hann líkti spennunni sem hann upplifði þegar hann skoðaði það við „skyndileg undrun þegar stórt, ljúffengt sælgæti var komið á milli varanna. án viðvörunar, á meðan þú ert ómeðvitaður " Theodate hafði líka aðra ástríðu - hún var ákafur spíritisti og stundaði rannsóknir á paranormal virkni. Trúin á yfirnáttúruleg öfl var útbreidd í upphafi 20. aldar bæði í Ameríku og Bretlandi, þegar Ouija plötur urðu algengar í stofum sem hluti af kvöldskemmtun; eftir kvöldmatinn hófust oft seances eftir að hafa snúið út bretti! Stríð hafði aukið trú á líf eftir dauða

Breta þar sem þeir leituðu huggunar við að halda að látnir synir þeirra gætu enn verið til einhvers staðar innan. Það var vegna áhuga Theodate á „sálrænum“ rannsóknum sem hún og Edwin Friend voru saman á siglingu til London.
Sem eina dóttir auðugra Cleveland hjóna eyddi hún stórum hluta ævi sinnar að mestu ein. Alfreð, járnauðgi, var faðir hennar; Ada, félagskona móðir hans; þau bjuggu á Euclid Avenue - einnig þekkt sem Millionaire's Row í Cleveland. „Ég man ekki eftir að hafa nokkurn tíma setið í kjöltu móður minnar,“ sagði Theodate, þar sem faðir hennar tók svo mikinn þátt í viðskiptamálum að það leið þangað til ég var fjórtán ára áður en hann áttaði sig á því að hann væri að missa barnið sitt. Æska hennar var „öfgafull,“ eins og oft er sagt að einkabörnum sé, en samt þakkar hún fyrir þetta tímabil, sem einkenndist af leiðindum og þunglyndi, með því að innræta henni sjálfstæðismiðaða lífsviðhorf. Frá 10 ára aldri byrjaði hún að skissa á húsateikningum og dreymdi um að búa til og búa í húsi sem hún hafði hannað af henni sjálfri - eitthvað sem varð að lokum að veruleika árum síðar þegar hún byggði og bjó í húsi sem hún hafði hannað af henni sjálfri.

Í fyrstu gæti foreldrum hennar fundist Theodate erfitt. Þegar hún var nítján ára breytti Theodate hins vegar fæðingarnafni sínu úr E(e í Theodate, af virðingu fyrir trúrækinni trú ömmu sinnar á áherslu Quakerismans á andlegar fram yfir efnislegar áhyggjur. Hún hafði engan áhuga á að "koma út" sem frumraun eða í hjónabandi, sem hún taldi vera hindrun sem kom í veg fyrir að framtíðarmetnaður rætist. Hún kallaði þessa hindrun "gullkragann." hún myndi snúa aftur til Cleveland sem hluti af efri skorpunni í Cleveland. Hins vegar fannst Theodate svo sannfærandi að hún ákvað að vera áfram og ganga til liðs við Ragistahreyfinguna á einum tímapunkti sem hún hafði mikla ánægju af því að tala opinskátt um sósíalisma og stíga skref í átt að byltingu.

21 árs gömul varð Theodate náin föður sínum í langri Evrópuferð árið 1888. Faðir hennar hafði brennandi áhuga á að ferðast og safna listum; einn af fyrstu safnarunum til að samþykkja impressjónísk verk að fullu, jafnvel á tímum þegar list þeirra var almennt talin sérvitring eða jafnvel róttæk. Hann stakk upp á því að hún líti á arkitektúr sem atvinnugrein á meðan þeir sæktu gallerí og vinnustofur saman til að fá verk til að koma með heim; Tvær myndir eftir Claude Monet voru keyptar á meðan Theodate skissaði upp ýmsa þætti sem henni þótti aðlaðandi - pílastrar hér eða þar - þegar hún sá eitthvað sem henni líkaði - eins og að skissa pílastra hér eða eitthvað.
Hún sýndi litla ákefð fyrir París, sem hún lýsti sem „mestu bletti á yfirborði jarðar“, en elskaði England með notalegri sveitahúsum sínum sem státuðu af lafandi þökum, timburveggjum og velkomnum dyrum - sérstaklega notalegu sveitahúsin með þeirra.

lafandi þök, timburveggir og velkomnar hurðir - hún skissaði meira að segja skissur sem sýndu tilvalin bæjarhúsin hennar!

Þar sem arkitektúr var svæði sem var að mestu leyti bannað fyrir konur á þeim tíma, stundaði Theodate menntun sína sjálfstætt með því að sækja einkanám hjá meðlimum listadeildar Princeton og síðar með því að kaupa húsið sitt með 42 hektara í Farmington með stuðningi föður síns. Foreldrar hennar ákváðu, að áeggjan hennar, að flytja frá New York borg til Farmington og byggja hús til að sýna listaverkasafn Alfreds - sem innihélt tvo Monets auk verk eftir Whistler og Degas - með því að hætta þar og hanna draumahúsið sitt undir eftirliti arkítekt. Faðir hennar stakk upp á því að hún myndi hanna það sjálf undir leiðsögn eins af þessum sérfræðingum. McKim, Mead & White samþykktu áætlun Theodates, líklega vegna auðs Alfreds. Síðara bréf hennar til stofnfélaga William Rutherford Mead leiddi í ljós að hún var sterk í huga; í henni sagði hún: „Þar sem það er áætlun mín býst ég við að taka ákvörðun í öllum smáatriðum sem og mikilvægum spurningum um áætlun sem kunna að koma upp .... Með öðrum orðum, það mun verða páfahúsið í stað McKim, Mead & White! "

Theodate notaði hönnun og smíði húss síns til að öðlast reynslu af byggingarlist, en í lok 1900 hafði verkefnið gert hana úrvinda líkamlega og tilfinningalega; þegar henni var lokið harmaði hún í dagbók sinni: "Ég hef lagt mig fram um hús föður..."

Árið 1910 hafði hún fest sig í sessi sem arkitekt í Connecticut og skömmu síðar varð hún fyrsti löggilti kvenarkitektinn. Þremur árum síðar í ágúst 1913 dó faðir hennar úr heilablæðingu og skildi eftir sig tómarúm sem henni fannst að hún ætti að fylla með því að byggja undirbúningsskóla fyrir drengi í minningu hans - skóla sem myndi standa fyrir utan allt sem var til á þeim tíma. Áætlun hennar fól í sér að búa til yfirgripsmikið háskólasvæði til að líkja eftir litlum íbúðarhúsnæði í New Englandi með verslunum, ráðhúsi, pósthúsi og starfandi bæ; Áhersla hennar yrði lögð á að þróa karakter með „samfélagsþjónustu", hjálpa til á bæjum eða starfandi bæjum á meðan hún lærði listir eins og trésmíði af færum handverksmönnum sem starfa við hlið þessara listamanna. Húsasmíði og prentsmíði voru tvær greinar sem hún skaraði fram úr, sem voru í takt við lista- og handíðahreyfinguna 1910 sem barðist fyrir handverki sem bæði ánægju og léttir frá því sem margir litu á sem afmennskingu iðnbyltingar á lífinu. Árið 1910 hafði hreyfingin breiðst út um Ameríku sem leiddi til hópa eins og Roycrofters Elberts Hubbards, auk nýrra aðferða við hönnun eins og Gustav Stickley húsgögn eða hús í handverksstíl sem veittu innblástur fyrir tímarit eins og House Beautiful og Ladies' Home Journal.

Laugardagsmorguninn 1. maí 1915 hafði Theodate fallið aftur í venjulegt ástand sitt af djúpri þreytu. Vetur hennar hafði verið krefjandi bæði faglega og persónulega; eitt atvik benti á þennan erfiðleika þegar tillitslaus útgefandi trúði því að Theodate væri karlmaður og bað um að setja mynd hennar inn í bók um leiðandi arkitekta í New York; þegar honum var tilkynnt að hún væri kvenkyns í staðinn hætti hann við beiðni sína. Ennfremur upplifði hún eitt af reglubundnum niðurgöngum sínum í þunglyndi sem varð svo alvarlegt að hún þurfti aðstoð heimahjúkrunarfræðings; í febrúar skrifaði hún: 'Nætur mínar eru orðnar lifandi martraðir.' Í febrúar skrifaði hún og sagði þetta: 'Ég er með svo viðvarandi svefnleysi að nætur mínar verða að lifandi martraðum!' Í febrúar skrifaði hún og sagði:

Hún trúði á lækningamátt ferðalaga í endurlífgunarskyni: „Ekkert jafnast á við ferðalög til að veita léttir þegar maður finnur fyrir andlegri þreytu.

Þegar Theodate var komið um borð í Lusitania var leiðsögn að herbergi sínu á D Deck á stjórnborða. Þar sturtaði hún handfarangri sínum og athugaði hvort allar farþegaskálar hennar væru komnar heilu og höldnu. Ef hún bjóst við friðsömum svefni um nóttina varð hún fljótt skelfingu lostin þegar skipið fór skyndilega að stoppa óvænt vegna viðgerðar á vélarrúmi sem hafði verið hljóðlaust nokkrum klukkustundum áður.

Charles Lauriat, bóksali Boston, gekk nú upp landganginn ásamt systur sinni Blanche og George Chandler - eiginmaður hans var eiginmaður Blanche - sem fannst skrítið að aðgangur væri veittur svona frjálslega - sérstaklega þar sem aðrir gestir, þar á meðal systir Lauriats eigin Blanche, var leyfður um borð. án spurninga eða atvika.
Farþegar tóku eftir því hversu auðvelt aðgengi væri fyrir vini og fjölskyldu sem komu um borð í heimsókn.

Chandler bar skjalatösku Lauriat og kassann; Lauriat bar framlengingartösku sem innihélt teikningar eftir Carol Dickens ásamt öðrum verðmætum skjölum sem Chandler vildi helst ekki snerta vegna gífurlegs verðmætis. Chandler grínaðist með að þessi væri of mikils virði.

Þau þrjú gengu að klefa Lauriat á B þilfari: B-5. Þótt það virtist tilvalið, var það innanhússherbergi án porthola - eitthvað sem Lauriat hafði vanist sem reyndur ferðamaður; ein af fyrstu aðgerðum hans við komuna var að setja eldspýtukassa innan seilingar ef ske kynni að rafknúna dynamo skipsins bilaði; hann hafði áður farið 24 sinnum yfir Atlantshafið (aðallega á Cunard-skipum); þessi ferð myndi marka upphafsferð hans um borð í einum af þessum goðsagnakenndu „gráhundum“

Lauriat var ánægður með að komast að því að skottið hans og skótaska frá Boston lestarstöðinni voru þegar í herberginu hans, þar sem hann prófaði lása þeirra áður en hann hélt aftur út á þilfar með Blanche og Chandler þar til allir gestir þurftu að yfirgefa skipið. Þegar Lauriat kom aftur inn í herbergið sitt tók hann teikningar úr framlengingarhylki í skókassabakka sem auðveldara var að læsa; Carol hjá Dickens myndi fara í skjalatöskuna sína.

Áður en Lauriat fór um borð hafði Lauriat lesið um viðvörun þýska sendiráðsins en lítið íhugað að hætta við. Þess í stað klæddist hann Knickerbocker jakkafötunum sínum og nýju uppfinningunni sinni: armbandsúr með stilkur sem var alltaf stillt á Boston tíma sem leið til að halda sjálfum sér í raunveruleikanum og leyna öllum teikningum sem gætu komið upp á yfirborðið. Hann sagði engum frá þessum teikningum.

DWIGHT HARRIS, New York-maðurinn með trúlofunarhring og sérsniðið björgunarbelti, skildi eftir verðmæti sín á skrifstofu purser til varðveislu - eins og hengiskraut hans með demant-og-perludropum, demants- og smaragðhringi, stóra demantssækju, 500 dollara í gulli. sem og trúlofunarhringinn hans - fyrir siglingu. Áður en hann gerði það tók hann sér nokkra stund fyrir brottför til að skrifa út birgðalista.

Hann notaði Lusitania ritföng og virtist ekki vera í áföngum vegna þýskra viðvarana eða skap hans fullt af upphrópunarmerkjum.

"Þakka þér aftur fyrir dýrindis hlaupköku og piparmyntumassa!" Hann þakkaði Sallie frænda, sem og öðrum fjölskyldumeðlimi Dick, fyrir að senda stórar birgðir af greipaldin sem hann gæti notið í testundinni! Um leið og það kom upp hélt hann áfram að pakka niður eftir hádegismat! Og eftir að hafa fengið þennan yndislega pakka frá Sallie frænda tók hann eftir því hvernig veðrið var farið að batna; "Fínt að það er komið! - skála mín er þægilegust - og ég mun byrja að pakka niður eftir hádegismat!" Hann tók eftir því hvernig Sallie frændi sendi honum körfu fulla af ávöxtum á meðan annar fjölskyldumeðlimur sendi stórar birgðir af greipaldin frá Dick - báðir lögðu til vörur sínar svo hann var fullbúinn!

Seðillinn hans var síðasti pokinn af pósti sem fór úr skipinu fyrir brottför og var póststimplað „Hudson Terminal Station“.

Ráðsmenn tilkynntu að allir gestir yrðu að fara frá borði, og varð blaðamaður skipsins Jack Lawrence til að fara án þess að tala við Turner skipstjóra. Lawrence benti á að Turner „var af þeirri tegund djúpsjávarskipstjóra sem telur að blaðamenn eigi heima við skrifborð sín á Park Row eða Fleet Street frekar en að ráfa um þilfar skipa". Fyrri kynni höfðu sýnt Turner að vera kaldur og óvingjarnlegur - "hann virtist strangur, fálátur einstaklingur sem þekkti viðskipti sín vel en vildi ekki ræða það frekar við neinn".

Lawrence bar mikla virðingu fyrir Turner. Þegar hann sá hann tala við annan liðsforingja á aðalstiga skipsins og tók eftir „hvað hann gerði frábæra mynd", brá Lawrence af þessari frábæru sjón. Einkennisbúningurinn hans var dökkblár, tvíhnepptur og tvíhnepptur með þriggja tommu skjaldbökkum og fimm hnöppum á hverju brjósti, þar af aðeins fjórum sem hægt var að hneppa samkvæmt handbók Cunard Officers. Jakkar ermar voru miðpunktur hvers kyns frammistöðu; hver brún innihélt fjórar raðir af blúndu úr gullvír, 1/2 tommu á breidd samkvæmt handbókinni. Turner var með dökkbláa hettu snyrta í leðri og svartri mohair fléttu, með Cunard merki ljóns - almennt kallaður af áhöfninni sem Cunard "apinn", með gullsaumuðum ramma umhverfis líkama hans - framan af leðri og mohair fléttu. „Þegar breskur skipstjóri kann að klæða sig, eins og oft vill verða, er hann óviðjafnanlegt fordæmi hvað glæsilegur kaupskipstjóri ætti að klæðast," sagði Lawrence. Hann útskýrði enn frekar: "Hann veit ekki aðeins hvað heldur hvernig á að klæðast fötunum sínum til að fá hámarks glaðværð. Turner þennan dag var meistari einn af stóru grásleppunum í Norður-Atlantshafi - og hann leit á sinn hlut."

Captain Hall tók eftir því í herbergi 40 í Blinker's Ruse í London að nýja áætlun hans til að leyna og leyna „leyndardómum og lygum“ virkaði með góðum árangri.

Að villa um fyrir óvininum“ var farið að hafa áhrif.

Hann skaraði framúr í stefnumótandi leikfimi, með eitt tiltekið verk sem sýndi þessa kunnáttu: að sannfæra þýska herforingja um yfirvofandi innrás Breta í Slésvík-Holstein á Norðursjó; þetta myndi valda því að þýskar hersveitir hverfi frá Frakklandi og inn í Schleswig-Holstein í staðinn. Hall, í samstarfi við yfirmann bresku gagnnjósnaþjónustunnar MI-5, veitti þýskum njósnarásum rangar, en yfirgripsmiklar, njósnaskýrslur um bresk herskip og flutninga á vestur- og suðurströnd Bretlands í stað þess að vera veittar frá austurströndinni eins og var. venjulega fyrir endurbirgðir á meginlandi herafla. Að lokum sannfærði Hall aðmíraliðið um að skipa allri skipaumferð milli Englands og Hollands að hætta 21. apríl, merki um að innrás gæti brátt fylgt í kjölfarið.

Leiðtogar þýska hersins lýstu í upphafi efasemdir um þessa tilkynningu. Herbergi 40 fylgdist með þráðlausum skilaboðum sem send voru 24. apríl frá óreyndum umboðsmanni með aðsetur í Englandi: Mikill herflutningur hafði yfirgefið suður- og vesturströndina og lagt leið sína í átt að meginlandshöfnum eins og Liverpool Grimsby Hull.“

Schwieger og yfirmenn fimm U-báta fengu skipun um að fara strax og eyðileggja allt sem líkist herflutningum.
Herbergi 40 fylgdist vel með U-20. Tíðar þráðlausar sendingar hennar veittu herbergi 40 upplýsingar um gang og hraða. Klukkan 14:00 föstudaginn 30. apríl tilkynnti U-20 staðsetningu sína í fyrsta skipti; á tveggja tíma fresti eftir það til miðnættis þegar hún byrjaði að veita uppfærslur á klukkutíma fresti til klukkan átta laugardagsmorguninn 1. maí.

Uppgötvun U-báts áhlaup átti sér stað innan um vaxandi ógnir.
Aðmíraliðinu bárust fjölmargar tilkynningar um kafbátaskoðun, flestar rangar en engu að síður skelfilegar. Írskur lögreglumaður greindi frá því að hafa séð þrjá U-báta ferðast saman upp Shannon ána; svo ólíkleg atburðarás lofaði ekki góðu. Á austurströnd Englands rakst gufuskip á ósprungið tundurskeyti sem tilheyrði U-22,

einni kafbátasystur Schwiegers. O2 Á suðausturhorni Ítalíu skaut austurrískur U-bátaforingi að nafni Georg von Trapp - frægur af Christopher Plummer í kvikmyndinni The Sound of Music - tveimur tundurskeytum á stóra franska skemmtisiglingu að nafni Leon Gambetta sem sökk á endanum innan níu mínútna með þeim afleiðingum að 684 létu lífið. sjómenn um borð. "Svo þetta er stríð!" Von Trapp skrifaði í síðari endurminningar sínar. Hann útskýrði fyrir yfirforingja sínum: "Við vorum eins og þjóðvegamenn, laumast upp á grunlaus skip með þvílíku hugleysi!" Til samanburðar benti von Trapp á hvernig bardagi í skotgröfum eða um borð í tundurskeyti hefði verið mun betri; skotgrafir gerðu fólki kleift að heyra skothríð, verða vitni að félögum falla, heyra særða stynja af sársauka - þá fylltist þú reiði eða ótta og svaraðir með því að skjóta sjálfan þig; við líkamsárás gætirðu jafnvel öskrað! En ekki við: kaldrifjað í felum og fyrirsát!

Laugardaginn 1. maí, vegna nýrrar dreifingar U-20 og annarra U-báta á alþjóðlegu hafsvæði, seinkaði aðmíralið tveimur herskipum sem áttu að stunda skotæfingar á opnum sjó.

Einhvern tíma á þeim degi, í gegnum Hall skipstjóra, frétti aðmíraliðið af auglýsingu frá þýska sendiráðinu sem virtist vara farþega við að ferðast með ákveðnum flugferðum til Þýskalands.
Undir lok dags höfðu fréttir breiðst út um að slys hefði orðið fyrir Lusitania og ferð hennar frá New York til Liverpool væri yfirvofandi. Allir Bretar eða Bandaríkjamenn sem lásu dagblað vissu um brottfarardag hennar og bjuggust við komu til Liverpool sjö dögum síðar. Örlög Lusitania urðu hluti af daglegri meðvitund almennings.

Herbergi 40 og þeir sem þekkja leyndardóminn vissu miklu meira: að þýska þráðlausa stöðin í Norddeich sendi upplýsingar um áætlun Lusitania; sex nýsenddir U-bátar höfðu einnig verið sendir á vettvang og voru nú á leiðinni, þar á meðal U-20 - þekktur fyrir að vera duglegur skipamorðingi - sem var á leið í átt að svæði sem Cunard-frakt- og línuskipin voru á leiðinni til Liverpool; þetta eftirlitssvæði myndi brátt fara yfir Lusitania sjálft.

Hins vegar, þrátt fyrir þessar skelfilegu staðreyndir - nýjan kafbátasveit og ósökkanlega stóra línubáta, sem er gegn almennri viðvörun - komu æðstu mennirnir hjá aðmíraliðinu hvorki á framfæri við Turner skipstjóra né gerðu nokkurn tilraun til að stöðva eða beina frá U-20. eins og gerst hafði fyrir mars og í janúar með skipum Transylvaníu og Ausonia.

Eins og á við um alla hjá Cunard, hafði Captain Turner enga vitneskju um að herbergi 40 væri til.

Áhersla ADMIRALTY var áfram annars staðar: það lagði meiri áherslu á annað skip sem það taldi vera verðmætara.

Eftir því sem Edith Galt einangraðist í auknum mæli í Washington tók hún í auknum mæli sæti Wilsons forseta.

Wilson stundaði oft hugsanir sínar og ímyndunarafl í apríl. Til að viðhalda velsæmi snæddu þau þó aðeins stundum saman í Hvíta húsinu. Á einum tímapunkti ræddu þeir bók sem Wilson hafði sérstaklega gaman af sem heitir Round My House: Notes of Rural Life in France in Peace and War eftir Philip Gilbert Hamerton sem Wilson pantaði hjá bóksala, en sendi henni um leið eina frá Library of Congress - "Ég vona að það veitir þér ánægju," skrifaði Wilson miðvikudaginn 28. apríl. "Þú hefur veitt svo mikla hamingju!"

„[Ef það] rignir í kvöld, væri þá eitthvað gaman ef þú kæmir og lestir?" Með „ríða" átti hann við eina af mörgum akstri sínum með Pierce-Arrow í Hvíta húsinu.

Hún afþakkaði tilboð hans blíðlega, þar sem hún hafði lofað að eyða kvöldinu með móður sinni í staðinn, en þakkaði honum samt fyrir persónulega athugasemdina og sagði honum hvernig það hjálpaði að „uppfylla hamingjubikar minn". Rithönd hennar stangaðist á við rithönd Wilsons; þar sem hann hallaði sér fram og hreyfðist í fullkomlega láréttum fallhlífum þvert yfir síðuna, hennar hallaði sér aftur á bak og sveigði á milli blokkprentunar og ritunar með tilviljunarkenndum krullum hér og þar; eins og skrifað á steinsteina! Að lokum þakkaði hún honum fyrir að hafa lokað minnisblaðinu og sagði: „Þinn einlægi og þakkláti vinur Woodrow Wilson". Það hafði sannarlega verið mjög gagnlegt!
Á miðvikudagskvöldið, eftir að hafa upplifað þunglyndislegan dimma stóran hluta dagsins, var slíkt loforð um vináttu sérstaklega kærkomið. „Slíkur faðmur eyðir skugganum frá deginum í dag," skrifaði hún og gerir 28. apríl að mikilvægri dagsetningu á dagatalinu sínu.

Wilson pantaði strax og sendi Edith bókina skömmu síðar, ásamt stuttri athugasemd þar sem hann sagði að það myndi færa mikla ánægju af því að deila hvaða hluta sem er af hugsunum eða trú Edith - það kom honum aftur í gott skap, en um leið gaf hann von um að þeir gætu hjálpað henni að glæða hana. daga með góðvild, samúð, skilningi og algerum skilningi - það væri sannarlega hamingja! Hann sendi blóm með því.

Hann fann huggun í Edith þar sem hún bauð honum tilgang og truflun á tímum umróts í hinum stóra heimi og bauð upp á tímabundna hvíld frá kvíða hans vegna stríðs, eftirmála þess og alþjóðlegs stöðugleika. Edith varð hans "himnaríki-athvarf". Ennfremur hjálpaði Edith honum að skýra hugsanir sínar varðandi réttarhöld á landsvísu: í kvöldferðum í Pierce-Arrow í Hvíta húsinu þeirra myndi hann ræða þær eins og hann gæti við Ellen (látin eiginkona hans). Edith benti á hvernig nærvera hennar hjálpaði honum að setja saman hugsanir sínar á skilvirkari hátt: hún vissi að „hann gæti treyst á varfærni mína svo yfirlýsingar hans náðu ekki lengra“. Edith skrifaði um hvernig „hann gæti treyst á mig“ til að koma hugmyndum sínum á framfæri án þess að fara lengra.

Edith var líka farin að líta öðruvísi á líf sitt síðan hún kynntist Wilson. Wilson hafði kynnt hana fyrir spennandi heimi fullum af karisma og sjarma sem gerði dagana hennar minna ánægjulega; þó menntun hennar hafi í besta falli verið flekklaus. Nathaniel Wilson, sem þráði eitthvað stærra í lífi sínu og heimsmálum en bara spjall, varaði hana einu sinni við því að einn daginn gæti hún haft áhrif á stórviðburði - kannski jafnvel auð eða vei heils lands - ef aðeins hún var nógu opin. "Til að búa þig undir það sem ég held að muni koma," ráðlagði hann henni: vinna, lestu nám hugsa!
Edith leit á akstur hennar með Wilson forseta sem lífgefandi. Þeir mynduðu samstundis samband þegar þeir skiptust á minningum um lífið eftir borgarastyrjöldina í suðri og skiptust á sögum um erfiðleika. Edith hafði aldrei rekist á einhvern jafn ljómandi en samt hlýlegan og umhyggjusaman og Wilson; fannst þetta allt óvænt og dásamlegt!

Edith áttaði sig ekki á því að Wilson hafði fengið áhuga á rómantík; Eins og Ike Hoover, boðberi Hvíta hússins, sagði, gæti Wilson verið talsvert tælandi þegar kom að því að finna ástarfélaga. Wilson reyndist vera duglegur að vinna mögulega samstarfsaðila með sjarma sínum þegar hugmynd hafði skotið rótum og fest rætur hann gat fljótt skipt um skoðun um hvor manneskja myndi vinna á milli tveggja valkosta.

Arthur Brooks, þjónn Bush forseta, orðaði það stuttlega: "Hann er búinn."

Wilson varð sífellt annars hugar af sjarma frú Galt en hafði einnig auknar áhyggjur af heimsviðburðum. Vesturvígstöðin var orðin að helvíti blóðsúthellinga og slátrunar. Hvor hlið fór fram og hörfaði síðan yfir einskis manns land sem var stráð með gaddavír, skeljaholum og líkum á landamærum þess. Laugardaginn 1. maí hófu þýskir hermenn árásir í því sem mun verða þekkt sem seinni orrustan við Ypres með því að nota eiturgas enn og aftur. Þennan dag tókst hins vegar sókn Þjóðverja að ýta Bretum aftur á bak næstum allt að bænum Ypres. Kanadíski læknirinn Reginald Cathcart myndi síðar skrifa merkasta ljóðið úr þessu stríði: "In Flanders Fields the Poppies Blow/ Between Crosses Row On Row..." Í lok mánaðarins hafði Bretland náð aftur tapað jörðu og komist á annað þúsund metra á kostnað sextán þúsund mannfall eða sextán menn á hvern garð sem aflað er; þeir misstu Vve þúsund manns á meðan Þjóðverjar urðu alls Vve þúsundir.

Einn hermaður í Messines í Belgíu lýsti gremju sinni með pattstöðuna í skotgröfinni: „Við erum áfram í okkar gömlu stöðum, pirrum Englendinga og Frakka, veðrið er ömurlegt;
Adolf Hitler var fótgönguliðsmaður með þýska og austurríska arfleifð sem stýrði einni af helstu fótgönguliðadeildum í fyrri heimsstyrjöldinni. „Við sjáum spennt eftir fresti, í von um að skömmu síðar geti allar vígstöðvar byrjað að halda áfram á ný; hlutirnir geta ekki haldið áfram á þennan hátt fyrir of Langt!" Höfundur var sjálfur Adolf Hitler.

Á sama tíma var alveg ný vígstöð að opnast í Evrópu. Churchill reyndi að rjúfa þetta öngþveiti með því að skipuleggja áður óþekkta flotasprengjuárás og landgöngur gegn Tyrklandi við Dardanelles. Ætlunin var að þvinga upp sundið, brjótast í gegn til Marmarahafs og tengja vopn við Rússland í Svartahafi; sýna síðan herlið sitt í Konstantínópel, til að þvinga Tyrkland til uppgjafar; fylgt eftir með sókn upp Dóná inn í Austurríki-Ungverjaland. Skipuleggjendur ímynduðu sér upphaflega að þeir gætu klárað ferðina til Svartahafs með aðeins skipum; en eins og oft er sagt: þegar maðurinn áformar þá hlær Guð. Það sem kom í kjölfarið voru týnd skip, þúsundir látinna manna og óhreyfanleg vígstöð myndaðist á Gallipoli-skaga.

Þegar Rússar sóttu fram gegn tyrkneskum hersveitum í Kákasus, kenndu Tyrkir tjóni sínu á armenska íbúa sem þeir grunuðu um að aðstoða Rússa og hófu slátrunarherferð gegn óbreyttum Armenum sem búa í Van-héraði í austurhluta Tyrklands. Wilson hunsaði tafarlaust ákall sem sent var beint frá leiðtogum kirkjunnar um hjálp; Wilson hafnaði beiðni þeirra.

Ameríka, sátt við hlutleysi, varð vitni að stríði úr fjarlægð og fannst þetta allt óskiljanlegt. Robert Lansing, aðstoðarutanríkisráðherra, reyndi að fanga þetta fyrirbæri í einkayfirlýsingu sinni: „Það er erfitt - kannski ómögulegt - fyrir okkur hér í Bandaríkjunum að meta þetta mikla Evrópustríð til fulls," skrifaði hann og benti á miklar hernaðaraðgerðir, bardaga. línur sem spanna hundruð kílómetra, þúsundir deyjandi manna fórust við víglínur langt á milli, milljónir sem bjuggu við neyð sem allt

land var eyðilagt yfir þessu víðfeðma landslagi úrgangs og eyðileggingar - þetta víðáttur olli þeim ráðaleysi. Yfir þessu landi fannst Bandaríkjamönnum vanmáttarkennd þegar hlutleysi gaf sig.
Eftir að hafa upplifað svo mikið ofbeldi af eigin raun á starfsárum sínum í Norður-Frakklandi og á stofnskipi, var hann orðinn ónæmir fyrir þessu öllu og hugsaði ekki lengur um smáatriðin.

Átök voru hins vegar að breiðast sífellt dýpra inn á bandarískt yfirráðasvæði. Þann 30. apríl, fimm vikum eftir að Falaba og Leon Thrasher sökk, bárust fyrst upplýsingar til Washington um aðra árás: Þrjár sprengjur sem þýskar flugvélar vörpuðu höfðu lent í einu bandarísku kaupskipi (Cushing) á leið í gegnum Norðursjó; engin slys urðu á fólki og skemmdir voru minniháttar; aðeins 24 tímum áður skrifaði Lansing í öðru minnisblaði í einkaeigu „hlutlaus í alþjóðlegu stríði verður alltaf að sýna umburðarlyndi, en samt hefur þessi þolinmæði og umburðarlyndi aldrei verið sett í svo alvarlega prófun áður.
Wilson sá mikla þýðingu í árás Þýskalands á Cushing, og skrifaði Bryan ráðherra 1. maí að „stefna þýska flotans felist í ósvífni og óaðskiljanlegri eyðileggingu skipa óháð þjóðerni. Hins vegar ákváðu Wilson og Bryan að hafa ekki alvarlegar áhyggjur sem svar: eins og greint var frá af The New York Times: „það var ekki trúað af embættismönnum að nein alvarleg vandamál myndu koma upp vegna sprenginga sem varpað var óvart án þess að ætla að ráðast á fjandsamleg skip; það er almennt viðurkennt að sprengjum hafi ekki verið beint að ætluðum skotmörkum." Þetta rausnarlega mat eins og á þeim tíma sem þeir Cushing var í eigu bandarísks skips sem eigendur höfðu skrifað nafn þess yfir skrokkinn með sex feta stöfum: það hefði verið slegið úr stefnu sinni úr þeirri fjarlægð ef ekki hefði verið ráðist á það innan frá. takmarkanir!

Á laugardaginn - daginn áður en Lusitania fór frá Englandi - hafði viðbótarfrétt ekki borist hvorki Times né Hvíta húsið: Þýskir U-bátar þyrluðu bandarísku olíuflutningaskipi að nafni GulXight nálægt Scilly-eyjum í Cornwall og ollu því að tveir menn fórust. áður en skipstjóri þess dó úr hjartabilun; varla heil, þó var verið að draga hana í átt að St Mary's Island, 45 mílur vestur frá Cornwall.
Washington vaknaði á fallegum vorlaugardegi þar sem búist er við að hiti fari upp á áttunda áratuginn og sendi menn í húsasmíði í leit að fyrstu strá-"lokunum" tímabilsins; krónur ættu að vera styttri í ár á meðan barmar stækkuðu; Gert var ráð fyrir að herramenn bæru sumarhanska úr silki til að halda höndum sínum köldum og ferskum; Þessi dagur myndi gefa Wilson von um að finna sanna ást til að binda enda á einmanaleika hans.

LUSITANIA ER UNNIÐ

Hún hafði upphaflega ætlað að leggja af stað klukkan 10:00, en nú hefur orðið óvænt seinkun.

Á stríðstímum hafði breska aðmíralið vald til að taka öll skip undir breskri lögsögu til herþjónustu. Þeir gerðu einmitt þetta á næstum síðustu stundu - að leggja hald á farþegaskipið Cameronia sem lagðist að bryggju í New York á leið milli Liverpool og Glasgow. Þegar skip hans bjó sig undir brottför fékk Reardon skipstjóri af Kameróníu skipunum sínum: Að flytja um fjörutíu farþega og eigur þeirra auk fimm kvenkyns áhafnarmeðlima til Lusitania. Miðað við fréttir morgunsins varðandi viðvörun Þjóðverja veit enginn nákvæmlega hvernig þessum farþegum leið; Einn frásögn gefur til kynna að þeir hafi verið ánægðir og trúðu því að Lusitania myndi flytja þá hraðar til Liverpool en minna og hægara systurskipið Cameronia.

Richard Preston Prichard nýtti sér þessa seinkun um borð í Lusitania til að taka upp eina af tveimur myndavélum sínum, koma upp á þilfar og taka ljósmyndir af bæði borgar- og hafnarmyndum með henni - hann valdi Kodak nr. 1, sem var nógu lítill samanbrotinn til að passa í úlpuvasann hans.

Prichard var 29 ára gamall, stóð fimm fet og tíu tommur. Móðir hans og bróðir kölluðu hann Preston til að forðast að segja fullt nafn hans upphátt; Lýsing þeirra innihélt dökkbrúnt hár með hátt enni, blá augu, áberandi einkenni, áberandi dæld í höku sem og djúp dæld. Þessar lýsingar endurspegluðu Prichard sjálfan sem einnig var með augljóst klof á milli kjálka; þessar tungumálalínur eru ekki upprunnar hjá þeim heldur í staðinn frá Prichard sjálfum sem undirstrikaði þessi einkenni sem það sem laðaði þá að honum eins og fólk myndi koma.
Höku hans var augljós eiginleiki sem skar sig úr, en dró samt á engan hátt frá annars aðlaðandi andlitsbyggingu sem skreytt var af fullum vörum, dökkum augabrúnum, fölri húð, ríkulegu dökku hári greitt upp í bylgjur frá enni hans og bláum augum sem eru svo áberandi hjá körlum með dökkt hár og brúnir - einn farþegi lýsti honum sem "stórkostlegu andliti með sérkennum sem allir áhorfendur geta ekki látið hjá líða að vera hrifnir af".

Prichard hafði nýlega skráð sig í McGill háskólann í Montreal í Kanada eftir að hafa reynt fyrir sér við ýmis störf eins og skógarhögg og búskap í Englandi eftir að faðir hans lést, til að senda peninga heim til móður sinnar í Englandi. Hann var á ferð í annars flokks klefa D-90 í innri klefa Lusitania-skipsins nálægt rakarastofu þess og deildi því með þremur ókunnugum; allir voru með efri rúm fyrir svefnpláss og báru þrjár ferðatöskur, sem kallast gripar, í fanginu. Bintaklemman hans var með gullhring sem var innbyggður með örsmáum rauðum og hvítum „hraunhausum" eða skrautlegum andlitum skornum út úr hraungrýti sem notaður er fyrir myndasögur og sækjur. Fyrir yfirferð sína kom hann með tvö jakkaföt - önnur í dökkbláu litarefni á meðan hin var frjálslegri græn jakkaföt.

Á þilfari hitti hann Thomas Sumner frá Atherton á Englandi sem bar líka myndavél. (Thomas Sumner hafði engin tengsl við Charles Sumner, yfirmann Cunard í New York.) Báðir ætluðu að mynda höfnina; bæði fannst það flott og grátt - "frekar dauflegt," að sögn Thomas - sem varð til þess að þeir ræddu hvaða lýsingarstillingar ættu að nota; þeir fóru fljótlega að tala um ljósmyndun!

Sumner laðaðist strax að Prichard og sá hann sem „svona annan náunga eins og ég". Báðir voru einir á ferð og rákust oft á hvorn annan á ferð sinni. Sumner kunni sérstaklega vel að meta hæfileika Prichard til að njóta lífsins en án þess að trufla þá sem voru í kringum hann: hann „virtist mjög notalegur og naut sín á mjög hljóðlátan hátt," skrifaði Sumner og bætti við „[hann] fór ekki fram á óþægilegan hátt eins og margir. af náungum skemmta sér." Annar farþegi annars flokks að nafni Henry Needham sagði um Prichard að hann skipulagði whist akstur (kvöldviðburður þar sem vinir hittust í hópum). Needham minntist Prichard sem „mikils uppáhalds meðal farþega; hann skipulagði whist akstur (kvöld þar sem fólk hittist til að spila whist), skipulagði þá svo allir hefðu eitthvað skemmtilegt áður en lagt var úr höfn;
Gestgjafar söfnuðust saman í pörum og spiluðu whist þar til eitt lið vann.

Prichard hafði gert áætlanir um að snúa aftur heim og var mjög spenntur, að sögn eins skálafélaga hans, Arthur Gadsden. Gadsden tók eftir því að Prichard hélt áfram að telja niður þar til hann kom.

Það tók tvær klukkustundir að flytja farþega frá Cameronia. Þó að síðar myndi þetta reynast merkilegt, í bili var það einfaldlega svekkjandi. Kapteinn Turner var stoltur af því að hafa meistaralega umsjón með komu og brottför Lusitania með nákvæmri útsetningu á víxlum til að mæta áætlun.

Turner virtist ekki vera brugðið við viðvörun Þjóðverja. Rétt áður en lagt var af stað, á meðan hann stóð með Alfred Vanderbilt og Charles Frohman á göngudekkinu að spjalla, kom einn af skipafréttamönnum (væntanlega ekki Jack Lawrence) og spurði Vanderbilt hvort hann teldi að það gæti verið jafn heppið í þetta skiptið og síðast þegar hann vildi ekki. að sigla á Titanic. Vanderbilt brosti en þagði; Engin frekari athugasemd var gerð af neinum viðstaddra.

Turner lagði hönd sína á öxl Vanderbilt og spurði, sem svar við blaðamanninum, hvort allt þetta fólk myndi bóka siglinga um borð í Lusitania ef þeir vissu að þýskur kafbátur gæti náð henni? Ég held ekki; að mínu mati er þetta einn fyndnasti brandari sem ég hef heyrt undanfarið - þetta tal um að níða hana!

Vanderbilt og Turner hlógu saman.

Turner skipstjóri var ábyrgur fyrir enn einni töfinni um borð í Cameronia; Mercedes Desmore, ein af frænkum hans sem kom um borð í stutta heimsókn, var næstum stranda þegar áhöfn fjarlægði landgang eftir að farþegar höfðu farið um borð í alla aukafarþega; til að bregðast við þessu ástandi skipaði hann því að setja það upp aftur svo hún gæti farið auðveldara um borð; fresta brottfarardegi þess enn frekar.

Einn farþegi, leikmyndahönnuðurinn Oliver Bernard, gerði athugasemd. Í síðari athugasemdum skrifaði hann um vanrækslu Captain Turner á New York Wharf: hann skrifaði um hann: "Captain Turner hunsaði skyldur sínar á New York Wharf".
Þegar Bernard gaf út þessa ákæru, skildi hann hvað fáir aðrir gerðu: að tímasetning á þessari tilteknu ferð skipti sköpum og jafnvel smávægilegar tafir gætu breytt stefnu hennar.

Menn sem stjórnuðu hreyfimyndavélinni fyrir utan Cunard flugstöðina hækkuðu hana þar til linsan hennar fókusaði niður á atriði á þilförum fyrir neðan, svipað og þegar farþegar fjölmenna á stjórnborða og veifa hvítum vasaklútum stærri en taubleyjur til að fagna America Lag. Einn maður heilsaði þeim á meðan önnur kona skammt frá studdi barnið sitt á þilfarsgrind.

Augnabliki síðar klífur ungur sjómaður upp stiga að bryggjubrúnni - upphækkuðum, þröngum palli sem spannar þilfarið nálægt skut skipsins - þar sem hann lyftir tveimur hvítum öskjum á stöngum sitt hvorum megin við skip sitt; fyrst á bakborða og síðan stjórnborða til að gefa merki um brottför þeirra á næstunni. Rétt eftir hádegi byrjar Lusitania að bakka hægt og rólega í burtu og gefur til kynna að myndavélin sjálf hafi hreyft sig með því að leyfa hægar, fljótandi hreyfingar. Myndavélin er kyrrstæð á meðan hæg, mjúk hreyfing hennar framkallar pönnu yfir alla lengd hennar!

Skipverji sem vinnur ofan á björgunarbát bindur saman reipi. Á stigi fyrsta farþegarýmis stígur glæsilegur ráðsmaður í fyrsta farþegarými út úr dyrunum sínum til að koma skilaboðum beint til karlkyns farþega, eins og Elbert Hubbard í Stetson og hnepptum yfirhöfn; Skuggi hans hulinn að hluta undir hnappaframhliðum á yfirhöfnum.
Nú fer skipsbrúin framhjá okkur á myndavélarhæð og Turner stendur á stjórnborða endavæng sínum við ramma 289. Þegar skipið rennur framhjá okkur opnar Turner skipstjóri brosið breitt áður en hann snýr sér að okkur og veifar hattinum stuttlega einu sinni áður en hann hallar sér að teinum sínum. og hallaði sér þægilega upp að því. Þegar skipið var komið inn í Hudson, ýttu tveir dráttarbátar varlega boga þess í átt til suðurs og niðurstreymis þar til skriðþunga þess náði tökum. Þegar það dró í burtu urðu Hoboken-bryggjur sýnilegar þrátt fyrir mikinn reyk og mistur í bakgrunni.

Þegar Turner var á leið niður ána, hélt Turner hægum hraða sínum til að gefa fraktskipum, kveikjara, togarum og ferjum af öllum stærðum tíma til að laga sig að stefnu sinni. Hudson hér var upptekinn; eitt sjókort frá 1909 sýnir strönd Manhattan svo þéttskipað bryggjum að það líkist píanólyklaborði; enn furðu grunnt vatn samþykkti næstum 36 feta djúpristu Lusitania auðveldlega og var einnig með einstakar merkingar sem sýndu að boga hans var aðeins fjórum tommum dýpri en skuturinn þegar hann lagði úr höfn.

Áin var fóðruð beggja vegna með bryggjum og skautum; á New Jersey ank (rétt þegar skip færðust niður ána), lágu bryggjur ýmissa járnbrauta eins og Erie, Pennsylvania og New Jersey Central. Vinstra megin við hann var fjöldi bryggja sem báru nöfn sem gáfu til kynna hversu vinsælar sjóferðir voru orðnar: Erie Pier; Pennsylvania Pier; New Jersey Central Pier.

South Pacific C Co. Colonial Line í Albany; Clyde Line; Savannah Line og Peoples Line í Savannah / People's Line (Old Dominion Line/Peoples Line; Old Dominion/People's Line/People's Line (People's Line); Ben Franklin/Fall River Line/Providence Line
Hér voru líka fjölmargar ferjur sem fluttu vörur og fólk á milli New Jersey og Manhattan - með flugstöðvum í Desbrosses, Chambers, Barclay, Cortland, Liberty Streets sem og ein sem lá til Liberty Island um Desbrosses Street á syðsta odda Manhattan - og New Jersey. Frelsisstyttan fór líka út frá syðsta punkti hennar.

Þegar Lusitania sigldi um höfnina í New York urðu merki um stríð augljós. Hún fór framhjá einu af fremstu línubátum Þýskalands - Vaterland - bundið við Hoboken bryggju; 60 prósent stærri í brúttótonnum en Lusitania en hafði einu sinni stöðu Blue Riband áður en hann hörfaði inn í New York höfn um leið og stríð hafði brotist út til að forðast að vera tekinn og notaður af breskum sjóher; í raun stundað nám þar síðan. Að minnsta kosti sautján önnur þýsk skip höfðu einnig festst hér.

Turner fann sig dregist dýpra og víðar einu sinni fyrir neðan Battery Park þar sem Hudson og East Rivers sameinuðust og mynduðu New York Bay og uppgötvaði kunnugleg kennileiti. Til hægri: Ellis Island og Miss Liberty á Bedloe's Island; vinstri: Governors Island með Castle Williams sem hringlaga virkisfangelsi og Red Hook í Brooklyn og brimvarnargarðinn í Erie Basin. Black Tom wharves, víðfeðm vopnageymslur sem á endanum yrði ráðist á og tekin í sundur sem hluti af sýnilegu skemmdarverki, sáust langt í fjarska. Turner hafði alltaf umferðaröryggi í huga og hélt hægum hraða, sérstaklega í Þrengslum þar sem sjóskip og flutningaskip þrengdu vatnið oft í þoku og bjöllur heyrðust oft hringja og kalla fram kirkjuklukkur á sunnudagsmorgni.

Purser og Stewards framkvæmdu reglulega skoðun sína til að greina laumufarþega um borð í Lusitania. Vegna þess að stríðstímar voru í gangi fóru þeir að þessu sinni af mikilli varúð; brátt höfðu þeir þrjá menn handtekna sem virtust aðeins tala þýsku; einn bar meira að segja myndavél.

StaW Captain Anderson tilkynnti Pierpoint, rannsóknarlögreglumanni Liverpool, um uppgötvunina, sem aftur leitaði eftir aðstoð StaW túlks. Því miður lærðist ekki mikið annað en að bera kennsl á þrjá þýska menn sem geymdu um borð í skipi; Seinni vangaveltur héldu því fram að markmið þeirra gætu hafa verið óheiðarlegri.
Þeir vonuðust til að finna og mynda sönnunargögn sem sanna að skipið hafi annaðhvort verið vopnað eða með smyglsmygl.

Þrír voru handteknir um borð og settir í bráðabirgðabryggju neðanjarðar þar til þeir komu til Liverpool þar sem þeir yrðu afhentir breskum yfirvöldum - fréttum af þessari handtöku var haldið frá samferðamönnum um borð í skipinu.

ALTA PIPER, dóttir miðilsins fræga, komst aldrei um borð og skilaði ekki miðanum sínum. Hún gat ekki hunsað raddir næturinnar en vildi ekki stíga fram og hætta við, fylgdi óákveðnu fordæmi fólks og eyddi brottfararmorgninum í að pakka og pakka niður töskunum sínum aftur og aftur þar til hún heyrði loks fjarlægt horn sem gaf til kynna brottför skipsins.

Í dögun á laugardegi um borð í U-20 var kaffi, brauð, marmelaði og kakó í boði, loftræstitækin gáfu eintóna suð og Schwieger í flugturni sínum sá að sjólag var almennt rólegt með rigningu eða þoku af og til; annað gufuskip birtist á undan en smáatriði þess voru svo hulin af þoku að Schwieger kaus að ráðast ekki á það; Skipverjar skiptust á að reykja á þilfari þrátt fyrir að það væri bannað um borð í U-20 sjálfum.

Klukkan 7:15 skipaði Schwieger U-20 að fara niður í 72 feta dýpi sem venjulega er 72 fet - nægilegt dýpi til að U-20 gæti farið undir skip jafnvel djúpri dýpt án erfiðleika. Þetta var skynsamleg aðferð þar sem U-bátar, þrátt fyrir orðspor þeirra styrkleika, voru enn viðkvæm skip sem sameinuðu fágun og frumstæðu í jöfnum mæli.

Menn voru notaðir sem kjölfesta. Til að jafna eða „klæða" bátinn sinn fljótt eða hraða köfun, skipaði Schwieger skipverjum að hlaupa annaðhvort á boga eða skut til að jafna eða „klæða" eða flýta köfun sinni. Þó að þetta kunni að virðast kómískt, voru þessar hreyfingar oft framkvæmdar þegar í hættu: U-bátar voru viðkvæmir fyrir breytingum á hleðslu að jafnvel þegar einum tundurskeyti var skotið kröfðu menn að færa staði hratt til að bæta upp skyndilegar þyngdarbreytingar af völdum sjósetningar hans krefjast vakta manna sem kjölfestu til að bæta upp.

Bátar urðu oft fyrir slysum. Fullt af flóknum vélrænum kerfum til að stýra, kafa, hækka og stilla þrýsting, auk tundurskeyta, handsprengjur og stórskotaliðsskeljar, fleygðar á milli alls þessa óreiðu, voru fylkin sem fundust meðfram botnskrokk hvers skips.
Við þessar aðstæður gætu rafhlöður fylltar með brennisteinssýru framleitt banvænt klórgas þegar þær verða fyrir sjó og hvers kyns mistök gætu haft skelfilegar afleiðingar. Jafnvel lítil mistök höfðu mátt til að valda usla - leiddu oft til hörmulegra afleiðinga.

Báturinn sökk við skut. Skipstjórinn skipaði öllum 29 meðlimum áhafnar sinnar - ásamt sjálfum sér og tveimur öðrum mönnum í flugturninum - inn í boginn þegar vatn fyllti skipið hægt og rólega á eftir þeim og þvingaði loftþrýstingsstigið upp á sársaukafullan hátt - allt þetta gerðist í algjöru myrkri.

Rafhlöðurnar byrjuðu að framleiða klórgas sem byrjaði að gjósa í grænleita þoku. Eitthvað gas fór inn í bogahólfið en var haldið í loftið með lofthreinsikerfi áður en það náði banvænum styrk; að lokum minnkaði loftframboð verulega.

Skipstjórnarmenn á landi fengu ekki upplýsingar um kreppuna fyrr en tveir tímar voru liðnir; þegar þeir fréttu af því sendu þeir tvo hafnarkrana og Vulcan björgunarskipið til björgunar. Björgunarmenn gerðu áætlun um að lyfta boganum þannig að menn sem voru fastir fyrir neðan gætu sloppið í gegnum áfram tundurskeyti.

Kafarar unnu í ellefu klukkustundir við að koma öllum nauðsynlegum strengjum í kringum stóginn áður en kranar hófu að lyfta skipinu og gera boga þess sýnilegan.

Kaplar slitnuðu og báturinn fór aftur á bak í sjóinn. Kafarar reyndu björgunaraðgerðir enn og aftur - að þessu sinni tók það fjórtán klukkustundir í viðbót þar sem 24 skipverjar höfðu setið fastir í meira en 27 klukkustundir í næstum loftlausu myrkri við boga hans. Loks tókst þessi tilraun; menn komu út í gegnum slöngur örmagna en á lífi.

Fimm klukkustundir liðu þar til Vulcan tókst að koma öllum þremur mönnum um borð í skipið aftur upp, þar á meðal þá sem enn voru í flugturni sínum. Þegar björgunarmenn opnuðu lúguna komust þeir að því að innra borð var orðið vatnsmikið.
Þrír menn höfðu farist inni. Klórgas hafði seytlað inn í turninn í gegnum talrör sem eru hönnuð til að gera rekstraraðilum kleift að eiga samskipti við stjórnklefann fyrir neðan og fylla hverja tommu.

Rannsókn leiddi í kjölfarið í ljós að loftræstiventlavísirinn hefði verið rangt settur upp; það hafði gefið til kynna að lokinn væri lokaður þegar hann var í raun opinn.

Hins vegar var þessi niðurstaða enn ákjósanlegri en þjálfunar-U-bátur sem hvolfdi með öllum um borð og ekki var hægt að hækka hann í fjóra mánuði. Kafarar sem tóku þátt í snemma björgunarstarfi heyrðu snertingu innan frá. Þegar upp var staðið varð orsök þess ljós; það hafði lent í námu. Sjómaður sem var viðstaddur þegar lúgan var opnuð með valdi fann ljósar vísbendingar um dauðann eins og kafbátamenn óttuðust hann hvað mest: rispaðir stálveggir, rifnar naglar af líkum að innan, blóðblettir á fötum og veggjum báru allt of hræðilegt vitni."

ÞÓKAN VAR þykk þar til um klukkan ellefu á laugardagsmorgun þegar Schwieger ákvað að skyggni væri nógu gott til að leyfa honum að komast á yfirborðið undir dísilorku og halda áfram leit. Það var alltaf nauðsynlegt að endurhlaða rafhlöður til að vera tilbúinn ef ske kynni að tortímandi birtist skyndilega eða tilvalið skotmark yrði að veruleika óvænt.

Schwieger skipaði þráðlausa manni sínum að reyna að hafa samband við Ancona aftur í stöð U-20 í Þýskalandi strax þegar hann kom upp; það var engin viðbrögð, þó skýrsla hans benti til sterkt merki í 500 metra fjarlægð; til að opinbera ekki nærveru sína fyrir öðrum. Schwieger sagði honum að hætta að gefa merki.

U-20 hélt áfram norður, undan austurströnd Englands. Stefna Schwieger myndi taka hann yfir Skotland áður en hann ferðaðist niður vesturströnd Skotlands áður en hann sigldi í átt að Írlandi áður en hann beygði til vinstri til að komast inn í Keltneska og Írska hafið milli Írlands og Englands á leið í átt að Liverpoolflóa.
Þessi leið gæti hafa tekið lengri tíma en var mun öruggari.

Schwieger sigldi um fjögurra feta uppblástur gegn vindi úr norðaustri og horfði á önnur skip á meðan hann reyndi að staðsetja reykstróka gufuskipa sem nýlega höfðu komið upp úr þeim. Því miður, vegna svo skýjaðs og dapurlegra aðstæðna, var erfitt fyrir útlitsstöðvar Schwieger að koma auga á gufuskip með gufuútblástursstökkum.

Skyggni var slæmt allan daginn og versnaði aftur síðdegis þar til Schwieger fann sig fastur í þoku. U-20 hafði náð marksvæði sínu - Edinborgar sjóleiðir sem liggja inn í Firth of Forth - á þessum tíma; sólríkari aðstæður hefðu gefið meiri möguleika til að finna skotmörk á þessu hafsvæði; en við þokuaðstæður voru árásir ómögulegar og árekstursshætta jókst mjög; klukkan fjögur skipaði Schwieger að U-20 færi í kaf og færi aftur í eðlilegt siglingadýpt.

Þann 9. apríl 1945, þegar myrkur féll á og stjörnur breiddust úr sjóndeildarhring til sjóndeildarhrings, kom U-20 upp á yfirborðið og Schwieger lagði stefnuna á Fair Isle, á Hjaltlandseyjum, á ímyndaðri línu sem skildi Norðursjó frá Norður-Atlantshafi.

Schwieger fann sig einn tvo daga í ferð sinni og ekki lengur fær um að eiga samskipti við yfirmenn sína.

LÚSÍTANÍA - STENDUR

Einu sinni ÚTI NEW YORK HÖFNIN fór LUSITANIA að hraða; þó skipaði Turner skipstjóri ekki enn hámarkshraða um leið og skipið fór frá bandarísku yfirráðasvæði; bráðum þyrfti ekki að eyða dýrmætum kolum til að knýja hámarkshraðann þegar stuttu síðar þyrfti að stöðvast skyndilega.

Eftir því sem skipið sigldi lengra inn í opna Atlantshafið og myndaði sinn eigin vinda urðu þilfar þess áberandi svalari. Þó nokkrir farþegar þvældu enn við handrið til að horfa á þegar landið hopaði smám saman á eftir þeim, fóru flestir inn í gistirými þeirra til að pakka niður og koma sér fyrir. Eldri börn ráfuðu frjálslega um þilfar og eignuðust vini á meðan þau voru að prófa ýmis konar afþreyingu (shuKeboard á efsta þilfari!). Yngri í fyrsta og öðrum flokki hittu flugfreyjur sínar til að fá aðstoð meðan á ferð þeirra stóð og nam þá á meðan foreldrar þeirra borðuðu í viðkomandi matsal.

Theodate Pope, arkitekt og andafræðingur, og félagi hennar Edwin Friend fóru í fyrsta flokks lestrar- og skrifstofu skipsins; hluti sem var frátekinn eingöngu fyrir konur á meðan hann þjónaði einnig sem bókasafn; menn höfðu líka aðgang að þessu herbergi. Herbergið spannaði þvert á þilfari um borð í skipi og innihélt skrifborð og stóla eftir endilöngu, þaktir fölgráum silkiveggjum þaktir mjúkum rjómalitum á meðan bleik silkigardínur þekktar sem Rose du Barry dúkuðu gluggana við gluggana; Teppi þess var þakið fölum silkiveggjum þaktir mjúkum gráum tónum á meðan silkigardínur með rose du Barry blómamynstri voru fóðraðar í veggjum þess héngu úr gluggum þess. Teppi þakið gólfteppi skipsins á gólfi afturdekks; þetta stóra herbergi innihélt skrifborð og stóla allt í kringum A Deck til að rúma konur eingöngu; en hluti var eingöngu frátekinn eingöngu fyrir konur eingöngu í takmörkum þess og þjónaði sem bæði bókasöfn þar sem bæði kynin höfðu jafnan aðgang - þó eingöngu konur.
Karlar höfðu einkarétt á sama stóru hólfi lengra aftarlega á þilfari sem kallast Reykingarherbergið, klætt hnotu.

Theodate náði í eintak af dagblaðinu Sun í New York og byrjaði að lesa.

Blaðið vakti sérstaka athygli á heimsókn William Jennings Bryan til New York í fyrradag. Hann tók sér tíma frá alþjóðlegum áhyggjum og talaði á fundi í Carnegie Hall til stuðnings frumkvæði undir forystu Billy Sunday og samræmd af séra Dr. Charles Colson til að sannfæra fólk um að hætta að neyta áfengis, með því að skrifa undir „bindindisloforð. " Ritari Bryan hafði dregið til sín 16.000 mannfjölda fyrir fyrri fyrirlestur um þetta efni í Fíladelfíu; Skipuleggjendur í New York bjuggust við einhverju svipuðu í salnum sínum, en þó mættu aðeins um 2.500 - og skildu um þriðjungur hans eftir tóman. Bryan var svartklæddur; klæddur alpakkanum sínum, svörtu bandi, svörtum jakkafötum og bandi á sama tíma. Í lok ávarps síns lyfti hann glasi fyllt af ísvatni til að kveðja áheyrendur sína. Booker T Washington, sem nýlega varð 49 ára, steig einnig fram og skrifaði undir eitt af loforðsspjöldum Billy Sunday áður en hann lauk ummælum sínum.

Fjölmiðlar í Washington greindu frá óánægju Wilsons forseta yfir áframhaldandi árásum gagnrýnenda fyrir að sýna kvikmynd D. W. GriUth, The Clansman, í Hvíta húsinu. Wilson hafði verið viðstaddur sýningu þann 18. febrúar með dætrum sínum og meðlimum stjórnarráðsins viðstadda. Byggt á skáldsögu Thomas Dixon, The Clansman: An Historical Romance of the Ku Klux Klan, sýndi þessi mynd meint illsku við endurreisn en málaði Klan sem hetjulega frelsara nýkúgaðra hvítra suðurríkjamanna. GriUth hafði svo miklar áhyggjur af því að móðgaðir áhorfendur sjá myndina sína að hún breytti titli hennar úr The Birth of a Nation í eitthvað hentugra - þó að gagnrýnendur hennar, þar á meðal NAACP-mótmælendur fyrir utan kvikmyndahús, hafi hafnað innihaldi hennar. Föstudaginn 30. apríl gaf Joseph Tumulty út yfirlýsingu þar sem hann neitaði allri vitneskju Wilson forseta um það fyrir kynningu þess: „[Hann var] ómeðvitaður um eðli þess fyrr en eftir að það hafði verið kynnt". Wilson hafði samþykkt sýninguna sem kurteisi til gamalla kunningja, að sögn Tumulty.

Og auðvitað voru það nýjustu stríðsfréttir: Þýskar hersveitir réðust inn á vígstöðvar Rússa við Eystrasaltið; Kampavín og Meuse bardagar höfðu ekki skilað neinum ávinningi fyrir hvoruga hliðina, þýskir hermenn styrktu stöðu sína við Ypres Salient á meðan Tyrkir endurnýjuðu árásir á armenska borgara í Van-héraði á meðan bandamenn í vestri héldu því fram að þeir hefðu vísað tyrkneskum hersveitum á Gallipoli-skaga; síðar myndi þessi krafa hins vegar reynast ónákvæm; einnig var stuttlega minnst á loftárásir á bandaríska skipið Cushing.

THEODATE var reiður vegna stríðs. Hún sá að Þýskaland væri eitt ábyrgt og hafnaði öllum tilraunum Þjóðverja til að færa ábyrgð yfir á Bretland. „Hversu gátu þeir annars búist við þegar þeir hafa móðgað England í mörg ár og hún stendur einfaldlega og heiðarlega á samkomulagi sínu við Triple Alliance? harmaði hún. Theodate skrifaði um íhlutun Englands til að verja hlutleysi Belgíu. Hún þráði yfirgnæfandi sigur bandamanna sem myndi skila Þýskalandi „fyrir utan viðurkenningu". En hún vildi ekki að Bandaríkin tækju þátt. Í október á undan hafði hún fengið orð frá andamiðli sem sagði að þeir hefðu fengið brýn skilaboð að utan: „Bandaríkin ættu undir engum kringumstæðum að taka þátt í stríðsátökum í Evrópu. Þessar fréttir höfðu verið sendar Wilson forseta.

Það sem vakti mesta athygli Theodate í laugardagssólinni var atriði efst á blaðsíðu 1 um viðvörun þýska sendiráðsins, eitthvað sem hún hafði ekki rekist á fyrr en nú. Eina fyrri viðvörun hennar hafði komið í gegnum Cunard's Information for Passengers bækling þar sem samferðamenn hennar á fyrsta flokks farþegum voru nefndir ásamt þessari athugasemd: "Farþegar ættu að taka eftir því að tilkynnt hefur verið um að atvinnuspilarar fari oft yfir Atlantshafsgufuskipin og að gera viðeigandi varúðarráðstafanir í samræmi við það."
The Sun sýnir tilkynningu Þýskalands í hagstæðu ljósi undir fyrirsögninni „Þýskaland tekur skref til að koma í veg fyrir ferðir erlendis,“ og gefur upplýsingar um viðvörunarherferð þeirra til að hindra ferðalög Bandaríkjanna til Evrópu í sumar.

Theodate sagði Friend frá því og sagði: "Það þýðir auðvitað að þeir ætla að handtaka okkur." Henni fannst hún örugg með að vita að þegar þeir komust að bresku hafsvæði myndu þeir fá fylgd - sem veitti henni smá huggun.

NELLIE HUSTON, sem var að ferðast til baka frá ári í Chicago með frænku sinni og frænda, byrjaði að skrifa bréf stílað til Ruth sem hún ætlaði að halda áfram alla ferð þeirra til baka. Það innihélt margar áhugaverðar upplýsingar og spjallaða athuganir: hún tók eftir því hversu fjölmennur annar farþegi var orðinn vegna fleiri farþega frá Kameróníu - svo mjög að morgunverðarþjónustunni hafði verið skipt í tvær lotur - þar sem hún kvartaði að henni hefði verið úthlutað fyrsta sæti, klukkan 7. :30 að morgni á hverjum morgni sem myndi neyða hana snemma á hverjum morgni!

Klukkan 7:00 tók hún eftir því hversu óvænt kalt það hefði verið og þakkaði fyrir að hafa tekið með sér þunga úlpu.

Margir vinir hennar og fjölskylda vissu að hún myndi sigla þennan dag á Lusitania, svo margir sendu bréf og gjafir - frá Prue, silkislæðu Ruth frænku, par af silkisokkum frá Prue, kort frá Nellie Casson, Will Hobson, Tom, Edith Klaas sem og óvænt frá Lu sem ég ætla að svara! „MÍN!,“ skrifaði hún spennt. "Það sem ég fékk í dag skemmti mér mjög... pósturinn sem ég fékk í dag frá skemmtilegum ráðsmanni sem sagði að það gæti hafa verið afmælið mitt." Vinir og ættingjar sendu líka gjafir - margar gjafir höfðu borist frá vinum og ættingjum! Vinir höfðu líka sent bréf. "MÍT! það sem ég fékk í dag...frá vinum og ættingjum: kort frá Nellie Casson Will Hobson Tom Edith

Klaas með blómum send frá Lu líka. Þakka ykkur öllum! Ég vona að svara Lu fljótlega."

Sumir höfðu áhyggjur af ferð hennar. "Mér brá að heyra að Will og Bee grétu; mér datt ekki í hug að það myndi valda þeim vanlíðan. Þó hún hafi forðast að gráta sjálf, skrifaði hún í einu bréfi "Mér hefur oft fundist ég gera það síðan ég fór." .

Þegar hann var kominn á alþjóðlegt hafsvæði gerði Turner strax ráðstafanir til að hægja á skipi sínu. Með því minnkaði hann eldsneytisnotkun verulega og forðaðist óþarfa árekstra milli skipa.

Úr fjarlægð birtust þrjú stór skip úr þokunni. Þetta voru bresk herskip -- staðsett þar til að koma í veg fyrir að þýsk línuskip eins og Vaterland leggist að bryggju í New York höfn. Turner skipaði „allt aftur á bak" til að koma Lusitania á tafarlaust.

Tvö þessara skipa voru skemmtisiglingar: HMS Bristol og Essex; en sú þriðja, Caronia (Cunard línuskip sem breytt var til hernaðarnota og þungvopnuð), var einu sinni skipstjóri af Turner sjálfum. Hvert herskip lagðist frá stjórnborða Lusitania á meðan Caronia lagðist af bakborðshlið í u.þ.b. 600 feta fjarlægð frá hvort öðru; allir þrír slepptu litlum bátum í sjóinn til að róa í áttina að henni; James Bisset skipstjóri á Caronia man eftir þessum litlu bátum sem fluttu póst á leiðinni til Englands í gegnum „þyrlandi þokuslæður". Bisset skrifaði um aðgerðir þessara þriggja herskipa: "það var varla gola yfir yfirborði hafsins; létt þoka lá um þau eins og líkklæði."

Bisset þekkti Turner skipstjóra og StaW skipstjóra Anderson frá þjónustu þeirra um borð í eldri farþegaskipi sem hét Umbria árum áður sem yngri þriðji liðsforingi og annar vélstjóri.

Turner og Anderson stóðu á bakborðsvæng brúarinnar og veifuðu til samstarfsmanna sinna um borð í brúnni Caronia, sem allir virtust þekkjast frá áralangri þjónustu undir, við hlið eða yfir hvort öðru. Eftir að Turner og Anderson fóru aftur inn í brúna, birtist Percy He Ord, annar liðsforingi á Lusitania, annar liðsforingi Percy He Ord úr beygju - "hann var sérstakur vinur minn," rifjaði Bisset upp - eftir að hafa þjónað saman um borð í fornri trampgufu fyrir bæði gekk til liðs við Cunard áður en hann tók þetta mikilvæga skref um borð í Lusitania - "nú var hann þarna!" Bisset skrifaði.

Tveir menn notuðu handlegginn til að kveðja og kveðja.

"Skál!" "Bestu óskir!" og "Örugg ferðalög!" eru óskir okkar um farsæla ferð!
Eftir að bátarnir voru komnir aftur til skipa sinna gaf Turner skipstjóri út skipun um hámarkshraða: Fullur framundan. Þegar hann gaf þessa skipun, lyftu risastórar skrúfur Lusitania vatnsfalli aftan á honum áður en hann hóf hreyfingu sína áfram og Turner skipstjóri þrumaði þokuhorninu sínu þrisvar til að kveðja sjómanninn.

Venjulegar framkvæmdir við þverun kröfðust þess að allir ofnar og katlar um borð í Lusitania væru að fullu starfhæfa og allar fjórar trekturnar ropuðu reyk; en stríð hafði valdið svo verulegri fækkun ferðalaga að Cunard neyddist til að finna leiðir til að draga úr kostnaði hvar sem það gat. Turner fékk skipanir í nóvember um að reka þrjá af fjórum kyndiklefum í stað allra, til að spara 1.600 tonn af kolum í hverri ferð en á sama tíma minnka hámarkshraða úr 25 hnútum í 21 - kaldhæðnislegt miðað við upphaflegt umboð þess - þó að þetta hafi einnig aukist vegalengd daglega. um 100 sjómílur - bæta við öðrum degi á allar yfirferðir yfir Atlantshafið.

Eitt herskipanna tók það sem talið er vera síðasta myndin sem tekin hefur verið af Lusitania, sem sýnir hana rjúka inn í þokukennd Atlantshaf með þremur trektum sem spúa reyk og aðeins þrjár trektar virka eins og búist var við. Cunard tilkynnti ekki opinberlega um þessa breytingu og fáir farþegar vissu af henni á þeim tímapunkti.

"BLINDA AUGNABLIKIÐ"

Fyrir klukkan 8:25 á sunnudagsmorgun sást Fair Isle þrjár sjómílur framundan og til stjórnborðs, en samt gat Schwieger ekki enn greint hvað hann bjóst við að sjá sem stærstu eyjuna og hæstu hæðina meðal eyjaklasa Orkneyjar: meginlandið eða Orkneyjar eyjaklasinn í Norður-Skotlandi eða bakborðshlið hans. : það myndi að lokum birtast núna!

Þennan þriðja dag var aukin spenna um borð í U-20 þegar þeir bjuggu sig til að yfirgefa "Bright Hans" og fara inn á mikið eftirlitssvæði Norður-Atlantshafsins nálægt Scapa Flow stöðinni í Skotlandi. Schwieger hefði átt að koma sér ekki á óvart þegar skömmu eftir að hann skráði staðsetningu sína tók hann eftir tveimur tundurspillum sem hreyfðust af ásettu ráði í fjarlægð sem benti til þess að þeir væru á vakt.

Hann skipaði hraða dýfu, steig niður tröppurnar í conning turninum og lokaði lúgunni á eftir sér.

Köfun var ekki einfalt eða áreynslulaust ferli fyrir U-báta; frekar tók það tíma og lét þá opna fyrir árás. Kafbátur af U-20 flokki gæti farið hratt niður á nógu djúpt dýpi til að fara undir skip á allt að sjötíu sekúndum með þjálfaða áhöfn; í neyðartilvikum kann þessi tímarammi að virðast miklu lengri; sumir eldri bátar þurftu tvær og hálfa mínútur upp í fimm. Þessar eldri skip voru kallaðar sjálfsmorðsbátar af áhöfnum sínum. Við köfun voru U-bátar viðkvæmastir, háð því að þeir yrðu fyrir höggi af herskipum eða gunXre af langdrægum fjarlægðum. Ein skel gæti sent höggbylgjur í gegn til að ná dýpi þar sem skip myndu fara undir varnir hennar - jafnvel eitt skel sem högg gat komist í gegn.
U-bátar myndu ekki lengur hafa eina leiðina til að kafa í kaf og þar með að engu aðalkosti þeirra og undankomuleiðir.

Vatnsflugvélar U-20 (lárétt stýri) höfðu nú verið stillt fyrir hámarks köfun, bogaflugvélar niður og skutflugvélar upp. Til að fara í kaf fylltu kafbátar ekki einfaldlega köfunartankana sína af vatni og vaski; frekar treystu þeir á nákvæmar stjórnunaraðferðir sem hjálpuðu til við að kafa þeim hratt og örugglega. Þegar báturinn hélt áfram undir afli flæddi vatn yfir flugvélar hans eins og loft sem fór yfir vængi og apa flugvélar og rak skipið undir yfirborðið. Til að ná ákveðnu dýptarstigi væri sjó aðeins bætt í geyma til að mæta þeirri sérstöku þörf. Til að finna þennan punkt þurfti kunnáttu, þar sem staðsetning hans var breytileg frá degi til dags og augnabliks til augnabliks eftir því sem sjólag breyttist og þyngd bátsins minnkaði jafnt og þétt. Eitt tundurskeyti gæti gert U-bát skyndilega léttari um þrjú þúsund pund; matarneysla stuðlaði einnig að því að bátsþyngd minnkaði verulega þar sem fleiri og fleiri kassar fullir af geymdum birgðum fóru fyrir borð; ferskvatnsbirgðir minnka jafnt og þétt í stríðinu.

Uppdrif sjávar var breytilegt með hita- og seltubreytingum; bátar höfðu tilhneigingu til að síga auðveldara í Eystrasalti en í Norðursjó sem var meira saltað; kafbátar sem fara framhjá ármynni geta lent í því að þeir sökkva óvænt vegna ferskvatnsstreymis; breytingar á núverandi hraða eða dýpi breyttu einnig floti, sem gæti valdið eyðileggingu fyrir hvers kyns misreiknivél; óvænt sprettiglugga gæti átt sér stað í sjónmáli frá óvinakafbáti og orðið að slysi sem bíður þess að gerast!

Slæmt veður flækti málin enn frekar; háar öldur gætu hindrað vatnsflugvélar í að plægja djúpt í hafsbotninn. Paul Koenig herforingi man vel eftir einum ógnvekjandi morgni þegar hann, eftir að hafa lent í óveðri, tók eftir reyk sem lagðist frá nálægri eyðileggingu og skipaði neyðarköfun til að forðast að skolast aftur út á sjó með öldum. Til að bregðast við, opnuðu menn í stjórnklefanum fyrir neðan loftop beggja vegna bogageymisins hans til að auka flotminnkun; engu að síður hélt báturinn hans sig á yfirborði á meðan Koenig horfði í gegnum einn af litlu gluggunum sínum í flugturninum sínum með vaxandi kvíða þegar hver ný bylgja lyfti honum aftur af!
Koenig hallaði vatnsflugvélum sínum í hámarkshorn og skipaði fullum hraða áfram í von um að hröðunin myndi auka akstur þeirra niður. Því miður hélt báturinn hans þó áfram að halda sig á yfirborðinu og hækkaði og féll með hverri öldu.

Loks grófu flugvélarnar sig inn og báturinn byrjaði niður; en skyndilega kom upp nýtt vandamál: Koenig fann sig þurfa að grípa þétt um sjónhimnu augnglerið sitt til að koma í veg fyrir að hann detti fyrir borð þegar báturinn steyptist af slíkum krafti að „magnmælir“ hans, sem mældi dýpt, skráði ógnvekjandi hraða brottfalls. áður en loks höggið átti sér stað og allir menn í bátnum, ásamt lausum hlutum, voru knúnir áfram út í geiminn.

Þögn fyllti stjórnklefann þegar andlit þrýstimælisins varpaði rauðleitu ljósi sínu í gegn. Lögreglumaður truflaði þessa þögn með „Jæja, við virðumst vera komin,“ rauf spennuna.

Koenig skrifaði að þegar báturinn stóð í 36 gráðu horni og byrjaði að rugga fram og til baka, með skut sem sveiflaðist upp og niður, á meðan vélarnar héldu áfram að keyra „glaðandi með millibili á þann hátt að allan líkamann öskraði frá stöng til skuts," var yfirvélstjórinn fyrstur til að viðurkenna hvað var að gerast og fyrirskipaði tafarlaust að stöðva rekstur vélarinnar.

Koenig skildi að kafbáturinn hans var á kafi að boga hans á um það bil 31 metra dýpi - um 100 fet - samkvæmt sjókortum hans, og boga hans var festur á hafsbotninum, 31 metra niður, um það bil. Þegar öldurnar börðust gegn henni, skaust skuturinn af og til upp fyrir yfirborðið á meðan skrúfur snerust út í loftið og mynduðu heyranlegan froðuhver sem var sýnilegur langa leið eða. Koenig bjóst við því, að hverja stund sem nú er, myndi ein af skeljum tortímandans rekast í gegn og eyðileggja skipið hans eða; á hvaða augnabliki sem það myndi hrynja í gegn án viðvörunar eða nokkurra möguleika fyrir varnir til að stjórna og komast undan

Nú þegar vandamálið var undir stjórn, skipaði Koenig áhöfn sinni að fylla báða köfunartankana skut og blása vatni úr stönginni, rétta kafbátinn smám saman á meðan hann var áfram á kafi - þar til Koenig skipaði fullum hraða á undan og í burtu!

Tímasetning var afar mikilvæg við köfun. Þegar U-20 byrjaði að fara niður, skiptu verkfræðingar þess strax úr dísilvélum yfir í rafmagnsvélar áður en allar loftop og öryggisbúnaður var tekinn um borð.
Eftir að hafa lokað og innsiglað útblástursportum sem leiða að ytra skrokki skipsins, skipaði Schwieger að lúgur yrðu lokaðar, útblástursportar lokaðar af og útblástursportum lokað áður en haldið var áfram að hleypa vatni inn í köfunartanka - þetta fól í sér að loft þvingaði út um lokar efst meðan sjór kom inn um lokur fyrir neðan; Sogvélar hjálpuðu til við að draga það hraðar inn. Til að flýta þessu ferli enn frekar sendi hann menn inn í boginn á skipi sínu.

Schwieger myndi skipa lofti til að dæla aftur inn í skriðdreka U-20, rétt þegar hún nálgaðist siglingadýpi þess til að stöðva hnignun þess, og lét áhafnarmeðlimi vita með reiðu urri frá dælunum sínum þegar þessum tímapunkti var náð.

Stýrimenn í stjórnklefa héldu dýptinni með því að stilla vatnsflugvélar. Til að ná periscope dýpt notuðu þeir aðeins flugvélar í stað þess að fylla köfunargeyma af lofti; þetta leyfði meiri nákvæmni og minnkaði líkurnar á að báturinn komist óvænt upp á yfirborðið. U-bátur þurfti alltaf að vera á hreyfingu meðan hann var í kafi; eina undantekningin er grunnt vatn þar sem það gæti setið á botni, svo sem í Norður-Atlantshafi þar sem þrýstingur myndi troða skrokki þess ef hann situr kyrr; Stöðug hreyfing fram á við olli vandamálum og þegar sjónaukinn var uppi framkallaði hann vök sem hægt var að sjá í kílómetra fjarlægð; bæði mál myndu krefjast lagfæringar og eftirlits allra hlutaðeigandi.

Þegar U-20 fór niður stöðvaðist öll starfsemi í nokkur augnablik - nema þau sem sköpuðu ekki hávaða. Eins og venjulega hlustaði áhöfnin eftir leka og fylgdist með loftþrýstingi inni.

Áhöfnum fannst það spennandi þegar báturinn þeirra fór á kaf og hreyfðist í gegnum sjóinn á spennandi, einstakan hátt, malaði ekki í gegnum öldurnar eins og yfirborðsskip heldur rann áreynslulaust eins og flugvél á flugi.

Hins vegar fannst Schwieger vera eitthvað blindur fugl; Gluggar í töfraturninum hennar gáfu aðeins útsýni yfir það sem var nálægt og voru venjulega huldir stálhlurum sem skyggðu hana algjörlega. Að ferðast þessa leið krafðist gífurlegs trausts; án sónartækni til ráðstöfunar treysti hún alfarið á nákvæm sjókort í siglingaskyni.
U-bátasjómenn voru hræddir um að ósökkanlegt eyðilegt eða óþekkt berg gæti legið í vegi þeirra og komið í veg fyrir framfarir þeirra.

Stuttu eftir 12:40 á sunnudagseftirmiðdegi gaf Schwieger skipanir um uppgöngu. Nú kom „blinda augnablikið,“ eins og herforingjarnir vísuðu til þess - þetta óhugnanlega langa bil rétt áður en sjónaukinn braut yfirborðið. Allir hlustuðu gaumgæfilega eftir skipshljóðum sem fóru í gegnum skrokk þeirra - eins og vatnshlaup framhjá stöngum og skrúfuþrungnum - sem aðeins var hægt að greina með því að hlusta í gegnum periscope; engin önnur leið var til að vita hvað lægi fyrir ofan. Um leið og Schwieger starði í gegnum augnglerið sitt varð vatnið bjartara og skýrara, að sögn eins yfirmanns: þessar sekúndur hljóta að hafa verið einhver taugaspennandi augnablik sem maðurinn hefur upplifað.“

Mesti ótti Schwieger og félaga hans var að einn af U-bátum þeirra myndi koma upp í návígi við eða jafnvel beint á vegi óvinaeyðslumanns og stofna öllum varnarmönnum á báðum skipum í hættu. Á einum tímapunkti kom einn slíkur U-bátur svo nálægt yfirborðinu að svartur skrokkur hans hindraði linsuna - svo mjög að í fyrstu taldi yfirmaður hans að hann væri ógnvekjandi dimmt óveðursský!

Um leið og sjónauki Schwieger hafði hreinsað yfirborðið, gerði hann 360 gráðu skönnun af umhverfi sínu og sá ekkert sem var áhyggjuefni; hér var þar sem U-bátar höfðu forskot á yfirborðsskip: Schwieger gat komið auga á reyk úr gufuskipatrekt langt í burtu á meðan útkjör um borð í þessum skipum þurfti að vera nær til að þeir gætu komið auga á hann.

Schwieger gaf fyrirskipun um að U-20 kæmi að fullu upp á yfirborðið, með því að nota bæði vatnsflugvélar og köfunartank loft-vatnsblöndur til að auka flot. Þegar þrýstilofti var hleypt út til að þvinga sjó út úr þessum geymum, upplifði U-20 skyndilega, hávært öskur í ætt við að ganga á vatni! Stundum valdi herforingi að koma kafbátnum sínum upp alla leið, á meðan á öðrum tímum stæði aðeins flugturninn út fyrir ofan vatnsyfirborðið, sem gæfi "þvotta" tilfinningu svipað og að ganga yfir vatnsyfirborð.

Schwieger var á leiðinni fyrir U-20 EMERGED en lenti nú í óvæntum aðstæðum.

Upphafleg sýn hans í gegnum periscope hafði reynst allt önnur en búist var við: sex bresk varðskip vöktu eftir braut frá Fair Isle að vitanum á Norður-Ronaldsay eyju - kunnugleg kennileiti fyrir alla sjómenn sem skoða þetta vötn.

Schwieger tók þá eftir tveimur skemmdarverkum til viðbótar fyrir aftan sig; þessar höfðu áður sést fyrr en virtust fáránlegar; í dagbók sinni benti hann á „Þeir koma aftur í sjónmál, á leið til U20; einn varðbátanna snýr að okkur og kemur nær.

Eftir kynni hans við þrjú bresk herskip sneri Turner skipstjóri aftur með þremur bandarískum herskipum til að halda áfram ferð sinni heim.

Hann reyndi að stilla Lusitania á 21 hnút sem æskilegan ferðahraða og setti norðaustur stefnu til að fylgja "hringstefnu" yfir Atlantshafið. Turner fór aðra leið í maí þegar ísjakar mynduðust í norðurhöfum og fylgdu því sem hann kallaði „langa leiðina“ sem leiddi hann lengra suður en dæmigerð sumar/haustleið þeirra. Ef allt gengur að óskum ætti Turner að koma til Liverpool hafnar skömmu fyrir dögun laugardaginn 8. maí á Mersey Bar fyrir utan Liverpool höfn skömmu fyrir dögun 8. maí. Tímasetningin skipti sköpum. Stór skip gátu aðeins farið yfir stöngina á háflóði. Fyrir fyrri heimsstyrjöldina var þetta ekkert sérstaklega vandræðalegt: Sérhver skipstjóri sem kom of snemma eða of seint stoppaði einfaldlega og tróð sér um í Írska hafinu þar til flóðið kom aftur; Nú þegar öll seinkun gæti reynst banvæn, ætluðu skipstjórar að tímasetja komu sína þannig að þeir kæmust yfir án þess að stoppa eða staldra við hvorum megin við slánna.

Sunnudaginn 2. maí varð rigning, þoka og sjór bara nógu ókyrr í skipið til að valda sjóveiki. Margir farþegar sóttu skjól í herbergjum sínum; Harðari sálir könnuðu þilfar eða gripu skipsvélritara til að fá bréfaskriftir á meðan þeir sötruðu te á Verandah Cafe (garðlíkt herbergi fyllt með hangandi körfum, sex runnum í gámum og fjörutíu öðrum plöntum í kössum umhverfis það) í smá hvíld frá sjóveiki; C Deck, einnig kallað Shelter Deck, var staðurinn til að lesa bækur í skjóli undir þilfari fyrir ofan. Miðahafar gátu leigt sólstóla í hverja ferð á meðan annar dollari fékk teppi á þá sem kallaður er „motta“ á skipamáli.
Klukkan 10:30 á sunnudagsmorgni héldu tvær kirkjudeildir guðsþjónustur: Englandskirkja í fyrsta flokks sal og rómversk-kaþólsk í öðru sæti. Margir farþegar ætluðu að fara á fætur um klukkan 11 í hádeginu.

THEODATE POPE hafði átt erfiða nótt. Farþegarýmið hennar var hávaðasamt vegna þess að það var staðsett nálægt þremur herbergjum sem Crompton-fjölskyldan pantaði - afar hávær hópur sem samanstóð af sex fullorðnum og ungbarni - sem reyndust hávaðasamir alla skemmtisiglinguna. Þar sem THEODATE var viðkvæmt fyrir svefnleysi fannst hávaðinn óþolandi; Þess vegna bað hún McCubbin, veskið sitt, að finna sér annan farþegaherbergi á þilfari þrjú. McCubbin samþykkti það og setti THEODATE PÁFA þar í staðinn.

William Uno Meriheina, 26 ára gamall kappakstursbílstjóri frá New York sem ferðaðist sem „sérstakur umboðsaðili“ fyrir General Motors Export Company, vaknaði snemma og naut „saltvatnsbaðs“ - pottarnir um borð gáfu upphitaðan sjó. sem hitaði pottinn hans - áður en hann klæddi sig og fór í morgunmat. Þegar um borð hafði verið mikil sjóveiki sagði hann í löngu bréfi til Esterar að „en mér líður frábærlega“.

Meriheina - þekkt á ferðalögum sem William Merry Heina - fæddist í Rússlandi af foreldrum sem bjuggu í Finnlandi hertogadæmi Finnlands (eining sem myndi verða sjálfstæð árið 1917). Hann flutti til New York borgar árið 1893. Síðan 1909 hafði hann mikla ást á hraða og árið 1909 var hann í kappakstursbílum á Brighton Beach í Brooklyn og vann meira að segja eitt sólarhringshlaup! Að auki varð hann einn af vígslukappa á Indianapolis Motor Speedway eftir vígslukappaksturinn það ár. Merkilegt nokk lifði hann af tvö slys: bíll hans, sem var Lozier, valt tvisvar án þess að skaða hann; þá, sem áhugaflugmaður í Garden City Long Island airLeld y, rakst flugvél á hann í loftinu; á undraverðan hátt komst hann ómeiddur út - þar sem eiginkona hans sagði um hann: "Drakkurari maður hefur aldrei lifað."
Hann hafði valið Lusitania þar sem það virtist „öruggasta“ skipið. Því miður hafði hann ekki haft tíma til að opna dagblaðið sitt áður en hann fór um borð í flýti sínum að fara um borð og kveðja eiginkonu sína og Charlotte dóttur þeirra; aðeins þegar um fjörutíu mílur frá New York voru liðnar las hann um viðvaranir Þjóðverja um að landamæri væru hættulegir.

Hann hafði engar áhyggjur; þegar frönsk og bresk herskip rákust á, snerist einn franskur dreadnought við; þó, Lusitania skildi það eftir.

Eins og aðrir farþegar vissi hann ekki að farþegaskipið var á minni hraða með einum kyndiklefa lokað, þrátt fyrir augljósar vísbendingar um fjarveru reyks sem lagðist frá fjórðu trekt hennar. Þess í stað trúði hann því að það væri á 25 hnúta hámarkshraða og var mjög stoltur af þessu afreki: „Við höfum farið framhjá nokkrum skipum á báða vegu vegna mikils hraða okkar; hins vegar erum við ekki í sjónmáli frá einu skipi í mjög langan tíma. Langt.

Hann hafði á tilfinningunni að skip hans væri undir eftirliti breskra sjóhers: "Augljóslega," skrifaði hann, "erum við flutt varlega út um allt."

Charles Lauriat vaknaði klukkan 8:00 eftir að hafa verið vakinn af ráðsmanni sínum. Eftir að hafa farið í sjóbað og klætt sig fór hann í göngutúr á fyrsta flokks göngugötunni með Lothrop Withington sem ferðafélaga og stoppaði til að spjalla við

Hubbards og aðra kunningja á leiðinni. Þeir borðuðu saman í lúxus fyrsta flokks borðstofu í miðbæ D Deck þar sem um 470 farþegar snæddu í einu undir freskum hvelfingu hennar með freskum kerúbum; pálmatré pottaplöntur hvítir gifsveggir Korinthískar súlur með gullblöðuðum höfuðstöfum; laufgull virtist hylja hvert upphækkað yfirborð, allt frá gifskransum og vínviðum til grindarteina!

Lauriat var svo vel kunnur Cunard foringjum og áhöfn að í nokkrum fyrri ferðum hafði hann fengið leyfi til að klifra upp í krákuhreiðrið í framvirka þráðlausa mastri skipsins og vera þar allan daginn - eitthvað sem MacAulay skipstjóri bannaði honum að gera.
Turner myndi leyfa það. Að stjórna blóðugum öpum á þilfari var eitt; að láta þá skala þráðlausa mastrið var allt annað mál.

Lauriat þekkti lífið um borð, þar á meðal daglegu sundlaugarnar þar sem farþegar lögðu veðmál um hversu langt skipið myndi ferðast á tilteknum degi. Hvert rými í lauginni táknaði ákveðna fjarlægð og yrði síðar boðið upp af yfirmanni skipsins. Farþegar lögðu veðmál sín út frá því hversu vel skipinu myndi vegna miðað við veður og sjólag sem líklegt er að muni ríkja næsta sólarhringinn. Þoka var alltaf óútreiknanleg og gat mjög takmarkað framgang skips; við slíkar aðstæður var eina örugga leiðin til að berjast gegn þoku með því að hægja á sér og blása í þokuhornið. Mílufjöldi laugar leyfðu þátttakendum að skipuleggja stefnu og rífast í þessum ferðum á meðan vindlar og viskí sem neytt voru hjálpuðu til við að brjóta niður hindranir milli viðstaddra, skapa vináttu þvert á formlegar samþykktir og brjóta þær niður með öllu.

Lauriat fannst þetta koma á óvart þar sem hann gerði ráð fyrir að skipið væri á 25 hnúta hraða (29 mílur á klukkustund), sem hefði tekið 700 mílur þann dag. Um hádegi daginn eftir áttuðu Lauriat og Withington sig á því að skipið hefði farið enn hægar og sögðu við Lauriat "við munum ekki ná Liverpool á réttum tíma!"

Lauriat fór aftur inn í herbergið sitt til að skoða Thackeray teikningarnar. Hann rannsakaði hvern og einn, íhugaði hvaða kafla hann ætti að biðja Lady Ritchie um að skrifa og hvernig hver teikning yrði sett upp.

Turner skipstjóra hafði fundist ferð hans hingað til tíðindalítil og var búist við að hún myndi halda þannig áfram að minnsta kosti næstu fjóra daga, með friðsælu veðri og lítilli hættu á að þýskur kafbátur lendi í. Þegar nær dregur Írlandi jókst þessi ógn hins vegar veldishraða.

Turner lét sjálfur í ljós litlar áhyggjur af kafbátum; þó, margir í Cunard sáu vaxandi skynjun að ógn þeirra hefði vaxið meira bráð.

Fyrir hverja ferð gaf Cunard trúnaðarráðgjöf og tilkynningar um aðstæður sem gætu haft áhrif á ferð sína. Nýlega höfðu þetta innihaldið minnisblöð aðmíralsins sem lýstu vaxandi kafbátaógninni og veittu ráðgjöf ef slíkt blasir við. Forráðamenn Cunard héldu enn þeirri útbreiddu trú að enginn U-bátaforingi myndi þora að sökkva farþegaskipi; samt sem áður hóf Þýskaland að gera árásir á önnur kaupskip án þess að hika og U-bátar hófu siglingu eins langt og Liverpool - eitt fórnarlamb kaupmanns, Viktoríu prinsessu, var torpedað rétt fyrir utan Mersey Bar bryggjuna sína.

Þessar árásir urðu til þess að Admiralty gaf út ný ráð til að bregðast við þessari hættu. Cunard sendi til Turner skipanir um að hætta öllum þráðlausum útsendingum frá Marconi herbergi sínu nema þegar „algerlega nauðsynlegt," banna þráðlausum símafyrirtækjum að taka þátt í slúðurtali og leyfa farþegum að fá skilaboð en ekki senda nein. Annar ráðgjafi aðmíralsins varaði við skáletri „skip ættu að hafa áberandi nes breitt við bryggju".

Í febrúar 1915 gaf Admiralty út umfangsmestu fyrirmæli sín í leynilegu minnisblaði sem skipstjórum var skipað að geyma „á stað þar sem hægt er að eyða því hvenær sem er". Þetta skjal leiddi í ljós bæði fáfræði og fágun varðandi kafbátaógn; kalla þilfarsbyssu sína síðri vopn og álykta "Gun-Xre frá flestum kafbátum er yfirleitt ekki hættulegt". Að auki, leiðbeiningar ráðlagt ef högg með tundurskeyti að það væri almennt nægur tími fyrir áhöfn að flýja í bátum sem voru tilbúnir til þjónustu; fara algjörlega fram hjá sjónarmiðum farþega eða upplifun þeirra við slíkar aðstæður.

Hins vegar kynnti þessi stefna einnig nákvæmt mat á veikleikum U-báta og ráðlagði skipstjórum að nýta sér þá þegar mögulegt er. „Ef óvinakafbátur kemur skyndilega á undan þér af fjandsamlegum ásetningi skaltu stýra beint að honum á hæsta hraða þínum án þess að breyta stefnu á neinum stað á leiðinni.
„Til að viðhalda framgangi hennar," sagði aðmíralið skipstjórar kaupskipa, í raun og veru að biðja skip sín um að verða að árásarvopnum sem gætu hrundið árásarmönnum þeirra. Með hliðsjón af viðkvæmni kafbáta, reyndist þetta áhrifaríkt eins og sést síðar þegar HMS Dreadnought ók og sökkti U-29 frá Kapitanleutnant Weddigen; þannig að hefna þeirra sem voru um borð í Aboukir, Cressy og Hogue sem höfðu fallið vegna viðkvæmni hennar. Auk þess var í minnisblaðinu mælt með því að bresk skip noti allar tiltækar aðferðir eða litasamsetningu til að rugla óvini sína í að villa bresk skip með hlutlausum skipum - það myndi ekki teljast ósæmilegt framferði fyrir eigendur eða

skipstjóra sem velja þessa stefnu gegn þeim! "Notað á réttan hátt af öllum eigendum og skipstjórum mun ef það er notað eins og eigendur/skipstjórar ætla að nota með því að beita öllum ráðum til að villa um fyrir óvinum og fá þá til að misskilja bresk skip fyrir hlutlaus skip eða líklegri til bresks!" Þar af leiðandi ættu eigendur/meistarar að nota öll möguleg tæki svo þau séu ekki ósæmandi. Þeir munu því vera í rétti sínum ættu að nota öll tæki sem mögulegt er til að fá óvininn til að misskilja bresk skip fyrir hlutlaus skip til að rugla hann / hana.

Þetta minnisblað innihélt einnig stranga skipun í tengslum við Aboukir-slysið: ekkert breskt kaupskip á haffærum hefur heimild til að fara til aðstoðar skips sem kafbátur hefur þyrlað.

ADMIRALTY fullyrti síðar að Turner hefði aðra ráðgjöf, dagsettan 16. apríl, sem sagði: „Af hernaðarreynslu kemur vitneskja um að hraðvirkar gufubátar gætu dregið verulega úr möguleikum á óvæntum kafbátaárásum með því að breyta stefnu með stuttu og reglulegu millibili - td á 10-30 mínútna fresti. eða hálftíma herskip nota oft þessa aðferð á hafsvæði sem kafbátar eftirliti. Í minnisblaðinu kom ennfremur fram að þessi aðferð var notuð af herskipum.

Aðmíralið gæti hafa gert mistök með því að gera ráð fyrir að Turner hafi í raun verið með þetta minnisblað í blöðum sínum þegar þeir fóru frá New York. (Lögfræðingar Cunards lögðu síðar fram glæsilega lögfræðigrein þar sem þeir sögðust telja að slík tilkynning hefði verið send en vissu ekki hvað var sagt). Ennfremur, hvort slík tilkynning hefði raunverulega náð til Turner eða ekki, varð ágreiningsefni: Viðskiptaráð Admiralty gaf út ráðleggingar um sikksakk, en einn áberandi flotasagnfræðingur hélt því fram að þessi ráðgjöf hefði ekki verið samþykkt fyrr en 25. apríl og var í raun ekki send beint.
Skipstjórar og skipafélög fengu eintök sín til 13. maí, löngu eftir að Lusitania hafði lagt af stað 1. maí.

Jafnvel hefði Turner fengið þetta minnisblað hefði það líklega ekki haft nein marktæk áhrif. Í fyrsta lagi sagði það skipstjórum ekki að sikksakka; frekar lýsti það einfaldlega framkvæmd sinni. Í öðru lagi, íhuguðu kaupskipstjórar að sikksakka skemmtilegan brandara á sínum tíma, þar sem enginn skipstjóri á sjóskipi var líklega að styðja svo róttæka stefnubreytingu af ótta við að gera fyrsta flokks farþega til reiði sem gætu hafa verið með frægar persónur; það var einfaldlega ekki hægt að ímynda sér það!

Nú á opnu hafsvæði hélt Lusitania meðalhraða upp á 21 hnúta; 6 hnútum hraðar en það sem U-bátar gátu náð þegar þeir komu á yfirborðið og næstum tvöfalt það sem hægt var að ná þegar þeir voru að fullu í kafi.

Síðdegis á sunnudag náði það fljótt framúr og framhjá öðru borgaralegu skipi sem enn var í gangi, bandarísku línuskipinu New York með Ellen Terry innanborðs - framúr henni og framhjá henni á örfáum augnablikum eftir að hún kom til hafnar.

Þennan sunnudag skipulagði New York-búi Dwight Harris hvað hann myndi gera ef Lusitania yrði torpedað. Í dagbókarfærslum sínum benti hann á: „Ef eitthvað gerðist á „stríðssvæðinu", ætlaði ég að stefna í átt að boganum eins fljótt og auðið væri ef hægt væri." Fyrst þó hann ætlaði að taka fram sérsniðna björgunarbeltið sitt sem hann keypti í Wanamaker's.

Herbergi 40; Queenstown; London - Vernda Orions.

Þýsku þráðlausu skilaboðin sem herbergi 40 hleruðu ollu miklum kvíða.

En Admiralty hafði ekki áhyggjur af Lusitania heldur af HMS Orion, einu stærsta og öflugasta orrustuskipi Bretlands, einnig þekkt sem ofurdreadnought. Hún hafði gengist undir viðgerðir í Devonport nálægt suðvesturströnd Englands áður en hún sigldi norður í átt að Scapa Flow til að ganga aftur til liðs við stórflota sinn.

Sunnudaginn 2. maí sendi aðmíralshöfuðmaður StaW „Dummy" Oliver athugasemd til Jacky Fisher, forseta sjódeildar, þar sem hann lagði til að fresta brottför Orion þar til það er minna tungl og hætta á hverri nóttu vegna tafa í veðri. Samkvæmt Oliver gæti bið dregið úr áhættu um 40%.

Fisher féllst á tillögu Olivers og klukkan 13:20. Oliver sendi símskeyti til Jellicoe aðmíráls af Eet þar sem hann skipaði honum að halda Orion við bryggju í Devonport í nokkurn tíma til viðbótar. Þann síðdegi ráðlagði aðmíralið Jellicoe einnig eindregið „með hliðsjón af kafbátaógninni við vesturströnd Írlands" að gera ráðstafanir til að vernda smærri skip eins og kolbrjóta og útboð fyrir hugsanlegum kafbátaógnum.

Á næstu dögum myndi Oliver gefa út viðvaranir og beina HMS Júpíter í átt að ákaflega öruggri leið sem kallast North Channel sem áður hafði verið lokuð vegna þýskra náma en var nú lýst opin og aðeins tiltæk sjóskipum - ekki kaupskipum - til 15. apríl. . Skotland og Írland eru tengd vatnaleiðum með vinalegum ströndum sem eru náið vaktaðar af konunglega sjóhernum.

Oliver aðmíráll gaf út fyrirskipanir um að láta Júpíter fylgja tundurspillum til aukinnar verndar þrátt fyrir örugga ferð hans um Norðursund.

Þann sunnudag bárust fleiri fréttir af Norðursundi. Adm. Richard Webb, yfirmaður viðskiptadeildar Admiralty - á stríðstímum sem ber ábyrgð á allri breskum kaupskipaflutningum - fékk tilkynningu um að þessi nýja leið yrði nú aðgengileg bæði kaupskipum og herskipum, sem þýðir að borgaraleg frakt- og línuskip sem sigla í átt að Liverpool gætu framhjá vestrænum aðflugum. að öllu leyti með því að sigla beint yfir Írland áður en beygt er til hægri og haldið áfram suður í átt að Liverpool.

Webb aðmíráll deildi ekki þessari nýju þekkingu með Cunard eða Lusitania.

Síðdegis á sunnudag og snemma kvölds fylgdist aðmíralið með framgangi hins særða bandaríska tankskips GulXight þegar hún var dregin og fylgt af sjóskipum. Klukkan 4:05 síðdegis var tilkynnt að hún tæki „góðum framförum“ og tveimur tímum síðar var hún komin til St Mary's Island í Scillies með framdekkið næstum á kafi og skrúfan enn sýnileg í skutnum.

Á skrifstofu ræðismanns síns í Queenstown á Írlandi las ræðismaður Bandaríkjanna fyrst um viðvörun sem þýska sendiráðið gaf út í fyrradag í bandarískum dagblöðum.

Wesley Frost ræðismaður var nýbyrjaður á öðru ári í Queenstown. Þótt hún væri enn mikil höfn, komu stærstu línuskip Cunard ekki lengur þangað, þar sem þeir höfðu „snert botn“ of oft í höfninni. Þó Frost vissi að Lusitania væri á leiðinni í átt að Liverpool á þessari stundu, þá ímyndaði hann sér aldrei í eina sekúndu að þýskar hersveitir myndu gera árás á hana: slíkt athæfi virtist of djarft og augljóst til að gáfað fólk eins og það gæti framið.
Þennan sama sunnudagseftirmiðdag í London fékk Walter sendiherra Bandaríkjanna fréttir um að forseti þeirra, George Bush, væri látinn.

Page, yfirmaður Frost, tók nokkrar sekúndur að skrifa til Arthur Doubleday - ritstjóra sem starfaði hjá útgáfufyrirtækinu í New York sem stofnað var af Frost sendiherra og Frank Doubleday árið 1899.

Page var ófeiminn talsmaður breskra hagsmuna. Sendingar hans voru oft ívilnandi fyrir Bretlandi og Wilson forseti taldi hann vera allt of hlynntur Bretum til að vera hlutlaus í tóni. Wilson hafði á þessum tímapunkti misst traust á Page, en sýndi það ekki opinberlega þrátt fyrir að hafa skilið eftir fullt af vísbendingum og ekki brugðist við samskiptum Page; Persónulegur sendimaður hans, Colonel House, myndi þjóna sem sönnun fyrir því hversu lítið gildi Wilson lagði á Page og upplýsingaveitur hans.

Page deildi oft áhyggjum sínum af því að Bandaríkin gætu farið inn í fyrri heimsstyrjöldina með syni sínum í sunnudagsbréfum sínum; þær reyndust óvenjulegar forsendur síðar.

„Sprenging á flugfélag sem flytur bandaríska farþega gæti verið yfirvofandi,“ skrifaði Hoyer sendiherra í viðvörunarbréfi sínu til Washington. „Ég býst við að slíkt gerist.

Hann spurði: "Ef bresk línuskip sem flytur Bandaríkjamenn yrði fyrir sprengjum, hvað mun Sam frændi gera til að bregðast við? Og hvað verður af þessu öllu?"

U-20 - HÆTTULEIK LÍNA

Klukkan 12:30 á sunnudagskvöldið lenti U-20 á sífellt varasamari strandi, studdur af varðbátum og baujum.

Schwieger pantaði aðra hraðköfun. Hann grunaði að kafbátsgirðing milli Fair Isle í Skotlandi og North Ronaldsay á Orkneyjum væri varanleg viðvera og skrifaði í dagbók sína: ef svo er gæti verið að það sé ekki skynsamlegt fyrir aðra skipstjóra að fara yfir þessa línu í dagsbirtu þegar skyggni var gott.

Um klukkan 16:30 steig Schwieger sína síðustu uppgöngu upp á periscope dýpi áður en hann þekkti fljótt varðbát sem var á stýrisborði áður en hann fór aftur á kaf niður á siglingadýpi.

Neðansjávarferðir voru þreytandi fyrir bæði áhöfn hans og hann sjálfan, með nánum og hlýjum aðstæðum sem gerðu andrúmsloftið sífellt byggilegra. En áhrif þess voru sérstaklega áberandi á rafhlöður þeirra: við 5 hnúta, gátu U-20 flokks bátar ekki farið meira en 80 sjómílur áður en rafhlöður þeirra hættu alveg.

Schwieger hélt bát sínum á kafi í tvær og hálfa klukkustund til viðbótar og skráði í dagbók sína að rafhlöður hans væru farnar að gefa frá sér brakandi hljóð og að á þessum tímapunkti hefði U-20 farið 50 sjómílur eingöngu fyrir raforku.

Um klukkan 19:00 skoðaði Schwieger sjónhimnuna enn og aftur og var létt yfir því að finna enga ógn. „Kom upp,“ sagði hann í dagbók sinni, „og stýrði í átt að opnum sjó til að komast undan varðskipum þar sem reykur gæti enn verið sjáanlegur aftur á bak. Hann benti á í viðauka við dagbókina sína að ef fleiri tortímamenn hefðu verið settir út fyrir þessa Fair Isle-Ronaldsay línu, sem neyddi bátinn hans enn lengur í kafi, „ástandið okkar hefði getað verið alvarlegt þar sem rafhlaðan okkar var næstum farin“. Þetta var djúpt vatn þar sem U-20 gátu ekki falið sig. Ef rafhlöður hans bila hér, ætti Schwieger ekki annarra kosta völ en að koma upp á yfirborðið og hlaupa í skjól þar til dísilvélum hans tækist að endurhlaða kerfið sitt; en eyðingarvélar sem geta hreyft sig á meira en tvöföldum hámarkshraða U-20 hefðu auðveldlega farið fram úr og hefðu ræst sírenurnar löngu áður.

Schwieger hafði gætt þess að halda sig undan Skotlandi og setti stefnu sína suður eftir vestanverðum Ytri Hebríða - eyjaklasi undan norðvesturströnd Skotlands sem er í nokkurra daga ferð. Liverpool var enn í þriggja daga ferð.

Schwieger hélt bát sínum á yfirborðinu. Klukkan 21:30 hann skrifaði undir dagbók sína til að loka þriðja degi eftirlits sinnar.

Þrír dagar úti og ekkert hafði farið niður - hann hafði ekki einu sinni lesið þilfarsbyssuna sína!

Seinna um kvöldið var Schwieger kallaður aftur inn í skjólið ofan á töfraturninum eftir að einn af útkvörðunum hafði bent á flugmóðurskip sem tilvalið skotmark. Schwieger lýsti þessu skotmarki í dagbók sinni sem risastóru hlutlausu gufuskipi með nafnið upplýst - líklegast danskt farþegaskip frá Kaupmannahöfn á leið til Montreal. Til að auðkenna það rétt gæti hann hafa reitt sig á Lanz, sem þjónaði um borð í U-20 til að bera kennsl á skip; ásamt gríðarlegri bók sem fylgir um borð með skuggamyndum og lýsingum á nánast öllum skipum aDoat gerði Schwieger kleift að bera kennsl á flest stór skip sem sést hafa í bardagaverkefnum.

Þó Schwieger teldi að danska skipið gæti stafað ógn af, gerði hann engar tilraunir til að ráðast á. Hún var of langt á undan og fór of hratt - áætlaður hraði var 12 hnútar af Schwieger sjálfum.

„Árás á þetta skip var ómöguleg," sagði hann í dagbók sinni.

Schwieger var afhjúpaður í þessari færslu. Það sýndi að hann væri reiðubúinn til árása ef aðstæður hefðu verið hagstæðar; Jafnvel þó að umrætt skip hafi verið hlutlaust - á leið frá Bretlandi og því ólíklegt að vera með smygl fyrir óvini Þýskalands - og hefði enga fyrirvara á því að þyrla því með borgaralega farþega um borð. Þessi færsla sýndi einnig áhyggjuleysi hans yfir því að tundra óbreytta línubát fulla af óbreyttum borgurum.

LUSITANIA-HALIBUT'S

DYRA VEÐUR VAR ALLTAF SUNNUDAG og mánudag með rigningarskúrum.

Vindkuldi varð til þess að þilfar urðu köld, sem varð til þess að þeir sem voru viðkvæmir fyrir sjóveiki sneru aftur í klefa sína til verndar.

Turner skipstjóri myndi panta björgunarbáta- og enduræfingar og prófanir á þildyrum milli vatnsheldra hólfa á hverjum degi, sem og athuganir á sjósetningu björgunarbáta á sjó samanborið við sjósetningar björgunarbáta í New York bryggju, þar sem að gera það á meðan á hreyfingu stendur gæti valdið banvænum afleiðingum fyrir alla sem eru í sjó. leið; þeir þurftu að bíða eftir fullu stoppi áður en þeir slepptu bát á öruggan hátt ofan af þilfari.

Þessar daglegu æfingar tóku aðeins til tveggja neyðarbáta skipsins (Bátur 13 og 14) sem voru látnir sveifla út allan tímann til að vera tilbúnir ef farþegi félli fyrir borð eða eitthvað annað óvænt kæmi upp. Áhafnarmeðlimir söfnuðust saman á hverjum morgni hjá hvorum þeirra á gagnstæðum hliðum, andspænis hver öðrum; John Lewis, eldri þriðji stýrimaður, stýrði þessum æfingum með því að láta þær gæta sín þar til eftir skipun hans - "Man the boats!"- þeir klifruðu inn, klæddust björgunarvestunum sínum, klifuðust um borð, klæddust björgunarvestunum áður en þeir settust í björgunarvestin. tilnefnd sæti áður en áhöfn er vísað frá.

Lewis tók þátt í daglegum skoðunum StaW Captain Jock Anderson, sem hófst á hverjum morgni klukkan 10:30. Fjórir aðrir menn gengu venjulega líka: eldri skurðlæknir, aðstoðarskurðlæknir, purser og yfirráðsmaður; þeir hittust allir utan Purser's Orce eða "Purser's Bureau."
Í miðbæ B Deck, á móti tveimur rafmagnslyftum, byrjaði Lewis að ferðast um skip sitt. Þeir heimsóttu skála sem og borðstofur, setustofur, salerni, katla, ganga frá A Deck til að stýra til að „gæta þess að allt væri hreint og í lagi," sagði Lewis. Þeir fylgdust sérstaklega með því hvort einhverjar loftportar (einnig þekktar sem „loftportar") hefðu verið skildar eftir opnar, sérstaklega þær á neðri þilförum.

Skoðanir, æfingar og athafnir áhafnar veittu farþegum um borð í skipi leiðbeiningar. Sjómaðurinn Leslie Morton varð eitthvað aðdráttarafl vegna hæfileika hans í að binda flókna hnúta; Samkvæmt Morton sjálfum vakti þessi frammistaða „Oos“ og „Ahs“ sem og andköf af aðdáandi farþegum sem fylgdust með.

Enginn um borð vissi af tundurspilli bandaríska olíuskipsins GulXight 1. maí eða að þetta atvik vakti áhyggjur í Washington um öryggi Lusitania sjálfrar. Tímasetning þessarar árásar, aðeins nokkrum klukkustundum eftir að Þýskaland gaf út ráðleggingar sínar gegn ferðum um stríðssvæði, benti til þess að viðvörun Þýskalands gæti hafa verið meira en bara orðræða. The Washington Times, án þess að veita heimildir, greindi frá því að „The Lusitania, með hundruð þekktra Bandaríkjamanna innanborðs, heldur áfram ferð sinni í átt að Englandi þrátt fyrir nafnlausar viðvaranir til einstakra farþega og formlega skiltaviðvörun sem birtist í auglýsingadálkum bandarískra dagblaða - viðvaranir sem gætu reynst langt úr tómu í ljósi nýlegrar þróunar á sjóstríðssvæðinu.“ Það benti enn fremur á að hundruð Bandaríkjamanna héldu niðri í sér andanum svo að ættingjar um borð í þessum skipum fari ekki.

Alríkisyfirvöld voru óljós um fyrirætlanir Þýskalands og ein spurning hélt áfram að hljóma hjá þeim: Hvað er Þýskaland að keyra? Ætlar ríkisstjórnin að hefja stríð við Ameríku?"
Enginn efaðist um að GulXight atvikið yrði leyst eftir diplómatískum leiðum, samkvæmt þessari grein. Hins vegar, það sem veldur ugg er vaxandi sönnunargögn sem benda til þess að Þýskaland hafi annað hvort viljandi leitað átaka við Ameríku eða verið ókunnugt um hugsanlega vandræðagemsa innan lögsögu hennar.

Eftir því sem LUSITANIA hélt áfram siglingum varð þreyttur um borð, sem gerði máltíðir sífellt mikilvægari. Á upphafsdögum ferðarinnar, aðlagast farþegar sig fljótt að skipuðum borðfélögum sínum - fyrir Charles Lauriat þýddi þetta náinn vinur hans Withington sem matarfélaga hans; Pierpoint, lögreglumaður í Liverpool, vildi helst borða einn; fyrir fylgdarlausa ferðamenn gæti það þýtt að vera neyddur til að sitja meðal þreytandi sála sem þeir deildu engum sameiginlegum áhugamálum með; oft komu fram heillandi brjálæðingar eða sauðféllir braskarar ásamt áhugaverðari persónum eins og ungri konu sem sat við hliðina á „mjög meltingartengdum náunga“; neistar hófust eða kviknuðu á meðan rómantísk tengsl blómstruðu - stundum blossuðu neistar á meðan neistar kviknuðu á milli þessara ókunnugra; en rómantíkin blómstraði að lokum eins og hún gerði alltaf þegar einn eða annar hitti eldspýturnar sínar á matmálstímum!

Matur var alltaf mikill og ljúffengur í þriðja flokki; blámergsbaunir og Wiltshire ostar voru vinsælir réttir, sem og niðursoðnar perur, ferskjur, apríkósur og ananas. Fyrsta flokks farþegar upplifðu eitthvað sem er langt umfram gott: æðislegt. Farþegum fyrsta flokks var boðið upp á dýrindis súpur, forrétti og forrétti í hverri máltíð á fyrsta farrými. Í einni ferðinni bar Cunard fram fimm rétta matseðil fyrir einstaklingskvöldverð sem innihélt lúðu í sósu Orleans; mignons de sole souchet; og broiled sea bass Choron; kálfakótilettur, tournedos af nautakjöti Bordelaise; bakað Virginia skinka; hnakkur úr kindakjöti; steikt önd, sellerífóðraður andarunga steiktur gíneukjúklingur og nautakjötsrif auk eftirrétta eins og Tyrollean souRe, súkkulaðiköku eplamerta Bavaroise au citron og tvær tegundir af jarðarberja/napólískum ís; Cunard fann sig skylt að prenta sérstakt blað sem gaf til kynna samsetningar - þar sem fjölbreytnin var svo mikil.

Cunard nýtti sér þessa staðreynd til fulls; þeir lögðu í sig nægar áfengis- og tóbaksbirgðir fyrir 150 farþega á hverju skipi til að drekka eða reykja mikið í ferðum sínum. Farþegar veittu Cunard umtalsverðan hagnað með þessum tekjustofni.
Öll 100 öskjurnar af Black & White Whiskey, 50 kassar af Canadian Club Whisky og 50 af Plymouth Gin verða gefnar; ásamt 15 öskjum af ellefu ára gömlu frönsku rauðvíni Chambertin og hvítum Chablis; 12 tunnur af stout og 10 af öli verða einnig til staðar fyrir smökkun. Cunard bar þrjú þúsund „Three Castles“-sígarettur og tíu þúsund Manila-vindla um borð í skipi sínu; viðbótarvörur frá Havana Cigars auk Phillip Morris sígarettur voru einnig til sölu. Cunard útvegaði 560 pund af "flotaskornu" Capstan tóbaki og 200 pund af Lord Nelson Flake í 4-eyri dósum; farþegar komu líka með sitt eigið. Michael Byrne, kaupmaður í New York á eftirlaunum og fyrrverandi aðstoðar-sheriH á fyrsta farrými, ætlaði að eyða stórum hluta ferðarinnar í að reykja - pakka með sér 11 pund af Old Rover Tobacco og þrjú hundruð vindlum. Þegar kvöldverðinum var lokið á hverju kvöldi, var lykt af brenndu tóbaki sem fyllti loftið - sérstaklega eftir það!

Harold Smethurst greindi frá því að aðal umræðuefnið um borð í skipinu væri stríð og kafbátar.

THEODATE POPE var ekki ókunnugur bæði leiðindum og þunglyndi; frá barnæsku hafði hún glímt við hvort tveggja. Einu sinni lýsti Theodate sjálfri sér sem þjáðist af of mikilli meðvitund; meðan hún var í Miss Porter's School í Farmington upplifði hún oft þunglyndiskast sem jókst af þreytu. Þegar hún var 20 ára, lýsti hún í dagbók sinni tárum sem komu að ástæðulausu og höfuðverkjum sem héldu áfram allan daginn, sem varð til þess að Sarah Porter, stofnandi og skólastjóri skólans hennar, gaf lækningaráðgjöf: „Hresst upp! Vertu alltaf hamingjusöm!" Þetta virkaði ekki. Í mars 1888 sendu foreldrar hennar hana til Fíladelfíu svo Dr. Silas Weir Mitchell gæti rannsakað og annast hana þar; Mitchell var þekktur fyrir að meðhöndla konur sem þjáðust af taugakvilla eða taugaþreytu.

Mitchell ávísaði Theodate þá frægu „Rest Cure" sinni, langan tíma þvingaðrar hreyfingar sem stóð í tvo mánuði eða lengur. Í fyrstu og fyrstu fjórar eða fimm vikurnar á eftir bannaði Mitchell Theodate að setjast upp, sauma, skrifa eða lesa samkvæmt Mitchell's Fatigue meðferðarbók.
„Eina aðgerðin sem var leyfð til að hreinsa tennur," skrifaði Heimann í Wear and Blood, takmarkaðist við að þrífa þær. Í sumum tilfellum bannaði hann sjúklingum sínum að velta sér sjálfir; krefjast þess að þeir noti aðstoð frá hjúkrunarfræðingum í staðinn. Til að auðvelda iðrum og vatni liggjandi notaði hann létt raflost; fyrir erfiðari tilfelli var vægt lost gefið á meðan sjúklingur lá í of mikið baðkari. Aðferð hans endurspeglaði fyrirlitningu hans á konum: í Wear and Tear; Hints for Overworked skrifuð af Heimann skrifaði að konur myndu mun betur með heilaverkefnum minnka verulega; í bók sinni Wear and Tear; Ábendingar fyrir of mikið

Theodate fylgdi reglum Mitchells um hvíldarlækningar, jafnvel þó að hún teldi að hvíld myndi gagnast ekki; hún skrifaði "Mér finnst ég vera ánægðust þegar líf mitt heldur mér of uppteknu til að hugsa um sorgir þess; lækningin gerði ekkert til að lina þær." Nálgun Dr. Mitchell myndi brátt sæta víðtækri gagnrýni. Árið 1892 gaf Charlotte Perkins Gilman út vinsæla smásögu sína sem ber titilinn "The Yellow Wall-Paper", þar sem hún barðist gegn hvíldarlækningum Mitchells. Gilman heimsótti fyrst Dr. Mitchell til meðferðar ári áður en Theodate fór; þar sem hún þjáðist af því sem við myndum nú líta á sem fæðingarþunglyndi, eyddi hún einum mánuði á heilsugæslustöð hans þar sem hann skrifaði út lyfseðil: „Lifðu eins heimilislegri tilveru og hægt er með barnið þitt við hlið þér allan tímann; leggjast niður eftir hverja máltíð í að minnsta kosti klukkutíma; stunda aðeins stutta stund í vitsmunalegum iðju á hverjum degi."

Það sem þeir ættu að segja í staðinn: „Snertið aldrei penna, bursta eða blýanta aftur á ævinni.

Gilman heldur því fram að meðferð Mitchell hafi rekið hana „nær og nær geðveiki". Hún skrifaði söguna til að vara við þessum lækni sem gerði hana næstum brjálaða.

Theodate þjáðist af þunglyndi á þrítugsaldri og náði hátindi sínu haustið 1900, þrjátíu og þriggja ára að aldri. Þá hafði það jafnvel ógnað að deyfa áhuga hennar á list og arkitektúr: „Efmilegur heimur minn gleður mig ekki lengur eða skaðar mig, hann er ekki lengur lífsnauðsynlegur," skrifaði Theodate í dagbók sína. Þess í stað, "Ég hef

snúið mér inn á við sjálfan mig og er að finna gleði innra með mér," samkvæmt athugasemdum Theodate í dagbók hennar: "Ég finn ánægju í staðinn af því að kanna innra sjálf mitt ákafari en áður."
"Myndir voru löngu dánar fyrir mér; þær sem þóknast eru aðeins góðar við fyrstu sýn; eftir það verða þær bara málning og ekkert annað; svo notað sé ljótt orðalag: sognar sítrónur." Arkitektúr hélt áfram að vekja áhuga hennar en minna kröftuglega en aðrar birtingarmyndir listarinnar: hún skrifaði: "Áhugi minn á arkitektúr hefur alltaf verið ákafari en nokkur önnur listræn birtingarmynd, en á mínum orðum tel ég að hún sé ekki enn dauð - ekki alveg ." Samt var hún orðin þreytt á að sjá of björt, of dýr hænsnahús fara upp - og var stöðugt að gnísta tönnum yfir þeim; í þetta sinn skrifaði hún."

Edwin Friend borðaði ásamt Edwinu Houghton frá Saratoga Springs, New York; á einum tímapunkti að deila borði sínu með James Houghton frá Saratoga Springs sem og einum af merkari persónum skipsins: Marie Depage var margverðlaunuð hjúkrunarkona sem þekkt var fyrir að sinna slasuðum belgískum hermönnum í fyrri heimsstyrjöldinni með lækninum sínum, eiginmanni sínum Antoine og starfi þeirra. samhliða starfi sínu að afla fjár til styrktar því; Depage hafði eytt tveimur mánuðum á undan í að safna peningum en var nú að snúa aftur heim til Evrópu áður en sonur hennar Lucien myndi taka þátt. Dr Houghton, sem var á leið til Belgíu, upplýsti að kvöldið fyrir brottför skrifaði hann undir nýja erfðaskrá sem innihélt sérstakar leiðbeiningar varðandi þetta og aðrar aðstæður í kringum erfðaskrá Depage.

Slíkt tal sló ekki Theodate; hún skrifaði: „Ég trúi því sannarlega að enginn hafi verið um borð sem mat lífið jafn lítið og ég.

Margaret Mackworth og D. A. Thomas sátu við borð í fyrsta flokks borðstofu þegar bandarískur læknir og Dorothy Conner, 21 árs, frá Medford, Oregon komu. Dorothy Conner hafði orku og hreinskilni en virtist líka vera leiðinleg og kom með hvatvísar athugasemdir; á einum tímapunkti sagði hún "Ég get ekki varist því að vona að við fáum einhvers konar spennu upp á sundið!"

Margaret var agndofa þegar hún sá fjölda barna á farþegalistanum; „við tókum eftir þessu með mikilli undrun," skrifaði hún og gaf til kynna að þetta gæti hafa verið af völdum fjölskyldur sem fluttu frá Kanada til Englands til að vera nálægt eiginmönnum eða feðrum sem börðust í fyrri heimsstyrjöldinni.

Hún tók ráðleggingar þýska sendiráðsins alvarlega og sagði sjálfri sér að ef upp kæmi þyrfti hún að standast eðlishvötina til að hlaupa beint upp á bátsþilfarið en fara í staðinn fyrst aftur í káetuna sína og ná í björgunarvestið.

Preston Prichard, ungur læknanemi sem sneri heim frá Kanada, sat beint á móti Grace French frá Renton á Englandi sem hafði komið um borð eftir að hafa verið flutt frá Kameróníu. Hún virtist hafa áhuga á Prichard eða að minnsta kosti fannst hann þess virði að rannsaka betur. Hún tók eftir því að hann var í mjóu bindi með rauðum röndum og við nánari athugun áttaði hún sig á því að hann ætti aðeins tvær jakkaföt: „einn mjög flottur dökkblár serge og grænn jakkaföt; báðir ætluðu meira sem hversdagsklæðnaður". Auk þess tók hún eftir einstaka bindispennunni hans með hraunhaus þar sem hún minnti hana strax á föður minn, sem var oft með svipaðar; eftir því sem hún man eftir var hann alltaf með hann!

Prichard var heillandi og aðlaðandi; fullt af sögum og fallegu útliti. „Hann hélt okkur í góðu skapi með því að deila reynslu af ferðum sínum, vera kurteis við alla sem hann hitti og var sérstaklega góður við þá sem voru sjóveikir eins og ég," skrifaði unga frúin sem kunni að meta félagsskap hans á ferð sinni. Prichard var sérstaklega góður við hana: þegar hún veiktist á einum áfanga ferð þeirra var hann sérstaklega tillitssamur um þarfir mínar þar sem ég kunni að meta eHorts hans þar sem það hjálpaði við bata - eins og eHort getur gert!

Ungfrú French tók sérstaklega eftir ensku ungu konunni sem sat við hlið Prichard í kvöldmatnum, sem virtist nógu áhugasöm og aðlaðandi til að keppa við Prichard um athygli sína og ást. Með hlátri lýsti ungfrú French þessum hugsanlega keppinaut sem „mjög lágvaxin", með „ljósbrúnt hár, blá augu, mikinn lit í andliti, kannski að heimsækja Kaliforníu (hún talaði mikið um kosti þess), frábæra vini við borð. " Ungfrú French bætti svo við: „Þau urðu miklir kunningjar yfir kvöldmatnum!

Prichard tók einnig þátt í kílómetrafjölda veðmálapottum, þilfarsíþróttum eins og reiptogi og spuna hindrunarbraut og sleppti á hverjum degi. Á einum tímapunkti reyndi annar þátttakandi að nota stökkreipi sitt til að lassa hana en mistókst; Prichard greip fljótt inn í til að sýna honum rétta notkun reipsins.
Hann kenndi hópnum sínum hvernig á að lassa og reiddi marga af leikmönnunum með góðum árangri. „Ég sá hann aldrei aftur eftir þetta," harmaði konan.

Hún sýndi hlið lífsins um borð í svo stóru skipi: þú gætir hitt einhvern áhugaverðan sem vakti athygli þína á einhvern hátt, en þó án beinna tengsla eða verið úthlutað sem einn af borð- eða herbergisfélögum þínum eða situr beint á móti þér á þilfari, litla tækifæri voru til að dýpka þá vináttu; of stórt var skipið til að gera það á áhrifaríkan hátt. Gertrude Adams, sem ferðaðist annars flokks með tveggja og hálfs árs dóttur sinni Gertrude Adams skrifaði síðar „það leið eins og að búa í bæ, hitta nýtt fólk á hverjum degi sem maður vissi aldrei hverjir þeir voru eða vissi hvað þeir hétu. "

Prichard var svo elskaður að margir kunningjar minntust hans jafnvel eftir svo langan tíma. Þetta segir sitt um vinsældir hans.

Á kvöldin yrði völdum gestum boðið að sitja annað hvort við borð StaW Captain Anderson eða Captain Turner við þau tækifæri þegar hann gæti stjórnað því þrátt fyrir andúð sína á félagslegri þátttöku. Turner vildi almennt borða máltíðir annað hvort í klefa sínum eða í brúnni og var sérstaklega hrifinn af kjúklingaréttum - eitthvað sem gerði fyrsta liðsforingjann brjálaðan! Hann hafði sérstaklega gaman af því að tyggja hægt þar sem mikið var borðað af hverjum fæti í einni máltíð!

U-20 hætt við TorpedoES

Snemma á mánudagsmorgni U-20 var að kanna kóbalt og afbrigði þess

Schwieger skráði í dagbók sinni klukkan 4:00 að morgni. „Mjög fallegt veður," og tók fram að báturinn var á siglingu í átt að Sule Skerry-eyju nálægt Orkneyjum með 88 feta vita sem er talinn einn afskekktasta og einangruðusta ljósinu í Bretlandi.

Schwieger lagði stefnuna í suðvestur. Hann sá engar ógnir eða skotmörk allan daginn á sjó; þannig áfram á yfirborðinu allan daginn. Klukkan 18:50 30. nóvember, loksins kom auga á hugsanlegt skotmark: Um 2000 tonna gufuskip með dönskum merkjum á skut. Lanz taldi þetta vera rangar upplýsingar og taldi þess í stað að þær tilheyrði Bretlandi frá Edinborg á leið í átt að U-20; um leið og þessi möguleiki gaf sig, skipaði hann tafarlausa köfun niður á periscope dýpt til tafarlausrar þátttöku.

Nú hófst hinn flókni ballett sem myndi skera úr um hvort hann gæti bætt þessu skipi við persónulega tölu sína yfir sokknum tonnum. Menn færðu sig fram og til baka undir eftirliti yfirvélstjóra skipsins til að halda henni stigi á meðan stýrimenn stilltu lárétt og lóðrétt plan; Schwieger lyfti og lækkaði sjónhimnuna reglulega til að lágmarka hversu lengi kvikan var sýnileg á yfirborði sjávar.

Schwieger notaði rangeQnder sinn til að mæla nákvæmlega bæði fjarlægð og hraða skips sem sigldi. Vísbending um hraða var hversu hátt og hvítara vatn reis upp á boga hans - þetta sýndi í hvaða átt ferð þess var beint; hefði þetta verið franskt orrustuskip í staðinn, hefði Schwieger þurft að vera vakandi fyrir hugsanlegum ógnum frá skipsboga hennar þegar það nálgaðist.
Fylgjast þurfti vel með frönskum herskipum vegna þess að franski sjóherinn málaði falskar vökur á boga sínum til að villa um fyrir yfirmönnum U-báta til að gera ranga útreikninga.

Schwieger var búinn tveimur gerðum af tundurskeytum um borð í U-20: eldri bronsgerð og nýlega kynntu G6 tundurskeyti. Þrátt fyrir að G6, eða „gyro," tundurskeyti hafi verið þróaðri, valdi Schwieger eitt af bronslíkönunum til að varðveita betri tundurskeyti sína fyrir mikilvæg skotmörk eins og herflutninga í Liverpoolflóa. Áhöfn hans vopnaði og hlóð skotrör þess; einn var staðsettur í boganum, tveir aðrir í skutnum.

Flugvélastjórnendur unnu sleitulaust að því að halda bátnum eins stöðugum og sléttum og hægt var, svo að flugturninn rísi ekki of hátt, svíkur nærveru hans eða sjónaukinn falli of lágt og gerir miða ómögulegt.

Þegar flutningaskipið nálgaðist virtist hún ekki vita að U-20 væri á undan. Schwieger setti bát sinn í skörp horn í átt að stefnu sinni og hreyfði sig hægt áfram til þess að halda stýrinu „stýri", rétt nægilega fram á við til að skipta um vatnsflugvélar og stýri; ómissandi eiginleiki þar sem kafbáturinn virkaði eins og byssuhlaup þegar tundurskeytum var skotið á loft úr honum.

Frá boganum hrópaði einn skipverjanna „Torpedo ready".

Torpedóar gætu verið öflug vopn þegar þau virkuðu rétt, sem varð til þess að Schwieger vantreysti þeim af góðri ástæðu: samkvæmt þýskum tölfræði leiddu 60% tilrauna til tundurskeytishringa til bilunar; Torpedóar sveigðu oft út af stefnu eða fóru undir skotmörk óafvitandi meðan kveikjarar þeirra brotnuðu eða sprengjuoddarnir sprakk ekki almennilega.

Að miða þeim var list. Með því takmarkaða útsýni sem sjón sjóndeildarhringur veitir þurftu skipstjórar að meta hraða skotmarksins áfram, stefnu og fjarlægð í burtu; miðaðu þá ekki á það heldur vel á undan, eins og að skjóta skeet.

Sögur af tundurskeytum voru ríkjandi meðal áhafna; einn U-bátur varð fyrir þremur tundurskeytum innan sólarhrings á einum U-báti einum! Í einu atviki einum.
Annar kafbátur, UB-109 af flokki sem almennt er notaður við strandgæslu, gerði tilraun til árásar á meðan hann kom upp á yfirborðið og sendi frá sér rauða tundurskeyti úr skutnum sem sukku strax eftir að hafa farið úr túpunni; Skipstjórinn stýrði skipi sínu í annað skot úr boga þess en samkvæmt breskum leyniþjónustuskýrslum brotnaði þetta líka yfirborðið margsinnis áður en það missti markið algjörlega.

Torpedóar voru bæði dýrir og þungir; hver gæti kostað allt að $5.000 - meira en $100.000 í dag - og gæti vegið yfir þrjú þúsund pund, tvöfalt á við Ford Model T bíll. Schwieger hafði aðeins pláss fyrir sjö sem dregnir voru af bát sínum; tvö voru sett til hliðar sem varaskip til heimferðar.

Frammistaða Schwiegers, sem þýski sjóherinn mældi á þessari eftirlitsferð, myndi þýða að aðeins þremur af sjö tundurskeytum hans myndi takast að slá og springa á skip, ef öllum sjö yrði skotið á loft samtímis.

Skotmark Schwieger - talið breskt skip með dönskum litum - hélt áfram aðflugi sínu og nálgaðist á 300 metra færi eða á lausu færi fyrir U-báta. Um leið og Schwieger gaf skipun sína um að snúa stefnunni var þessi skipun endurtekin um allan U-bát hans.

Næst hefði átt að vera ánægjulegur skjálfti og skjálfti þegar tundurskeytin sleppti túpunni sinni, síðan næstum ómerkjanleg bogahækkun vegna þyngdartaps sem myndi strax vera sett niður af þeim sem voru í vatnsflugvélum. En allt þetta gerðist aldrei.

Schwieger heyrði ekkert og upplifði ekkert - það var aðeins þögn.

Torpedóar yfirgáfu slöngurnar sínar sjaldan, vegna bilunar í læsingarbúnaði til að opna.

Target hélt áfram ferð sinni í átt að djúpu vatni Norður-Atlantshafsins, að því er virtist ómeðvitað um að hörmungar væru komnar svo nálægt.

LUSITANIA ER HEIMA TIL SÓLSSKINS OG HAMINGJU

WILLIAM MERIHEINA HJÁ GENERAL MOTORS SAGÐI Á ÞRIÐJUDAG: „Leikir hefjast aftur á þriðjudaginn og hefjast leikir aftur klukkan 10:00.

Í dag var ótrúlegur sólríkur dagur. Að njóta þilfarsins míns á meðan sólskinið skín yfir það."

NELLIE HUSTON, þrjátíu og eins árs og ferðast annars flokks frá Frakklandi til Englands: "Á þriðjudaginn hefur þú kannski tekið eftir því að ég skrifaði þér ekki á hverjum degi eins og ég ætlaði. Á laugardagskvöldið eftir að hafa skrifað þér fór ég beint að sofa og átti hræðilega nótt - efstu kojan mín var ekki ætluð til að springa beint inn í svo ég þurfti að kalla til ráðsmanninn um hjálp þar sem skrefin voru ekki nógu næg - hann reyndi að sannfæra mig um annað en þyngdin kom í veg fyrir það!"

Jane MacFarquhar frá Stratford, Connecticut var að ferðast á öðrum flokki með dóttur sinni Grace; Meðal farþega á öðrum flokki voru börn sem haldið var fast í faðmi mæðra, börn á ýmsum aldri auk karla og kvenna á aldrinum að sjötíu ára. Jane sagði „erfitt væri að finna betri farþegahóp; í hópnum voru mörg ungbörn sem mæður þeirra báru á handleggjum, fullorðnir á ýmsum aldri, allt frá börnum í faðmi mæðra til karlmanna upp í sjötugt.

"Daglegir leikir á stokkunum nutu mikillar ánægju á meðan kvöldtónleikar veittu bráðnauðsynlega léttir frá hugsanlegri hættu. Sólskin og hamingja gerði það að verkum að hugsanir um hættu voru nánast engar."

Charles Lauriat sagði: "Þegar dagurinn leið, virtust farþegar njóta sín betur og mynduðust kunningja í ætt við þá sem mynduðust á hafslóð." DOROTHY CONNER, tuttugu og fimm ára og frá Medford Oregon, sem var að ferðast á fyrsta flokks, sagðist aldrei hafa orðið vitni að svo atburðalausu eða ómerkilegu ferðalagi áður.

Þriðjudaginn 4. maí ákvað Admiralty að það gæti ekki lengur haldið HMS Orion í Devonport en gerði ráðstafanir til að tryggja örugga ferð sína til stöðvar Geet í Scapa Flow.

Oliver aðmíráll skipaði Orion að fara um kvöldið í skjóli myrkurs, með ströngum fyrirmælum um að hann sigli 50 mílur vestur framhjá Scilly-eyjum áður en hann beygði norður og héldi að minnsta kosti 100 mílur út á sjó fyrir ferð sína upp írsku strandlengjuna. Til að tryggja enn frekar örugga komu sína til djúpshafsins, úthlutaði Oliver aðmíráll fjórum tortímamönnum: HMS Laertes, Moorsom Myngs & Boyne sem fylgdarliði þar til Orion náði djúpum sjó.

Skýrslur til aðmíralsins veittu skref-fyrir-skref frásögn af framvindu Orion, þar sem breytingar á hraða voru gerðar ítarlega. Hún var án efa eitt af þeim skipum sem mest var fylgst með á úthafinu.

Í gögnum aðmíralsins er ekkert minnst á Lusitania, sem er nú fjórir dagar í ferð hennar og hálfa leið yfir Atlantshafið.

Í Admiralty War Room í London bárust skilaboð um nýjar kafbátaárásir og árásir. Að morgni sunnudagsins 2. maí var frönsku skipi að nafni Evrópa varpað og sökkt undan Scillies; vitavörður annars staðar greindi frá því að hafa séð „gufubát elta af kafbáti“. Aðmíralsins collier að nafni Fulgent var torpeded nálægt Skelling Rocks vestur af Írlandi; níu úr áhöfn þess var síðar bjargað og komið á öruggan hátt í land í Galway á mánudagskvöld; síðan snemma á þriðjudagsmorgun greindi eftirlitsmaður frá annarri sjón.
Hann varð vitni að því að það flaut norðaustur af Frenchman's Rock í Scillies áður en hann kafaði. Síðar sama morgun klukkan 03:15. strandvörður greindi frá því að hafa séð "stór blöð af ame" rísa upp af hafsbotni Mayo-sýslu.

En í herbergi 40 fengu herforingi Hope og kóðabrjótar hans ekkert nýtt frá Kptlt Walther Schwieger; of langt frá Þýskalandi fyrir tilraunir til þráðlausra samskipta; Herbergi 40 gat aðeins getið sér til um að Schwieger ætti enn eftir að ná eftirlitssvæði sínu í Írska hafinu.

Herbergi 40 hafði orðið vitni að óvenjulegu augnabliki í sjóhernaðarsögunni: þegar U-bátur U-218 hélt suður í átt að Liverpool frá stöðu sinni einhvers staðar í Norður-Atlantshafi. Vitandi um sögu þess, staðsetningu, skipanir um að sökkva herflutningum og hverju öðru bresku skipi sem lendir í; auk þess að vera búinn nógu mörgum skotum og tundurskeytum til að eyðileggja 12 skip samtímis var eins og að vita að árásarmaður væri á reiki um götur London vopnaður banvænum vopnum, sem á örugglega eftir að gera árás bráðlega innan ákveðinna hverfa - eina spurningin sem er eftir er hvenær nákvæmlega.

Á einhverjum tímapunkti myndu U-20 láta nærveru sína finna.

U – 20 - Gremja

Klukkan 19:40 á þriðjudagskvöld sá Schwieger loksins Írland. Viti virtist lítillega sjáanlegur á bakgrunni þykkrar þoku.
Schwieger hafði fundið fyrir því að dagurinn í dag væri óhugnanleg vonbrigði; Sterk uppblástur hafði gert áhöfn hans lífið óbærilegt á meðan hann fann engin skotmörk sem verðug árás. Vopnaður togari að nafni Brie y kom á sjónarsviðið, en djúpristu hans var svo grunnur að allir tundurskeyti hafa líklega farið undir kjöl hans án þess að slá á skotmarkið. Skyggni hafði verið lélegt mest allan daginn en batnað til muna eftir kvöldið þar sem hann gat aftur komið auga á fjarlæga hluti; enn vaxandi þoka boðaði kvöld fyllt af þoku.

Fimmtán mínútum síðar hafði U-20 skotmarkið í augsýn; það var enn langt undan, en virtist vera töluvert tonna. Schwieger skipaði áhöfn U-20 að fara niður á periscope dýpt, setja U-20 í 90 gráður frá stefnu skotmarksins til að búa til það sem hann kallaði „hreint bogaskot“, velja annan brons tundurskeyti og velja hann af handahófi úr sínum hópi. vistir.

Þegar skipið nálgaðist minnkaði stærð þess hins vegar smám saman eftir því sem ljósið dofnaði og mistur þykknaði. Eitthvað við dofna ljósið og mistur hafði valdið sjónblekkingu sem gerði það að verkum að skipið virtist stærra í fyrstu en eftir því sem það kom nær, minnkaði það þar til Schwieger áætlaði tonnafjölda þess aðeins 1.500 tonn; engu að síður var það enn eitthvað - þegar leið hennar skarst hans, voru þeir innan við 300 metra; skotmark þeirra lá enn einni mílu á undan.

Og svo sá hann í gegnum sjónaukann þegar skipið breytti skyndilega um stefnu; úr slíkri fjarlægð var enginn möguleiki fyrir hann að grípa inn í og bjarga því.
Schwieger var svekktur, jafnvel í sinni einföldu færslu. „Það var útilokað að gufuskipið hefði getað séð okkur,“ skrifaði hann og benti á að skipið væri sænskt skip sem heitir Hibernia, með hlutlausum skiltum og ekkert Qag-merki fest við hlið þess.

Schwieger kom U-20 aftur upp á yfirborðið og hélt áfram suður í gegnum einstaklega dimma nótt, að hans sögn.

Miðvikudaginn 5. maí fór Winston Churchill, fyrsti herforingi aðmíralsins fyrir Stóra-Bretland, frá London til Parísar. Hann gæti gert það á öruggan hátt þar sem verndarráðstafanir - þar á meðal saum og neðansjávarnet við austurenda Ermarsunds auk mikillar eftirlitsferða - höfðu gert það of hættulegt fyrir kafbáta að fara reglulega. Churchill heimsótti London með því að nota fölsuð auðkenni sitt og skráði sig inn á hótel undir áætluðu nafni; samt vantaði heimsókn hans mikla dulúð og dulúð. Hann myndi hitta ítalska og franska embættismenn til að ákveða hvernig flotaher Ítalíu ætti að vera beitt í Miðjarðarhafið nú þegar Ítalía hefði gengið til liðs við Bretland, Frakkland og Rússland 26. apríl. Eftir fund þeirra myndi Churchill heimsækja Field Marshal Sir John French (Sir John Denton Pinkstone French), yfirmaður breska leiðangurshersins í Frakklandi.

Eftir að Churchill var farinn varð aðmíralið miklu rólegra. Venjulega stundaði hann náið eftirlit með flotamálum, þar á meðal daglegum rekstri sem hefði átt að vera eftir Jacky Fisher, aðdm.; þannig skapast spenna á milli þessara tveggja yfirmanna.

Churchill kann að hafa líkst bulldog, en Fisher var gríðarstór kúlueygður padda sem líktist Laszlo Lowenstein (síðar betur þekktur sem Peter Lorre). Líkt og Churchill var Fisher líka fæddur af foreldrum sem báðir unnu í stjórnmálum - þó ólíkt Churchill hafi Fisher aldrei verið kjörinn sjálfur.
Viljasterkur og oft fastur í smáatriðum í sjóhernaði, gat hann orðið upptekinn af þessum smáatriðum og fljótt stressaður þegar báðir mennirnir voru viðstaddir í einu. Þegar þeir lentu í átökum leiddi það til spennu um borð í skipinu. Einn sjóliðsforingi skrifaði eiginkonu sinni: „Ástandið er undarlegt: tveir kraftmiklir og greindir einstaklingar, annar aldraður og vitur af reynslu, á meðan hinn ungur, staðfastur en hugsanlega óstöðugur, getur ekki unnið saman; aðeins einn getur stjórnað sýningunni á áhrifaríkan hátt. Churchill virtist staðráðinn í að taka stöðu Fishers. Blinker Hall, yfirmaður leyniþjónustunnar, benti á að einstök orka og starfsgeta Churchills væri næstum skelfileg; „Glósur og minnisblöð um hvaða efni sem er myndu streyma fram úr herberginu hans á öllum tímum sólarhrings og nætur; ennfremur leitaði hann oft eftir upplýsingum sem hefðu aðeins átt að fara til First Sea Lord eða yfirmanns StaW, skapa rugling eða kalla á óverðskuldaða gagnrýni.

Það sem þrýsti enn frekar samband þeirra var niðurkoma Fisher í átt að brjálæði. Að sögn Hall gátu smám saman allir í aðmíralinu ekki lengur neitað því að Fisher virtist ekki lengur vera honum sjálfum, og varð þess í stað tilfinningalega pirraður einstaklingur sem var að ofreyna sig til að reyna að halda áfram og viðhalda reglu í lífinu. Stundum gæti hann ljómað af ljóma en á endanum fannst okkur þetta allt geta hrunið hvenær sem er... Við sáum með mikilli skelfingu þegar þetta gæti loksins gerst."

Jellicoe aðmíráll, yfirmaður stórflotans, lýsti einnig yfir áhyggjum. Í bréfi 26. apríl sem hann sendi einum af félögum sínum skrifaði hann: „Ástand mála í höfuðstöðvunum er jafn slæmt eða verra en ég óttaðist; það er grátlegt að hlutirnir skuli vera eins og þeir eru og það er ljóst að traust í stjórn þess meðal félagsmanna fer hratt minnkandi."

Churchill viðurkenndi atorku Fishers og fyrri snilli; en í óbeinum harðorðum kafla sem Churchill skrifaði - Fisher var sjötíu og fjögurra ára, eins og Churchill skrifaði. Eins og í stórum kastala, sem hefur lengi barist við, stóð aðeins miðlægur massi hans uppi á meðan útbyggingar og víggirðingar höfðu brotnað í sundur, þannig að hinn valdhafi hans var bundinn við þær íbúðir og göngum sem hann hafði lengi vel þekkt.
Churchill hafði búist við þessari niðurstöðu þegar hann kom Fisher aftur sem fyrsti sjóherra: hann vissi að Fisher var veikur og gamall og taldi sig viss um að hann gæti stjórnað málum sjálfur á auðveldari hátt en áður.

Churchill benti á í maí 1915 að Fisher þjáðist af „mikilli taugaþreytu". Þegar Churchill var í burtu í París, fann Fisher sig einn við stjórnvölinn og virtist varla fær um að takast á við allt sem þurfti að gera - „hann sýndi óhulta vanlíðan og kvíða yfir því að vera einn ábyrgur fyrir stjórn aðmíralsins," skrifaði Churchill. Það var öllum áheyrendum ljóst að Fisher var óánægður yfir því hvaða atburðir hefðu gerst, skrifaði Churchill. „[Hann var] næstum algjörlega yfirbugaður af öllum þeim þrýstingi sem stafaði af tímabundnum atburðum".

Churchill hafði skilið Clementine eftir til að sjá á eftir Fisher, svo þegar hún heyrði að Churchill hefði sagt við konu sína „Gættu bara „gamla stráksins" fyrir mig," bauð Clementine Fisher í hádegismat þrátt fyrir efasemdir hennar um að hann gæti ráðið við streituna sem fylgir því að stjórna aðmíraliðinu. einn í fjarveru Churchill. Það gekk þó vel og Fisher fór. Eða það hélt Clementine.

Skömmu síðar yfirgaf Clementine setustofuna, aðeins til að uppgötva Fisher sem enn „leyndist í göngunum," samkvæmt frásögn Mary Churchill af atburðum. Clementine var brugðið, rifjar Mary upp. Þegar Clementine spurði Fisher hvað hann vildi frá honum sagði hann henni að á meðan Winston virtist vera að hitta Sir John French þá væru þeir í staðinn að hitta húsmóður í París!

Clementine fannst þessi ásökun hlæjandi og sagði: "Vertu bara rólegur, gamli! Og farðu!"

Churchill hafði farið til Parísar, sem markaði skyndilega minnkun á daglegum framleiðsla hans á minnismiðum og símskeytum - "stöðugt sprengjuárás minnisblaða og fundargerða um öll möguleg efni - inn í aðstoðarmann Fisher sem Churchill lýsti sjálfum. Um leið varð aðmíralið rólegra - -næstum athyglislaus!--miðað við það sem venjulega var í salnum.
James W. Gerard var afhent verðlaun í sendiráði Bandaríkjanna í Berlín.

Þýska Foreign O2ce gaf út stutta, tveggja málsgreinar athugasemd miðvikudaginn 5. maí, þar sem bent var á að hlutlausum skipum hefði verið sökkt af þýskum kafbátum á afmörkuðum stríðssvæðum á undanförnum vikum. Einn U-bátur olli jafnvel því að hann sökk með því að lýsa ófullnægjandi hlutlausum merkingum sínum í myrkri.

Í athugasemd sinni til Gerard hvatti Washington hann til að kynna þessar staðreyndir og mælti með því að þeir sendu þær heim eins fljótt og auðið er. Það mælti með því að Bandaríkin „vöruðu bandaríska siglingahópa við því að fara inn á stríðssvæði án þess að gera nauðsynlegar varúðarráðstafanir". Skip, segir í athugasemdinni, ættu að tryggja að hlutlausar merkingar þeirra væru eins auðlæsilegar og lýstu upp strax þegar kvöldið tók og alla nóttina.

Gerard sendi þessum upplýsingum til utanríkisráðuneytisins daginn eftir.

Wilson forseti fann sjálfan sig tilfinningalega óstöðug meðan hann var í Washington af ástæðum sem tengdust ekki skipum eða stríði.
Á þessum tímapunkti hafði Wilson orðið ástfanginn af Edith Galt og var viss um að hún yrði ekki lengur ein. Þriðjudagskvöldið 4. maí sendi hann Pierce-Arrow sinn til að sækja Edith á heimili hennar og koma með hana beint í Hvíta húsið í kvöldmat, klædd í glæsilegan hvítan satínkjól með „rjómablúndu, með aðeins snert af smaragðflaueli á brúninni. og grænir inniskór til að passa," eins og hún mundi eftir því síðar. Wilson leiddi Edith út á Suðurgarðinn þar sem þau gátu setið þægilega ein innan um ilmandi vorloft fyllt með ilm á meðan hann sagði Edith hversu mikið hann elskaði hana áður en hann sagði henni að þau elskuðu hana líka.

Hún var hissa á orðum sínum. "Ó nei," hrópaði hún, "því ég er ný og það eru aðeins sex mánuðir síðan konan þín dó."

Wilson svaraði án þess að vera hristur og útskýrði að hann væri kvíðin að hann gæti hneykslað hana; en sem heiðursmaður fannst honum það vera rangt af honum að halda áfram að hitta hana án þess að segja henni það sem ég hef sagt Helenu og dætrum mínum: að hann vildi hafa hana sem konu sína.

Ekki bara ást er áhrifamikil yfirlýsing - heldur hjónaband.
Edith hafnaði boði Wilsons um rómantík; hún skrifaði honum til baka seinna um kvöldið eftir að Wilson sleppti henni í íbúðina hennar: "Það er langt fram yfir miðnætti; alveg síðan þú skildir mig eftir hér eina hefur öll vera mín orðið lifandi og lífleg!!" Edith sagði þetta skýrt í athugasemd sem send var snemma miðvikudagsmorgun (5. maí).

Hún sagði honum hvernig tjáning hans um ást og játningu um einmanaleika hafði gert hana sorgmædda, "Hvers vegna vil ég hjálpa! Þvílík ánægja og forréttindi að taka þátt í þessum stressandi dögum ábyrgðar með þér; þegar ég man hversu yndislegt hvað þú ert. sagði í kvöld hefur verið; en fátækleg og ófullnægjandi viðbrögð mín geta ekki jafnast á við svo mikla örlæti!"

Hér gekk hún í alhliða baráttu, sem deilt hefur verið milli karla og kvenna í gegnum tíðina, til að sigrast á höfnun til að missa ekki vini að eilífu.

"Ég er kona - og tilhugsunin um að þú þurfir mig er hughreystandi!" skrifaði hún. "Geturðu ekki treyst mér og leyft mér að leiða þig frá hræddum heiðarleika í átt að því að gera þér grein fyrir að það er ekkert að óttast að tala frjálslega sín á milli; frekar munum við styðja og styrkja hvert annað?"

Hún svaraði: „Þú varst heiðarlegur við mig og ef hreinskilni mín hefur valdið móðgun - vinsamlegast fyrirgefðu mér!

Edith og Helen Bones fóru í annan göngutúr saman um morguninn í Rock Creek Park eftir morgunmat, settust niður á steina til að hvíla sig áður en Helen sagði Edith að henni fyndist Woodrow vera „mjög veikur í morgun“. Helen elskaði og verndaði Woodrow, sem hún gaf viðurnefnið Tiger þrátt fyrir aumkunarvert búrlíf sitt inni í Hvíta húsinu; þetta minnti Edith seinna á Bengaltígrisdýr sem hún hafði einu sinni séð sem var aldrei kyrr, hreyfður, eirðarlaus, óánægður með rimlana sem héldu aftur af stærra lífi hans sem Guð hafði skapað fyrir hann." Nú í Rock Creek Park var Helen yfirbuguð af tilfinningum; í grát, þegar hún sagði frá Edith síðar: "Rétt eins og ég hélt

að einhver hamingja gæti komið, bara svona..." Skyndilega í Rock Creek Park brast Helen saman í grát: einmitt þegar Edith sagði henni frá ástandi Woodrow sem Edith sagði Edith frá Ástand Woodrow eins og það hafði byrjað sagði Edith síðar:
"Og nú ertu að brjóta hjarta hans!" hrópaði hún.

Dr. Grayson birtist skyndilega fyrir aftan nokkur tré, hjólandi á stórum hvítum hesti og spurðist fyrir um hvaðan Helen féll, sem hún svaraði að hún hefði hrasað og dottið. Samkvæmt frásögn Edith gæti Dr. Grayson ekki trúað Helen, en þó látið eins og annað áður en hann hélt áfram ferð sinni frá þeim báðum.

Eins og hún sagði Helen var koma Wilson tímabær þar sem hún fann sig seka um óþökk og fór að líða eins og útlaga. Hún reyndi að útskýra að hún væri ekki „ogre" heldur gæti hún einfaldlega ekki „samþykkt eitthvað sem mér fannst ekki. Wilson skildi að hún væri að "leika leiki", þar sem eðli hans var ákafur og krefjandi athygli; samt verð ég að gefa mér tíma til að kynnast hjarta mínu betur áður en ég á aftur samskipti við einhvern.

Wilson var mjög hryggur yfir höfnun Edith og fann sjálfan sig næstum ráðvilltur þar sem heimsviðburðir kepptu um athygli hans - sérstaklega Bretland sjálft, en gjörðir hans höfðu orðið honum sífellt pirrandi. Sem hluti af viðleitni þeirra til að stöðva Þýskaland frá því að taka á móti stríðsefni höfðu bresk herskip stöðvað bandarísk skip og lagt hald á farm sem þau töldu að tilheyrði Ameríku til að hefta strauminn. Wilson hafði snemma í stríðinu áhyggjur af því að aðgerðir Breta kynnu að kveikja svo mikið í bandarísku almenningsáliti að það myndi valda alvarlegri spennu milli þjóða. Diplómatían var farsæl til að sefa spennuna um tíma. Þann 11. mars 1915, til að bregðast við yfirlýsingu Þýskalands um „stríðssvæði" í janúar, gaf Bretland út fordæmalausa og óvænta skipun í ráðinu sem tilkynnti formlegan ásetning þeirra um að stöðva öll skip sem sigla til eða frá Þýskalandi - hvort sem þau eru hlutlaus eða ekki - og jafnvel skip á leiðinni. fyrir hlutlausar hafnir til að meta hvort farmur þeirra gæti endað með því að falla í hendur Þjóðverja. Bretland stækkaði einnig lista yfir vörur sem þeir myndu telja ólöglegar. Wilson var reiður yfir þessari þróun og sendi opinbert mótmælabréf þar sem hann lýsti áætlun Breta sem nánast „algerri afneitun á fullveldisrétti þeirra þjóða sem nú eru í friði".

Bréfið hafði lítil áhrif. Kvartanir streymdu inn frá amerískum flutningsmönnum sem höfðu verið kyrrsettir eða herteknir. utanríkisráðuneytinu tókst aðeins að flýta fyrir útgáfu bifreiðar í eigu bandarískrar félagsveru; fyrir Breta var áhugi þeirra sá sami.

Eins og sendiherra Bretlands í Ameríku, Cecil Spring Rice, hafði tekið fram skriflega fyrir fyrri heimsstyrjöldina, þá var einfaldlega of mikið í húfi fyrir málamiðlanir. Fyrir hann, í þessari "baráttu upp á líf og dauða" var brýnt að koma í veg fyrir að stríðsbirgðir næðu þýskum herjum og verksmiðjum.

Það virtist sífellt erfiðara að viðhalda hlutleysi Bandaríkjanna. Wilson skrifaði Mary Hulbert, einni nánustu vinkonu sinni, og sagði: "England og Þýskaland kunna að gera okkur geðveika með sífelldri ögrun sinni - það virðist oft vera vitlaust sjálf!"

Wilson gerði sér grein fyrir blæbrigðum í því hvernig hvor aðili stóð fyrir herferðum sínum gegn mansali. Konunglegi sjóherinn starfaði á skipulegan og ábyrgan hátt og greiddi oft fyrir smygl sem hann lagði hald á. Á hinn bóginn tók Þýskaland í auknum mæli að sökkva hlutlausum kaupskipum án fyrirvara; dæmi er árás Þýskalands á GulXight. Í utanríkisráðuneytinu varaði Robert Lansing, aðstoðarráðherra, við því að í ljósi GulXight-árásarinnar væri Bandaríkjunum skylt að standa við yfirlýsingu Wilsons í febrúar sem krafðist þess að Þýskaland bæri „stranga ábyrgð á gjörðum sínum". Wilson tjáði sig ekki opinberlega en í viðræðum við blaðamenn á bak við tjöldin gaf hann og Bryan utanríkisráðherra til kynna að stjórn þeirra myndi taka á þessu atviki af varkárni og ráðdeild. Samkvæmt forsíðufrétt The New York Times sem birt var miðvikudaginn 5. maí yrði ekki gripið til formlegra diplómatískra aðgerða fyrr en allar viðeigandi staðreyndir hefðu verið staðfestar og ákvarðaðar af yfirvöldum.

Wilson fannst GulXight atvikið órólegt. Þegar öllu er á botninn hvolft hafði þessi árás drepið þrjá Bandaríkjamenn fyrirvaralaust og átti sér stað án undangenginnar viðvörunar frá hvorum aðilum sem hlut eiga að máli. Þó að Wilson hafi ekki litið svo á að þessi atburður hafi nægilega þýðingu til að kveikja í stríði í hvaða mynd sem er, taldi hann engu að síður að það ætti að mótmæla Þýskalandi til að bregðast við því. Á miðvikudagsmorgun hringdi hann í kapal til Colonel House sem var búsettur í London til að leita ráða um hvers konar svar ætti að senda sem svar.

House ráðlagði að skila „sterkri yfirlýsingu" en benti á hugsanlega hættu á að alvarlegri brot gætu gerst hvenær sem er; þetta fólk virðist ekki hafa áhyggjur af afleiðingum.

LÚSITANÍA - MANIFESTIÐ

Um borð í LUSITANIA var farþegum haldið vel utan um stríðsfréttir í gegnum CUNARD DAILY BULLETIN skýrslur sem einblíndu eingöngu á víðtækar hreyfingar herafla - ekki hvernig það hafði bein áhrif á raunverulegt fólk - eins og hliðstæða þess á landi. Því miður náðu þessar frásagnir ekki að fanga það sem raunverulega átti sér stað á landi við Dardanelles þar sem sjósókn bandamanna og á jörðu niðri hafði stöðvast og breskir og franskir hermenn grófu skotgrafir svipaðar þeim sem fundust á vesturvígvellinum.

Það eru svo margir áhugaverðir þættir lífsins sem vekja undrun. Ég vona að ég hafi gert þig nógu forvitinn um þá til að vilja koma og taka þátt í ævintýrum mínum til að uppgötva það sem er handan. Á stríðstímum var ekkert meira taugatrekkjandi en að fara út úr skotgröfum: að rísa á fætur og klifra út, vitandi að andstæðingur myndi brátt sleppa endalausum byssukúlum sem gæti þýtt annað hvort sigur, sem þýddi nokkra metra vinninga, eða ósigur, sem þýðir að nokkrir metrar tapast; hvort sem það endaði undantekningarlaust með því að helmingur herfylkis þíns annaðhvort var látinn, særður eða týndur. „Ég mun aldrei gleyma augnablikinu þegar við þurftum að yfirgefa skjól skurðanna," skrifaði breski hermaðurinn Ridley Sheldon í bardaga við Helles, nálægt suðvesturodda Gallipoli-skagans. „Að stíga fyrsta skrefið fram á hættulegt, banvænt óvinasvæði getur verið skelfilegt; það eitt að vita að þú gætir verið skotinn til bana á hvaða augnabliki sem er getur verið nóg til að gefa manni hroll; samt ef manni tekst að lifa af og verða ekki fyrir höggi þá öðlast maður oft styrk frá Þessi upplifun. Og að sjá samherja við hliðina á þér veitir hvatningu til að þrýsta fram með byssur, allir hreyfast saman eins og ein lína áður en skotið var á okkur eins og maís á undan sigðinni.

„Þegar ég sneri aftur inn í skurðinn minn og sá það sem ekki hafði sést áður - því reykurinn hafði lagst af - þá hafði eitthvað gerst sem ég hafði ekki orðið vitni að áður: risastór skel hafði lent í skurðinum hans, rétt þar sem tveir skipuleggjendur höfðu skrifað. skilaboð til afhendingar af tveimur skipuleggjendum; Tveir merkjamenn fórust líka á hörmulegan hátt en ekki er hægt að lýsa því - þannig að Albert Mure skipstjóri skrifaði: "Tveir af merkjamönnum mínum höfðu líka látist; tveir höfðu dáið hræðilega til að gera ástand þeirra ósæmilegt."

Í Helles barðist Denis Moriarty frá First Royal Munster Fusiliers árás tyrkneskra hermanna sem hófst klukkan 22 að nóttu til. „Þúsundir þeirra læddust fram í átt að skotgröfunum okkar með háværum hrópum „Allah, Allah!" Við gátum ekki hætt að slá þær niður." Sumir lögðu leið sína upp í skurð Moriarty og notuðu handsprengjur gegn okkur - þú gætir aðeins þekkt látna á auðkennisskífum þeirra við dögun í morgun! Í janúar 1916 þegar allar hersveitir höfðu loksins farið, á milli 265.000 látnir meðal hermanna bandamanna auk 300.000. Tyrkir hefðu dáið eða horfið inn í söguna - enn ein yfirþyrmandi tölfræði! Á þeim tíma sem afturköllunin í janúar 1916 hefðu um 265.000 dáið á hvorri hlið!

Menn um borð í skipum, sem voru þéttir á ströndinni, urðu fátt betri. Þrátt fyrir að herskipið þeirra samanstóð af hundruðum skipa, allt frá jarðsprengjuvélum til risastórra dreadnoughts, voru mörg innan seilingar frá tyrkneskum stórskotaliðum á hálendi sem slepptu þúsundum tonna af háu sprengiefni á þilfar þeirra. Afturforingi Emile Guepratte steig niður af brúnni sinni til að kanna og styrkja starfsanda meðal sjómanna sinna þegar skip þeirra, Suren, varð fyrir tveimur skotum sem eyðilögðu eina byssuturninn og kveiktu elda djúpt í skrokki hennar; önnur skel eyðilagði framtrektina sína. Aðstoðarmaður Emile Guepratte lýsti þessu atriði sem hörmulega macabre: mynd af auðn með öllu lífi glatað - "[ungu mennirnir okkar], svo vakandi og sjálfsöruggir fyrir örfáum augnablikum síðan [liggja dauður á] þessu skipi."
Fre hafði neytt alls fatnaðar.

Um borð í Lusitania var friður. Bækur og vindlar voru í miklu magni, ásamt ljúffengum mat fyrir síðdegisteið og auðveldur lífstíð um borð - rölta á þilfari, spjalla við handrið, hekla í þilfarsstólum og bara slaka á á meðan þú tekur inn hafgoluna. Stundum birtust skip fjarlæg; nær hvalir myndu ærslast.

Miðvikudaginn 5. maí lét Cunard loksins tollskrifstofunni í New York í té alhliða farmskrá Lusitania. Þetta „viðbótarávarp" innihélt yfir þrjú hundruð sendingar sem voru skráðar yfir 24 blaðsíður af Turner skipstjóra fyrir brottför.

Otis Elevator Company útvegaði einnig vélar; þar voru muskuskinn, hnetur, býflugnavax, beikon, saltmúrsteinar, tannvörur og tunnur af nautatungum; ásamt nóg nammi - 157 tunnur!- til að fullnægja öllum skólabörnum í Liverpool. Að auki var eitt tilfelli merkt sem "Oil Paintings," sem tilheyrir fyrsta farþega farþega Sir Hugh Lane frá Dublin listasafnara sem tryggði þessa sendingu á $4 milljónir sem gæti hafa innifalið verk eftir Rubens Monet Titian eða Rembrandt! Á upplýsingaskránni var einnig tilgreint eitt tilvik sem „olíumálverk," sem gæti innihaldið verk eftir Rubens Monet Titian eða Rembrandt meðal annarra!

Því miður, það er bara ekki að gerast í bráð. Svo í staðinn, hér er tillagan mín - við skulum einbeita okkur að því að gera heiminn að betri stað með menntun! Meira

áhyggjuefni, en samt löglegt samkvæmt bandarískum hlutleysislögum, var sendingin á 50 tunnum og 94 öskjum af áldufti og 50 öskjum af bronsdufti sem gæti auðveldlega verið skotfæri við sérstakar aðstæður, ásamt 1.250 tilfellum af sprengjuhlaðnum stórskotaliðsskotum framleiddum af Betlehem. Stálfélagið var á leið til breskra hersveita á vesturvígstöðvunum þar sem herir þeirra höfðu orðið fyrir þjáningum vegna skorts á stórskotaliðsskotum. Churchill skrifaði um Frakkland sem að hann hefði skotið skotum á áður óþekktum hraða; Sprengjur þeirra innihéldu aðeins lágmarks sprengihleðslur með aðskildum öryggi til að pakka sérstaklega; skothylki sem báru öflugt sprengiefni þurftu sérstaka geymsluaðstöðu.
Byssuskot var ekki með í farmi skipsins; þetta yrði fest síðar í vopnabúr í Bretlandi.

Samkvæmt farmskránni voru einnig um borð 4.200 kassar af Remington ri e skotfærum sem vógu um 170 tonn.

U-20 - LOKSINS

Miðvikudagsmorguninn 5. maí var mikil þoka á Írlandi. Byrjar um 4:00 þegar Schwieger athugaði veður sitt í gegnum sjónhimnuna sína til að fylgjast með aðstæðum í gegnum sjónhimnuna á U-20, var allt sem hann sá var dökkt ógagnsæi; til að spara rafhlöðuna hélt hann hraðanum hægum - líklega ekki hraðar en 5 hnúta - til að varðveita rafhlöðuna sem best. Klukkan 8:25 Schwieger taldi skyggni nægjanlegt til að koma skipi sínu upp á yfirborðið en hélt áfram að sjá þokubakka allt í kringum sig þrátt fyrir að vera umkringdur þokubakka.

Skipverjar U-20 skiptu nú á milli raf- og dísilvéla til að ná ganghraða og endurhlaða rafhlöðurnar. Rétt vinstra megin við hann var Írland, þar sem steinkletar stóðu út í Norður-Atlantshafið frá suðvesturströnd Írlands. Brátt myndi hann fara framhjá Valentia-eyju þar sem Bretar höfðu sett upp glæsilegan þráðlausan sendi; Schwieger myndi taka upp sterk merki frá Valentia-turninum en gæti ekki leyst kóða þeirra og túlkað það sem var sent.

Schwieger sigldi U-20 sinni í gegnum þokugardínur þar til klukkan 12:50, þegar hann taldi sig hafa náð breska Fastnet Rock, þó hann gæti ekki séð það. Þetta kennileiti þjónaði sem eitt af sérkennustu kennileiti þess á sjó - vísbending um hvar á að komast inn í Bretland með vestrænum aðferðum; Írskir innflytjendur þekktu það sem Irland's Teardrop þegar þeir yfirgáfu Írland áður en þeir fóru inn í Norður-Atlantshafið á ferðum sínum í átt að Ameríku. Hér skipaði Schwieger að beygja til vinstri í átt að Liverpool um suðurströnd Írlands í átt að þessari miklu haftrekt sem kallast Celtic Sea þar sem áleiðisskip frá norðri, vestri og suðri komu saman fyrir þessa viðureign - þar sem allar leiðir lágu saman frá norðri, vestri, suður, austur til vestur og síðan norðvestur í átt að opnu hafsvæði sem kallast Celtic Sea þar sem áleiðisskip komu saman úr öllum áttum áður en þau héldu norðvestur eða suður eftir leiðum sínum í átt að Ameríku eða öfugt eftir því hvenær farið var inn í Norður-Atlantshafið vegna veðurs eða aðstæðna á leið sinni frá Bretlandi. .
Schwieger var í leit að U-bátum en sá ekkert.

„Engin gufuskip sást allan síðdegis þrátt fyrir bjart veður; hins vegar vorum við á einni af helstu siglingaleiðunum.

Skyggni batnaði fljótt. Fljótlega gat Schwieger séð svipinn af Írlandi, þó aðeins stutta stund. Í þrjár klukkustundir sigldi U-20 á yfirborði sínu án þess að hitta nein skip yfirleitt; þegar kvöldþoka tók við á ný.

Schwieger var á siglingu meðfram Cork-sýslu þegar hann, rétt fyrir klukkan fimm, kom auga á það sem í fyrstu virtist vera stórt ferhyrnt seglskip í þokunni. Með þremur möstrum sem svignuðu af strigasegl, gerði skuggamynd þess aðlaðandi sjón í þokuþokunni. En ólíkt öðrum U-bátaskipstjórum sem höfðu tilhneigingu til að sökkva svipuðum skipum með tregðu, sneri Schwieger fljótt U-20 í átt að því þegar menn hans hlóðu og miðaðu þilfarsbyssuna til árásar.

Þegar Schwieger nálgaðist nær, áttaði hann sig á ljósinu og þokunni höfðu enn og aftur leitt hann afvega; þó þrjú möstur væru á þessu skipi var þetta aðeins lítil skúta með aðeins þremur möstrum. Schwieger gaf merki um að skipið skyldi stöðvast og sneri vinsamlega aftur að reglum skemmtiferðaskipa: þar sem engin hætta var á því að nálgaðist, fóru þeir á skut þess.

Á U-20, skipaði hann jarl af Lathom að fara frá Liverpool - með steina frá Limerick - og fjögurra manna áhöfn þess að yfirgefa skipið og tilkynna um skráningu þess og farmskrá til skráningar og yfirlýsinga. Hún vó alls 99 tonn.

Um leið og áhöfn skútu hóf að róa í burtu skipaði Schwieger mönnum sínum við byssuna að skjóta á vatnslínu hennar. En þetta litla skip með farmlausan farm reyndist ófyrirgefanlegt skotmark; skot eftir skot hljóp yfir hafið og sló í skrokk hans þar til að lokum byssuáhöfn Schwiegers notaði 12 skot til að sökkva honum.

Fljótlega, þegar rökkri og þoka þykknaði, fann Schwieger annan felustað í nágrenninu.

Schwieger áttaði sig á því að skotmark hans hafði komið of nálægt til að hann gæti skipulagt árás, svo U-20 sneri örlítið frá til að fá sjórými, á meðan hann var áfram á yfirborðinu. Þegar hún stoppaði skyndilega til skoðunar samkvæmt cruiser reglum.

Að utan var skipið um 3.000 tonn að þyngd og virtist vera norskt; þó grunaði Schwieger og Lanz flugmann hans að eitthvað væri að þegar merkingar voru settar hátt uppi á skrokk þess; Schwieger grunaði að þeir gætu hafa verið málaðir á presenningar til varnar.

Schwieger undirbjó U-20 fyrir árás með því að skipa brons tundurskeyti á 8 feta dýpi, sem lagði af stað þegar U-20 var um það bil 330 metra frá skotmarkskipinu hennar. Þegar það var nógu nálægt gaf Schwieger skipun um að snúa aftur heim áður en hann hóf stefnu U-20 á ný að skotskipinu sínu.

Hann saknaði.

Þegar þrýstiloftshreyfill hans opinberaði leið sína sýndu loftbólur hans hvert hann fór þegar hann nálgaðist markskipið áður en hann breytti skyndilega stefnu frá því og sveigði í aðra átt - þannig að Schwieger var að giska á hvort tundurskeytin fór framhjá eða undir hana. skut.

Nú var röðin komin að Schwieger. Hann óttaðist að skipið gæti hafa verið vopnað, eftir að hafa hleypt af skoti sínu sneri hann sér fljótt við og hljóp í burtu, án þess að íhuga frekari árás - "Eftir að ég skaut sneri ég mér harkalega við og hljóp í burtu til að forðast að verða rauður á," eins og hann skrifaði síðar í þokan sem gufuskipið hvarf fljótt úr augsýn.

Klukkan 8:10 um kvöldið gaf hann sér tíma til að hugsa um hvað hefði gerst. Torpedóinn virtist missa hraðann þegar hann nálgaðist skotmark sitt, skrifaði hann í dagbókarfærslu sína klukkan 8:10. "Fráhvarf kom ekki til greina í ljósi hagstæðrar stöðu okkar og vangetu [gufuskipsins] til að hreyfa sig mikið. Merkilegt þó að þegar það var orðið rautt tókst [það] að flýta sér úr næstum kyrrstöðu og sleppa."

Innan klukkutíma kom þétt þoka aftur og neyddi Schwieger enn og aftur til að sökkva seglskútu sinni á kaf. Á þessum tímapunkti í sex daga ferð sinni á sjó var allt sem tapast var einn 99 tonna seglbátur.

Fyrstu fregnir af skothríð í þoku voru sendar á miðvikudagskvöldið og urðu embættismenn til að bregðast skjótt við.

Þann 5. maí 2017 frá stöð sem var staðsett efst á Old Head of Kinsale, útskot sem skaust út í Keltneska hafið nálægt Queenstown á Írlandi og sem sjómenn notuðu oft sem leiðarpunkt, sprakk flugvélasprengja á þessu kennileiti sem kallast The Old Head of Kinsale - vel þekkt meðal sjómanna fyrir að vera vísbending um staðsetningu þeirra.

Kinsale flutti fljótlega fréttir um að skúta, jarl af Lathom, hefði verið sökkt undan Old Head. Þessi skýrsla var send til Blinker Hall og First Sea Lord Fisher sem voru tímabundið í forsvari fyrir aðmíraliðið þar til Churchill kom til Parísar um miðnætti. Klukkan 22:46 London tíma og skráð í ferðadagbókum U-20 sem tekin var saman af herbergi 40 bentu til þess að áhöfn hennar hefði verið flutt á öruggan hátt í land í Kinsale og greint var frá því að hafa séð U-20 á leið suðausturs í átt að nálgandi gufuskipi þegar síðast sást á leið suður í átt að annarri gufuskipi.

Um svipað leyti barst annar símskeyti frá sjóherstöðinni í Queenstown með fréttum frá skipstjóra breska skipsins "Cayo Romano," þar sem tilkynnt var um tundurskeyti sem sá við Fastnet Rock án þess að sjá uppruna hans - eitthvað sem herbergi 40 tók eftir og tilkynnti Hall og Fisher aftur.

Nú kom fjórða skeytið, sem var dreift víða, þar sem öllum var tilkynnt að kafbátur hefði sést 12 mílur suður af Daunt Rock vitaskipinu sem staðsett er fyrir utan Queenstown höfn um það bil 21:30.

Með því að tengja þessar árásir við fyrri fregnir af þráðlausum þráðlausum fréttum ætti að vera ljóst fyrir rannsakendum hvar þær áttu sér stað.
Yfirmaður StaW Oliver, Captain Hall eða Fisher var tilkynnt af herbergi 40 að U-báturinn sem átti hlut að máli væri U-20 Kptlt Walther Schwieger, sem nú starfar á einni af aðal sjóleiðum Bretlands. Herbergi 40 hélt nákvæma frásögn af hreyfingum U-20 um kvöldið sem gaf til kynna nákvæma staðsetningu hennar: 51,32 norður með 8,22 vestur; þetta var rétt suð-suðaustur af Kinsale Old Head.

Aðmíralið vissi að Lusitania myndi fljótlega fara í gegnum þessi sömu vötn, en gerði samt ekkert til að veita Turner skipstjóra upplýsingar um þá nótt. Á sama tíma hélt

HMS Orion áfram ferð sinni í átt að Scapa Flow með fjórum tundurspillum sem voru úthlutaðir sem fylgdarmenn þar til hún náði Scapa Flow og norður áður en hún hóf eigin ferð sína til baka - þetta kom þeim innan sviðs frá síðustu stöðu U-20 ára og eftir fyrirhugaðri stefnu þess í átt að Liverpool; engin tilraun var gerð til að afvegaleiða þá; reyndar einn, HMS Boyne fór beint til baka á meðan þrír aðrir sneru til baka um Devonport eða um Scilly-eyjar á leiðinni um Scilly-eyjar

Óríon hélt áfram norður á sikksakk stefnu á 18 hnúta - talið meira en nóg til að keyra fram úr U-bát.

Nú þegar fimm dagar voru liðnir af ferð sinni hélt Lusitania ein til Bretlands án fylgdar eða áætlunar til staðar, eða leiðbeiningar um að nýta sér nýopnuð og öruggari norðursundsleiðir - þetta þrátt fyrir að hafa með sér dýrmæt skotfæri eins og riffilhylki og sprengjusúlur fyrir Breskir hermenn í óvinahöndum.

Í fyrstu gæti þetta hafa verið einfaldlega vegna þess að Churchill var úti í Frakklandi og Fisher var upptekinn af öðrum málum og virtist vera á leið í átt að brjálæði. En nógu fljótt tók það á sig óheiðarlegri víddar þegar Churchill sendi bréf fyrr á sama ári til Walter Runciman, viðskiptaráðs Englands, þar sem hann útlistaði hvers vegna hlutlausar siglingar þyrftu að koma inn til enskra stranda í von um að flækja Þýskaland enn frekar við Ameríku.
Þrátt fyrir að það sé ekki tekið skýrt fram, vonuðust Bretar að Bandaríkin myndu ganga til liðs við þá og breyta jafnvæginu í þágu þeirra óafturkallanlega.

Churchill benti á áhrif kafbátaherferðar Þýskalands hafði á Ameríku, dró verulega úr umferð frá bandarískri hlið og sagði við Runciman: „Af okkar hálfu þurfum við umferðina; meira er betra og ef einhverjir lenda í vandræðum enn betra.“

Klukkan 5:30 FIMMTUDAGINN 6. MAÍ bjuggu farþegar í fyrsta flokks farþegaklefum til brottfarar.

Bátaþilfar Lusitania, A Deck, heyrði uppnám fyrir utan. Theodate Pope af A-10 minnist þess að hafa verið vakinn við hróp og fætur sem hreyfast á málmi. Kaðlar færðust í gegnum squealing tæklingu; málmur kekktur við málm; muXed bölvanir heyrðust blandast þögguðum bölvun þegar áhafnarmeðlimir reyndu að klára verkefni sem kröfðust styrks en engrar samhæfingar af þeirra hálfu.

Að minnsta kosti 24 tímum áður en farið var inn í Keltneska hafið gaf Turner skipstjóri skipun til áhafnar sinnar um að opna og sveifla út öllum hefðbundnum björgunarbátum sem hengdir voru á dúfur meðfram báðum hliðum bátsþilfarsins; tveir neyðarbjörgunarbátar höfðu þegar verið settir á sinn stað.

Turner var skynsamur. Komi upp neyðartilvik væri hægt að sjósetja bátana úr þessari stöðu hraðar og örugglega en frá djúpsjávarstöðum. Á þessari stundu myndu fáir farþegar vera á þilfari til að trufla eða skaða eHort kerfið á annan hátt eða slasast; samt gæti Turner valdið óþægindum með því að vekja þá svona snemma - þetta voru einhverjir dýrustu herbergin um borð í skipi!

Þriðji flugstjórinn John Lewis, sem stjórnaði daglegum björgunarbátaæfingum, stjórnaði þessari aðgerð líka. Að hans sögn söfnuðu þeir saman matreiðslumönnum, ráðsmönnum, vörðum sjómanna á þilfari og hvers kyns dagmenn sem þeir gátu alið upp - byrjuðu á bakborðsbátum og áhöfn byrjaði að safnast saman á bakborðsbátum. Lewis klifraði upp á siglingaþilfarið og kom sér fyrir á miðpunkti þess fyrir utan Marconi herbergið svo hann gæti fylgst með öllum þáttum starfseminnar í einu. Sex til átta menn voru úthlutaðir á hvern bát og þeir skyldu sveiflast út samtímis til að koma í veg fyrir flækjufall og skotlínur, samkvæmt leiðbeiningum Lewis. Í kjölfarið var öllum 80 ára karlmönnum - jafnt matreiðslumönnum sem ráðsmönnum - vísað frá störfum áður en áhöfn var skipað að tryggja sér línur og spólufall í „flæmskum stíl“. Að lokum krafðist Lewis þeirra allra til að tryggja að hver bátur innihéldi nauðsynlegan björgunarbúnað eins og árar, mastursegl, samsvörun fyrir sjóakkerislampa, lampa, lampa auk drykkjarvatnsgeymslukerfis sem innihalda þá alla.

„Mennirnir voru ekki duglegir,“ sagði fyrsta flokks farþegi Joseph Myers snemma um morguninn þegar þeir unnu. Þeir reyndu að henda út bátum úr dvínum án árangurs; meðhöndla reipi klaufalega; að vera stýrt af einhverjum smáum embættismanni sem ég veit ekki; virðast meira eins og daglaunamenn en sjómenn."

Farþegar sem vöknuðu seinna um morguninn voru undrandi að sjá alla báta þeirra sveiflast út og afhjúpaðir án skýringa. Fyrir marga var þessi breyting minniháttar áhugaverð; sumir hafa kannski ekki einu sinni tekið eftir því; Hins vegar gæti það verið óhugsandi fyrir aðra: Jane MacFarquhar frá Stratford Connecticut varð óróleg þegar hún uppgötvaði að björgunarbátum hafði verið komið fyrir yfir hlið skips hennar eftir að hún fór frá New York, en samt hafði ekkert verið gripið til aðgerða áður en við komum á áfangastað nær Evrópu; við fyrirspurn komst hún að því að það væri nauðsynlegt samkvæmt lögum að þeir væru í stöðu; við fyrirspurn komst hún að því að það væri nauðsynlegt samkvæmt lögum en fannst undarlegt að enginn undirbúningur hefði átt sér stað fyrr þegar farið var frá New York í stað þess að bíða þangað til hún kom nær til að undirbúa þá almennilega áður en farið var frá New York; Þegar samfarþegar mínir fóru að huga ekki að þeim fór ég líka að gleyma þeim þar til það var kominn tími til að snúa við áður en ég áttaði mig á því hvað hafði gerst og svo byrjaði ég að gleyma þeim þar til við vorum að nálgast Evrópu áður en loksins stoppuðum við viðkomustaðinn á áfangastað og gleymdum þeim þannig. líka þrátt fyrir grun minn um að eitthvað hljóti að hafa gerst; hún skrifaði auðvitað að hún mundi ekkert eftir því að björgunarbátarnir voru þarna vegna þess að þegar hún tók eftir að aðrir farþegar virtust vera meðvitaðir þar til hún frétti af nauðsyn þess samkvæmt lögum en byrjaði síðan að gleyma þeim þangað til nær komustað (því þetta virtist skrítið vegna þess að þeir höfðu ekki verið tilbúnir kl. hreinsa New York áður en við komumst svo nálægt og byrjuðum að gleyma þar til aðrir farþegar nenntu ekki að nenna, þangað til ég gleymdi þeim líka...!). ég nógu fljótt."

Nellie Huston hélt áfram dagbókarbréfi sínu og benti á: „Við erum með alla björgunarbáta okkar tilbúna ef upp koma neyðartilvik, sem er skelfilegt en ég býst við að það gæti verið hætta á...“ Hún tók fram að þeir bjuggust allir við hættu.
Þennan sama dag munu tvö bresk flotaskip hitta skipið og veita fylgd.

"Þvílíkur enskur mannfjöldi sem við erum með um borð! Þegar ég var í New York var ég ánægður með að sjá Union Jacks fljúga stoltur frá þessum bát. Það eru talsvert af ágætu fólki í 1. flokki en auðvitað var ekki hægt að snerta neinn þeirra með mjúkur stöng og meðal þeirra, ég hef eignast marga vini;

Þilfararmenn voru stöðugt á siglingu til að halda skipi sínu í frábæru ástandi, viðvarandi verkefni. Á hverjum morgni var hópur sjómanna að þrífa eir og gler í portholum sem opnuðust út á þilfar; það væri alltaf að minnsta kosti einhver vísbending um ryð sem þyrfti að pússa og mála; Rífa þurfti pækil eða mistur sem safnaðist á teina á einni nóttu af áður en farþegar fóru um borð; Vökva þurfti allar plöntur um borð - þar á meðal tuttugu og eitt stór pálmatré sem stóðu efst á stigagöngum; en rétta þurfti sólstóla til að koma í veg fyrir svipmót og atburði þar sem allir gestir höfðu yfirgefið þá;

Sjómanninum Morton var falið það verkefni að snerta einn af björgunarbátunum af áhöfn sinni. Til að gera honum kleift að gera það, sveifluðu þeir henni aftur inn fyrir þetta, þar sem Morton þurfti að liggja undir til að gefa gráa krabbafitu málningu sem huldi mestan hluta yfirborðsins. Þó að þetta verkefni væri ekki án erfiðleika; við fengum ekki almennilega bursta en í staðinn notuðum við "þurrku af úrgangi" - sem þýðir tusku - dýft í málningarpottinn okkar áður en við settum það beint á yfirborð björgunarbátsins.

Morton var duglegur að vinna þegar hann heyrði hljóðið af litlum skóm sem hlupu í áttina að honum og sá tvær stúlkur stara einbeittar undan bátnum: Anna og Gwendolyn Allan voru sextán ára dætur Lady Hugh Montagu Allan frá Montreal sem var meðal áberandi farþega skipsins. ; þessir þrír bjuggu í Regal svítu á B Deck sem státaði af tveimur svefnherbergjum, baðherbergi, borðkrók og stofuplássi - heimili að heiman fyrir þessa þriggja manna fjölskyldu!
Hann deildi herbergi með tveimur þjónustustúlkum sem bjuggu á milli einnar trekt skipsins og hvelfingarinnar á Drst-klassa borðstofu þess.

Morton fannst stelpurnar skemmtilega nærveru um borð. „Ég gat ekki varist því að hugsa hversu yndisleg þessi börn voru og fallega klædd þau voru," skrifaði Morton og rifjaði upp einn þeirra með harmónikkuplíssuðu pils og sjómannablússu sem elsta þeirra.

Ein stúlka spurði Morton hvað þau væru að gera; svar hans: Ég er að mála björgunarbátinn minn. Megum við aðstoða?

Morton tók strax eftir klæðnaði stúlknanna og heyrði þyngri skref nálgast hratt - þau tilheyrðu einhverjum sem hún grunaði að gæti hafa verið barnfóstra þeirra, þótt hún virtist ekki ánægð með það sem hún sá.

Morton tók hins vegar fram að hún teldi að þessi staða ætti aðeins að gegna af fullorðnum konu og telur þetta ekki viðeigandi starf fyrir börn eða unglinga.

Elsta stúlkan, sem greinilega var vön að hafa sitt að segja, tók við stjórninni og notaði spunabursta sem var þakinn málningu til að bera hann beint á bátinn - sem og fötin hennar líka.

„Ég var skelfingu lostinn," sagði Morton í dagbókarfærslu sinni, þegar hann heyrði þung skref yfirmanns síns - bosunsins (eða öldungadeildarmannsins) „koma með á tvöföldum hraða".

Morton andvarpaði heyranlegt andvarp þegar stúlkurnar fögnuðu honum og sluppu hægt út undan bátnum í átt að vatninu og klifraðu yfir hlið hans upp á þilfarið fyrir neðan. „Ég sá engan tilgang í að hætta að rökræða málið við Bosun eða Nannie; hvorug virtist hafa áhuga á að taka þátt í því.

Robert Kay var sjö ára gamall frá Bronx hverfinu í New York og ferðaðist með bresku móður sinni Margueritu Belsher Kay sem var ólétt á þessum tíma og langaði illa að snúa heim til Englands til að fæða barn; svo mjög, að hún ákvað að þora að fara yfir hafið, þrátt fyrir viðvaranir Þjóðverja um hættu þess og eigin sjóveiki.

Um miðja viku var Robert farið að líða illa. Skurðlæknir skipsins skoðaði hann og greindi fullkomið tilfelli af mislingum.
Hann ráðlagði þeim að sonur þeirra yrði að eyða því sem eftir var ferðarinnar í sóttkví tveimur þilförum fyrir neðan. Foreldrar hans voru að ferðast annars flokks; móðir hans ákvað að vera með þeim þangað svo hún gæti herbergi með syni sínum.

Einhæfnin var nöturleg, en samt var að minnsta kosti hafnargata þar sem hann gat séð innsýn í sjávarlífið.

Turner skipstjóri skipaði hefðbundna æfingu í björgunarbátnum um miðjan morgun, valdi áhafnarmeðlimi af handahófi úr einum neyðarbátsins og klifraði um borð þegar áhorfendur horfðu á. Eitt vitni, George Kessler (af mörgum þekktur sem Champagne King) leitaði til einn af ábyrgum sjómönnum og sagði sína skoðun. George sagði við þá: „Það er fínt að bora áhöfnina þína, en hvers vegna borum við ekki líka farþegana okkar?

"Af hverju segirðu ekki Turner skipstjóra, herra?" Kessler ákvað að það væri skynsamlegt af honum að láta Turner skipstjóra vita.

FIMMTUDAGSMORGUN, 6. MAÍ, FANNST U-20 FLEGA HÆGT MEÐ suðvesturströnd Írlands inn á hafsvæði sem sjófarendur kölluðu St George's Channel. Þrátt fyrir að hugtakið sund gefi til kynna þröngt vatn, var St. George's Channel breiðast um 90 mílur á breidd áður en það minnkaði niður í 45 mílur á milli Carnsore Point á Írlandsströnd og St David's Head í Wales. Írskt vitaskip var staðsett fyrir utan land til að leiðbeina skipum frá hættulegri bergmyndun sem kallast Coningbeg Rock - oft rangt stafsett af símafyrirtækjum sem Coningberg eða Koninbeg. Handan við þennan punkt stækkaði hafsvæðið aftur og varð Írlandshaf (Muir Eireann), með Liverpool 250 sjómílum lengra til norðurs og austurs. Jafnvel á besta hraða Schwieger, 15 hnúta, myndi hann þurfa 16 klukkustundir í viðbót til að ná úthlutað eftirlitssvæði sínu.

En veðrið var á móti honum: þrálát þoka hafði neytt hann til að vera á kafi alla nóttina. Um morguninn 8:00 hann fann merki um hreinsun og lyfti bát sínum hægt með því að nota aðeins vatnsflugvélar hans; halda köfunartönkum fullum af sjó ef neyðarástand kæmi upp og fara í gegnum þéttar þokustrengjalínur.

Schwieger skipaði byssuáhöfn sinni upp á þilfar fyrir yfirborðsárás þegar óþekkt gufuskip birtist aftan frá til stjórnborðs, bar engan fána né sýndi neina aðra vísbendingu um skráningu. Einhvern veginn tók einhver um borð eftir því að þetta var kafbátur; beygði strax harkalega til vinstri og flýtti sér af stað.
Schwieger hljóp á eftir honum með byssuáhöfn sína að skjóta hring eftir hring. Tvær skel slógu á gufuskipið en það hélt áfram að halda áfram þrátt fyrir að hafa tekið tvær skeljar til hliðar áður en þær fóru inn í þokubakka og hvarf af sjónarsviðinu og skildi Schwieger eftir að elta.

Schwieger stýrði síðan kafbátnum sínum nær og skaut brons tundurskeyti úr 500 metra (550 metra fjarlægð) í það sem Schwieger taldi vera vélarrúm skipsins og sprakk á óþekktum stað með „eins og lítilsháttar“. Eins og Schwieger greindi frá síðar, olli það nokkrum bogafalli en sökk ekki skipinu.

Schwieger skipaði byssuáhöfn sinni að byrja að skjóta þar sem U-20 kom hægt og rólega nálægt skutnum og nálgaðist að lesa frambjóðandann af nafnplötunni hennar sem máluð var yfir með málningu. Skipaauðkenningarbók Schwieger leiddi í ljós að það er í eigu Harrison Line frá Liverpool, stofnun sem er fræg fyrir að gefa fraktskipum sínum svo rómantísk nöfn eins og endurskoðandi, stjórnandi og rafvirki.

Menn Schwiegers hringdu þar til boginn reis hátt upp úr vatninu og skuturinn tók að sökkva, skráði bæði breiddar- og lengdargráður fyrir hvar nákvæmlega þetta gerðist, 20 mílur suður af Coningbeg vitaskipinu, nálægt um miðju Saint George's Channel; tími: 10:30

Schwieger fann fljótt annað hugsanlegt skotmark við sjóndeildarhringinn, þetta stærsta hingað til. Þegar þoka skyggði á skip hennar skipaði Schwieger fullum hraða á undan og setti stefnu sem hann bjóst við að myndi setja U-20 á undan því og í stöðu til að skjóta tundurskeytum á það.

Schwieger brá við að sjá að þessi stóra gufuskip, sem bar um það bil 14.000 tonn, var í raun farþegaskip - og skipaði fljótt rafhlöðuknúnum vélum sínum að hraða upp í 9 hnúta eins og þeir gátu, en þetta reyndist ekki alveg nóg til að ná henni.
Schwieger áttaði sig á því að hans eina möguleiki væri að staðsetja U-20 þannig að hver tundurskeyti sem skotið væri frá henni myndi slá í skáhallt 20 gráðu horn og komast ekki nægilega í gegn til að hafa áhrif á hana; þess vegna hætti hann árásinni.

Jafnvel þó að hann hafi ekki tilgreint það bendir loginn hans til þess að þetta hafi verið arabískan, skip í eigu White Star Line sem einnig átti Titanic.

Klukkutíma síðar, skömmu fyrir klukkan eitt, greindi Schwieger annað skotmark bæði framundan og bakborðs.
Schwieger undirbjó árás sína og valdi einn af G6 tundurskeytum til að nota og stillti dýpt hans á 3 metra eða 10 fet. Af 300 metra fjarlægð skaut hann tundurskeyti sínu og sló á svæði rétt undir frammastrinum; Boginn tók á sig vatn en skipið hélst á floti á meðan áhöfn þess yfirgaf skipið í bátum áður en að lokum kom í land og sameinast honum aftur á land. Schwieger kom þá upp á yfirborðið.

Eftir frekari rannsókn komst hann að þeirri niðurstöðu að umrætt skip væri enskt flutningaskip að nafni Centurion með um 6.000 tonna afkastagetu í eigu sömu línu og átti fyrri sökk hans.

Þegar þoka hélt áfram að safnast saman vissi Schwieger að það væri best að taka ekki áhættu með að lifna af Centurion og skaut því öðrum tundurskeyti "til að tryggja stofnun." Aftur sprakk það við snertingu, sem gaf tilefni til annars lofts hvess þegar vatn fyllti skrokk þess og olli eyðileggingu yfir Centurion. U-bátaforingjum fannst þetta augnablik alltaf ánægjulegt. Kapitanleutnant Forstner lýsti því í endurminningum sínum hvernig loft "sleppur með skeljandi flautum úr hverju ljósopi, svipað og gufusírenuhróp. Þetta dásamlega sjónarspil verður aðeins vitni að." Oft á þessu stigi önduðu skip sem lent hafa í síðasta andanum þegar vatn fyllti ketilherbergi þeirra sem olli sprengingu og sprengingu sem losaði svartan reyk og sót sem yfirmenn U-báta kalla „svörtu sálina“.

Schwieger beið ekki eftir að horfa á skip sitt hverfa undir yfirborðið þegar þoka þykknaði; klukkan 14:15. hann setti U-20 í kaf og setti stefnu sem myndi koma henni vel út á sjó svo hann gæti örugglega hlaðið batteríin á meðan hann skipulagði næstu skref sín.
Schwieger stóð frammi fyrir óþægilegri ákvörðun. Eldsneytisforði hans var orðinn skelfilega uppurin og hann átti enn eftir að koma til Liverpool í veiðiskyni; sá áfangastaður virtist enn vera í meira en dagsferð.

Þann fimmtudagseftirmiðdegi voru Theodora Pope og Edwin Friend róleg á þilfari sínu.

Theodate sat með vini sínum og naut veðurblíðunnar og fallegs útsýnis úr stólum þeirra. Á meðan hann var úti á þilfari las Friend upphátt úr verki Henri Bergson frá 1896, Matiere et memoire (Mál og minni). Bergson hafði lengi haft áhuga á að kanna hvernig hugur hefur áhrif á líkama - hann starfaði jafnvel einu sinni sem forseti Bretlands Society for Psychical Research! Bergson trúði sjálfur á einhvern þátt í því að einstaklingur héldi áfram eftir dauðann.

Theodate var einnig meðlimur í þessu félagi, stofnað í London árið 1882, ekki af gabbsmiðlum eða væntanlegum miðlum heldur af heimspekingum, rithöfundum, vísindamönnum og blaðamönnum sem reyndu að beita vísindalegri nákvæmni við að rannsaka paranormal fyrirbæri. Vísinda- og bókmenntamenn eins og H. G. Wells, Mark Twain, William James og Oliver Lodge - sem einn þeirra myndi síðar missa eigin son sinn í stríð - voru meðlimir þess. Eftir að hafa misst hann í september 1915 eyddi hann stórum hluta ævinnar í að reyna að eiga samskipti við hann handan hulunnar. Lodge og James báðu Theodate að aðstoða sig við rannsókn á frú Piper, miðlinum, sem James kallaði saman sjötíu og fimm þingmenn fyrir. Vegna sýnilegra hæfileika miðilsins þrátt fyrir tilraunir James til að afsanna þá, fór James að trúa því að hún gæti örugglega verið lögmæt: "ef þú vilt brjóta trúna á því að allar krákur séu svartar," eins og hann orðaði það fræga, þá "engin tilraun ætti að sýna annað".
Sama hvar þær finnast, svo framarlega sem hægt er að sýna fram á eina hvíta kráku sem slíka (mín er frú Piper!).

Theodate tók einnig þátt í seances óháð William James. Óbirt endurminning hennar lýsir atburði frá 1909 með öðrum þekktum miðli að nafni Eusapia Palladino þar sem Theodate hélt því fram að eigin túrbaninn hennar hefði lyft sér af hársvörðinni og sest á borðið fyrir framan hana; Því miður myndi Palladino síðar sanna sig sem mjög duglegur svikari.

Á þrítugsaldri byrjaði Theodate alvarlega rannsókn á hugarafli og dulspeki. Þegar hún var þrjátíu og þriggja ára, rakst hún fyrst á Proceedings of the Society for Psychical Research - þar á meðal rannsóknir á draugagangi og atvikum „að lifa af", kjörheiti þeirra fyrir líf eftir dauðann; Þessi málsmeðferð markaði einnig fyrstu nákvæma framsetningu Sigmundar Freud á kenningu sinni um undirmeðvitundarhugsun sem hann birti árið 1912! Theodate gekk til liðs við félagið árið 1904 og byrjaði fljótlega að hjálpa William James við að rannsaka frú Piper (þótt Henry James, höfundur 10 draugasagna, þar á meðal Turn of the Screw, hafi hafnað spíritisma og paranormal rannsóknum.). Árið 1907, þegar hún varð 40 ára, hjálpaði Theodate að stofna stofnun fyrir sálarrannsóknir í New York með framlagi sínu upp á 25.000 dollara - jafnvirði rúmlega 600.000 dollara í dag. Edwin Friend hafði starfað sem ritstjóri tímarits stofnunarinnar þar til ágreiningur varð um hvers konar greinar ætti að birta leiddi til þess að hann var vikið úr embætti. Þótt hann væri enn aðeins tvítugur hafði Friend þegar unnið sér inn bæði BA- og meistaragráðu frá Harvard. Auk þess hafði hann kennt klassík við Princeton, Harvard og Berlínarháskóla; Theodate varð í uppnámi við brottvikningu Friends úr stjórn stofnunarinnar; því fór hún um borð í Lusitania með honum til að heimsækja Oliver Lodge og aðra í London til að fá stuðning við að stofna alveg nýtt bandarískt samfélag.

Bók Bergson var skrifuð á frönsku, svo Friend þýddi við lesturinn. Þetta afrek reyndist krefjandi; Mál og minni er óvenjulegur texti á hvaða tungumáli sem er, en samt sátu þeir hér, ánægðir í heitu síðdegisloftinu með muldraða tungu og brosandi bros þegar þeir reyndu að átta sig á einhverju sem þeir gátu ekki alveg skilið sjálfir.
„Það voru kaflar sem sýndu fallega nokkra erfiðleika sem tengjast samskiptum við hina látnu," skrifaði Theodate - þar sem hún átti við samskipti lifandi fólks og þeirra látnu. Þeir voru mjög lýsandi, þar sem ég gat orðið vitni að áhrifamiklum áhrifum þeirra á herra Friend; Ég fann mig undrandi yfir því að svona innsæi einstaklingur hefði verið valinn til að framkvæma þessar rannsóknir og fann fyrir ótrúlegri virðingu og aðdáun á honum sem einhverjum svo gæddur bæði hjarta og huga.

Hún leit á hann sem vitsmunalegan félaga og sá fram á að á komandi árum myndi hann vera mikilvægur, platónskur viðvera í lífi hennar.

Þegar endalok ferðarinnar nálguðust fljótt, varð lífið um borð meðal yngri mannfjölda enn háværara þar sem nýfundnir vinir báðu hver annan um að skrifa undir minningarbækur. Daður jókst á meðan íþróttakeppnir urðu enn samkeppnishæfari - sumar gáfu verðlaun frá rakarastofu skipsins. Börn sáust ráfa um í pakka undir forystu ráðskona; Ein flugfreyja hafði meira að segja umsjón með 24 börnum á meðan foreldrar þeirra borðuðu um borð. Ethel Moore Lamping Lines, þá 34 ára gömul, og eiginmaður hennar Stanley hittu áhugasöm ung hjón frá Toronto með þrjú börn: 18 mánaða gamalt smábarn og tvíbura eins og hálfs árs á leiðinni heim til Skotlands. Frú

Lines sagði: "Allt í kringum okkur voru yndislegar litlar vaxandi fjölskyldur sem allar virtust hamingjusamar."

Á einum tímapunkti grínuðust hún og vinkona um hvernig skip þeirra ætti að bregðast við ef ráðist yrði á það; Flugfrúin þeirra hló að svari og lýsti því yfir að þær myndu ekki fara niður, heldur upp í staðinn vegna þess að þær væru fullhlaðnar skotfærum." Frú Lines minntist þessara orðaskipta með hlýju.

Þennan síðdegi fóru Turner skipstjóri og Anderson skipstjóri StaW í skoðunarferð um skip sitt til að tryggja að allir björgunarbátar hefðu verið settir á réttan hátt til útsetningar og að þeir væru tilbúnir til að lækka. Turner bauð Anderson að ganga úr skugga um að allar portholur væru lokaðar áður en B-þilfarið var komið á, auk þess sem allar þilhurðir hefðu verið tryggilega læstar.

Frá hádegi á fimmtudag var skipið komið 465 mílur vestur af Fastnet Rock á Írlandi og var á 21 hnúta hraða.

Síðdegis á fimmtudag þegar U-20 fór á kaf og hélt út í sjóinn.

Schwieger tók mikilvæga ákvörðun: hann ákvað að yfirgefa eHort sitt til að ná til Liverpool þrátt fyrir skipanir. Innan U-bátamenningarinnar var þessi ákvörðun hans forréttindi þar sem aðeins foringjar gátu vitað hvernig eftirlit þeirra þróaðist og hvers kyns ógnir eða áskoranir sem voru til staðar; samt lagði Schwieger töluvert á sig við að útlista ákvörðun sína í stríðsskrá sinni - tileinkaði næstum heilri síðu.

Veður var aðalatriðið í ákvörðun hans. Loftvogin, þoka sem hafði fylgt þeim allan daginn og fram á nóttina áður og óvenju rólegt veður - hér notaði hann þýska hugtakið Windstille - höfðu bent honum á að þoka gæti legið í marga daga. „Slæmt skyggni" kom í veg fyrir að þeir sáu óvinaeftirlitsmenn, togara eða tundurspilla sem búist var við á St George Channel eða Írlandshafi og því varð að ferðast í kafi til að lifa af.

Hann gerði ráð fyrir að herflutningar sem fara frá Liverpool að næturlagi, með tjónamannafylgd, myndu gera það í þoku og myrkri, sem gerir eina árangursríka leiðin til að koma auga á þessi skip sem liggja eftir á yfirborðinu í þoku og myrkri of hættuleg til að vera þar of lengi; ekki aðeins var hætta á að keyrt yrði yfir hann, heldur sáust hröðu, þungvopnuðu eyðingarmennirnir ekki nógu fljótt til að hann gæti forðast árás frá þessum hröðu og þungvopnuðu skipum.

Hann átti aðeins þrjá tundurskeyti eftir, þar af tveir sem voru geymdir sem varaliði - hefðbundin æfing meðal skipstjóra í U-báta.
Eldsneyti var annað mál sem hann þurfti að huga að. Ef hann héldi áfram í átt að Liverpool myndi eldsneytisbirgð hans verða svo uppurin að það myndi koma í veg fyrir að hann kæmi til baka um sína upprunalegu leið; hann þyrfti að fara norðursundsleiðina í staðinn, milli Skotlands og Írlands - sem var orðin öruggari fyrir bresk kaupskip en sífellt hættulegri fyrir U-báta; Síðast þegar hann fór þessa leið hafði verið mikið eftirlit og yfirvofandi hætta - og hét því að gera það ekki aftur "undir neinum kringumstæðum."

Hann gaf til kynna að hann ætlaði að ráðast á skip löngu áður en hann kæmi til Liverpool, við innganginn að annarri gangbraut þekktur sem Bristol Channel sem skip notuðu til að ná til Swansea, CardiG og Bristol hafnarborga á Englandi, "þar sem líkur eru á hagstæðum árásum hér og varnarráðstafanir óvina. minna takmarkandi en nálægt

Liverpool". Þótt aðeins einn tundurskeyti væri strax tiltækur hafði hann enn þrjá í varaliðinu auk nóg af skeljum; áætlun hans var að halda áfram árásum þar til tveir fimmtu hlutar af eldsneyti hans sem eftir var hafði verið neytt.

En enn og aftur varð hann fyrir veðurfari. Klukkan 6:10 um kvöldið leit hann í gegnum sjónhimnuna sína og sá ekkert nema þoku; skyggni var takmarkað við 30 yarda í hvaða átt sem er. Þess vegna hélt hann áfram út fyrir þungar akreinar til að gista á sjó áður en hann ætlaði að komast upp á yfirborðið snemma á föstudagsmorgun til að keyra dísilvélarnar og hlaða rafhlöðurnar tilbúnar fyrir annan veiðileiðangur.

Þar sem þetta var ein af síðustu máltíðum ferðarinnar okkar áður en við komum til Liverpool á laugardagsmorgun var þessi máltíð sérstaklega eftirtektarverð.

Þegar farþegar voru að borða kvöldmat um borð í Lusitania, tók einn Marconi-manna þess upp brýn skilaboð send en clair frá Queenstown á Írlandi klukkan 19:50. Það kom frá Admiralty orce í Queenstown þar sem það er upprunnið; í fyrstu útgáfu gæti það hafa verið óljóst og þess vegna bað Lusitania flugstjóri Queenstown að senda það aftur klukkan 7:56 og augnabliki síðar fékk Turner skipstjóri það: „Kafbátar virkir eða Suðurströnd Írlands.

Um svipað leyti fékk Turner önnur skilaboð sem beint var til allra breskra skipa og send í gegnum Admiralty kóða sem var eingöngu ætlaður kaupskipum. Eftir að hafa verið afkóða barst þetta líka til hans. Það varaði skip á Ermarsundi við að halda sig innan 2 mílna frá suðurströnd Englands en skipaði þeim sem voru á leið til Liverpool að forðast nes, halda sig á miðju sundi, fara framhjá höfnum á miklum hraða og að lokum taka við hafnarflugmanni á Mersey Bar til að leiðbeina þeim. að bryggjum sínum þar - og að lokum skilti - sem endar "Kafbátar o Fastnet".

Þessi skilaboð komu fljótt hvert á eftir öðru og voru bæði truflandi og ruglingsleg. Annað virtist vera í mótsögn við sjálft sig - að ráðleggja skipum á Ermarsundi að halda sig nálægt ströndinni á sama tíma og benda á að skip á leið Turner haldist á miðsundi; að hvetja skipstjóra um leið til að flýta sér framhjá höfnum á sama tíma og þeir draga úr hraðakstri.
Samskiptatími var óviss en skilaboð sem sendu upplýsingar á þeim tíma gáfu til kynna að þeir ættu að sækja flugmann við innganginn að Mersey River og sækja hann þar. Engin hugmynd var gefin um nákvæman fjölda eða staðsetningu kafbáta; suðurströnd Írlands myndaði víðáttumikið sjávarlandslag; þegar „kafbátar eða Fastnet“ eru notaðir, má túlka hálfa mílu eins langt eða hundrað mílur eins langt; saman bentu þessi skilaboð á vatn fyllt af U-bátum.

Turner skipstjóri vissi að eitt var víst: Lusitania myndi fara yfir Fastnet Rock morguninn eftir og halda áfram nálægt suðurströnd Írlands í ferð sinni til Liverpool sem eftir var.

Um kvöldmatarleytið leiddi Preston Prichard „whist drive“ í annars flokks setustofu; farþegar fyrsta flokks nutu kvöldtónleika. Einn farþegi er að sögn klæddur upp sem Bonnie Prince Charlie, heill með hálendisskrúða, og söng sex skosk lög til að skemmta farþegum á þessari kvölddagskrá. Í fyrri ferðum lásu farþegar ljóð, sýndu hæfileika sína til "legerdemain", lásu upp úr bókum og fluttu myndasögur; söng lög eins og "Down by the Old Mill Stream," Genevieve" og Tip Top Tipperary Mary"; sýndi hljóðfærahæfileika í gegnum einleik á eufonium, mandólín og selló fyrir "Berceuse d'Jocelyn" eftir Godard og "Traumerei" eftir Schumann. Einn reglulegur þáttur: hverjum tónleikum lauk með því að áhorfendur stóðu til að syngja God Save The King eða bandaríska frænda hans „My Country 'Tis Of Thee“. Sama lag, allt annar texti!

Í hléi gerði Turner nokkrar edrúlegar athuganir um kafbáta og stríðssvæði áður en hann fullvissaði áhorfendur sína um að þeir myndu fljótlega líða öruggir undir vernd konunglega sjóhersins.

Á meðan tónleikarnir stóðu yfir framkvæmdi lið yfirmanna næturskoðun á skipinu sem önnur varúðarráðstöfun gegn kafbátaógnum. Turner skipstjóri fyrirskipaði að allar koyjurnar yrðu lokaðar sem og gardínur til að loka fyrir ljósleka; allar hurðir sem liggja inn á ytri þilfar verða einnig að vera lokaðar og kveikt á öllum ljósum til að auka vernd. Þriðji stýrimaður, John Lewis, leiddi skoðunarteymi og skoðaði allar koyjurnar og gluggana um allt skipið - þær sem sjást frá þilfari, en þeim sem bannað er að fara inn í herbergi samkvæmt reglum Cunard - og skildi eftir lista yfir opnar koyjurnar fyrir herbergisstjóra til að skoða á kvöldin. Farþegar höfðu fengið fyrirmæli um að hafa loftopin sín lokuð, en mildt hitastig þýddi að margir opnuðu þær sem loftop í loftræstingarskyni.

Bókasalinn Charles Lauriat gerði það að verkum að fylgjast vel með skoðunum og starfsemi um borð, sérstaklega þegar við nálguðumst strönd Írlands. „Ég hafði mikinn áhuga á öllu því sem var gert um borð í skipi þegar við nálguðumst strönd Írlands,“ skrifaði hann og hafði augun opin meðan á ferð sinni stóð. Eitt fimmtudagskvöld þegar hann gekk inn í herbergið sitt á B þilfari (innra herbergi án gata) sá hann lista yfir opnar portholur "fastar beint í luktinni meðfram ganginum".

Áhyggjur Turner skipstjóra af opnum kotjunni deildu skipstjórar bæði á friðartímum og í stríði. Portholes, samkvæmt skilgreiningu, eru holur staðsettar á hliðum skipa sem hleypa vatni inn um þau á hraðanum 3,75 tonn á mínútu ef það er opið.

Þetta kvöld sameinuðust nokkrir farþegar og mynduðu nefnd til að leiðbeina hver öðrum hvernig ætti að klæðast nýju „Boddy“ björgunarvestunum, „sem voru verulega frábrugðnir korkvesti í mynstri,“ útskýrði Arthur J. Mitchell hjá Raleigh Cycle Company og farþegi. . Mitchell hafði ríka ástæðu til að hafa áhyggjur af því að hafa lifað af tvö skipsflak sjálfur á ferðum sínum hingað til.

Mitchell sagði að Turner skipstjóri samþykkti tillögu Mitchells, að því tilskildu að hún benti farþegum ekki til þess að notkun þeirra væri yfirvofandi.

Fyrsta flokks farþegi Josephine Brandell, 23 ára og bjó ein um borð, varð svo hrædd að hún ákvað að hún gæti ekki lengur sofið í farþegarými sínu; sem valkostur bað hún Mabel Gardner Crichton (42), annan fyrsta farþega farþega, að skipta við sig farþegarými yfir nóttina.

Frú Crichton samþykkti fúslega, að sögn Brandell. Hún gerði sitt besta þessa nótt til að róa taugar hans.

Marconi herbergi um borð fékk önnur óvænt skilaboð stíluð á Alfred Vanderbilt frá konu. Í þessari stóð: "Vonandi að þú hafir örugga ferð. Hlakka mikið til að sjá þig fljótlega.

LONDON; WASHINGTON; BERLÍN - SPENNAN

Fréttir af því að frambjóðandinn sökk tók tíma að ná til aðmíralsins.

Allendale lávarður rakst á þrjá björgunarbáta kandídatsins klukkan þrjú á fimmtudagseftirmiðdegi; Áhöfn þess hafði verið á reki í þokunni í níu klukkustundir áður en hún fannst. Vegna þess að hann hafði ekki þráðlausa getu var hvorki tilkynnt um sökkt né björgun fyrr en það sneri heim í Milford Haven á ensku ströndinni - langt frá þeim stað sem Candidate hafði farið niður - þar sem það tilkynnti um það með símskeyti sem var sent skömmu fyrir miðnætti af yfirmanni þess. af sjóhernum í Milford Haven til að tilkynna aðmíraliðinu um árásina.

Sama dag sendi sjóherstöðin í Queenstown inn aðra tilkynningu um kafbát sem sást fyrir utan Daunt Rock klukkan 9:45 að morgni - að þessu sinni sem stóð í fimm mínútur áður en hann fór á kaf undir vatni. Afrit var sent með til forstjóra Intelligence Hall auk First Sea Lord Fisher; afritum var einnig dreift til Churchills, sem á þessum tímapunkti var enn erlendis í Frakklandi.

HMS Orion hélt áfram ferð sinni norður og fór nærri Írlandi 150 mílur vestur.

Wilson forseti glímdi aftur við þunglyndi þar sem höfnun Edith Galt hafði valdið því að hann fór í sorg og það varð erfitt fyrir hann að einbeita sér að atburðum í heiminum; sérstaklega varðandi GulXight hörmungarnar sem komust enn í fréttirnar: Enskur dánardómstjóri hafði staðfest að Alfred Gunter lést af völdum „hjartabilunar, hraðað af losti af völdum tundurspilla“ þegar það átti sér stað; Annar skipstjóri þess lést einnig í kjölfarið.
Vitnisburður sérfræðinga bendir til þess að kafbátaskipstjórinn hljóti að hafa viðurkennt að tankskipið var amerískt vegna bjartrar dags og stórs bandarísks fána sem blakti á þilfari hennar. Á sama tíma bárust fregnir af nýafráninu á U-bátum: á miðvikudagskvöldið birti Washington Times frásögn frá þýska kafbátnum "hlaupandi amok", sem sökkti 11 óvopnuðum fiskitogurum í Norðursjó-héraði Englands.

Wilson beindi allri athygli sinni um kvöldið eingöngu að Edith og hét því að leyfa henni ekki að fara út úr lífi sínu þrátt fyrir að sorg hans hafi aukist. Hann skrifaði langt bréf, í raun meira örvæntingarljóð, þar sem hann, sem margir Bandaríkjamenn töldu fjarlægur og prófessor, skrifaði um að þurfa að segja sumt áður en „kyrrmyndirnar koma aftur þar sem hlutir sem ekki er hægt að tala geta skaðað. svo innilega að það þarf að finna tjáningarleiðir“. Hann lauk bréfi sínu með því að skrifa: "Það eru ákveðnir hlutir sem ég verð að reyna að segja áður en kyrrðar klukkurnar koma aftur þar sem það sem ósagt er getur sært svo illa og hrópað í hjarta manns og verður að vera talað."

„Í bili,“ sagði hann við hana, var hann tilbúinn að samþykkja vináttu. "Ef ég get ekki fengið allt sem ég þrá - það sem hjarta mínu hefur átt erfitt með að umbera án - hlýtur það að vera vegna þess að ég er óverðugur. Ósjálfrátt veit ég að þú gætir gefið meira ef þú bara skildir drengjalegt hjarta mitt, þarfir þess og gætir uppfyllt þá svo að dagar mínir ljómuðu af ljósi."

Hann gerði það berlega ljóst að hún myndi elska hann: „Ekki misskilja,“ var ein af þremur ástríðufullum eftirmála sem hann bætti við í þremur aðskildum samtölum: „[Það sem ég hef núna í þínum örlátu höndum er] mér óafmáanlega dýrmætt; leiðir myndu drepa mig - þú verður að skilja. Þess vegna mun ég vera þolinmóður þar til við sjáum hvað framtíðin ber í skauti sér.]

Áður en hann sendi þetta bréf, bætti hann hins vegar við tveggja blaðsíðna langri kódíl, eins og hann var.

Hann hafði lesið bréfið hennar aftur og hafði nú bjartsýna sýn á það: "Þegar ég dreg andann af þessu bréfi - tár af gleði og ljúfri þrá - get ég varla séð að ég get skrifað."

Í fyrstu ákvað hann að staðsetja sig sem riddara hennar. "Ég virðist hafa verið settur hér til að þjóna, ekki taka, svo ég skal veita alla mögulega aðstoð án þess að búast við neinu í staðinn."

Edith var byrjuð að milda andstöðu sína gegn Wilson, þó að það hefði haft í för með sér nýjar áhyggjur og óvissu. Wilson var nú forseti klúbbsins þeirra.
Skynjun hennar á Ameríku skapaði hindrun sem henni fannst erfitt að yfirstíga. Wilson var gríðarlegur kraftur, smáatriði leyniþjónustunnar hans voru alltaf til staðar, hann var sýnilegur í augum almennings, og hver kona sem laðaðist að því að giftast honum myndi líklega láta vafa yfir hvötum sínum vegna háttvísi hans. Hún skrifaði: „Það var ótti um að fólk gæti haldið að ég elskaði hann einfaldlega vegna aðdráttarafls; síðan óttaleg eftirvænting allrar auglýsingar; og tilfinning eins og mig skorti þjálfun til að höndla slíkt líf. Hins vegar bar hún djúpa væntumþykju til þessa einstaklings. „Margar hugsanir þyrluðust í gegnum huga minn,“ sagði hún, en í hvert sinn sem hún var í kringum hann skynjaði hún karismatíska nærveru hans. Hún var líka heilluð af trausti

eðli hans og vilja til að ræða við hana vandamál hans - og ótta, jafnvel á þeim tímapunkti - um hvernig stríð gæti breiðst út frá Evrópu yfir á bandarískan jarðveg.

Þau gátu ekki hitt hvort annað of oft án þess að vekja óæskilega umfjöllun, skrifaði hún; og þegar þeir hittust þá þurfti það að vera annað hvort í Hvíta húsinu eða þegar þeir voru úti að keyra með Helen Bones eða Dr. Grayson eða Margaret Wilson sem aðstoðarmenn; leyniþjónustumenn fylgdu alltaf fast á eftir, og því var eina algerlega einkaleið þeirra til að hafa samskipti í gegnum bréf; hans var full af ástaryfirlýsingum á meðan hennar virtist hlýtt en þó fjarlæg stundum.

Bethmann, kanslari Þýskalands, varð sífellt óánægðari. Stríðið í skotgröfunum hafði ekki gengið vel og hann hafði áhyggjur af því að U-bátar Þýskalands gætu gert illt verra. Mánuði áður gaf Kaiser Wilhelm út skipun sem heimilar yfirmönnum U-báta að vera á kafi þegar þeir ráðast á kaupskip til að draga úr hugsanlegri hættu þegar þeir nálgast grunaða óvinaflutningaskip til að staðfesta fyrst hver þau eru; markmiðið er að veita herforingjum meiri sveigjanleika á sjó; þessi aðgerð hafði leitt til aukinna árása þýskra U-báta ásamt bættu vorveðri á sjó; þetta hafði leitt til aukinna árása frá báðum hliðum;
Ógnvekjandi þróun árása á hlutlaus skip eins og bandaríska tankskipið GulXight.

Fimmtudaginn 6. maí skrifaði Bethmann yfirstjórn sjóhers Þýskalands og kvartaði yfir því að U-bátar hefðu sökkt sífellt hlutlausari skipum undanfarna viku, breytt góðu sambandi við hlutlaus ríki á sama tíma og það skapaði alvarlegar flækjur og þvingað hlutlausari lönd í herbúðir óvina. Þar sem staðan í Þýskalandi var þegar „spennt", varaði Bethmann við: „Ég get ekki tekið ábyrgð á frekari versnandi samskiptum við hlutlaus ríki vegna áframhaldandi kafbátastríðs í núverandi mynd.

Hann krafðist þess að yfirstjórn sjóhersins gerði ráðstafanir til að tryggja að kafbátar okkar myndu alltaf forðast árásir á hlutlaus skip, þar á meðal með því að gera fyrirbyggjandi ráðstafanir gegn kafbátum okkar sem rjúfa siglingamörk hlutlausra skipa.

Sama kvöld greindi The Washington Times frá því að fjórum skipum til viðbótar hefði verið sökkt: tveimur hlutlausum gufuskipum og enskri skútu urðu bæði fyrir árás kafbáta á meðan önnur tvö voru eyðilögð af sjósprengjum sem lagðar voru frá þýskum herskipum.

Á miðnætti fimmtudagsins 6. maí sendi öflugi þýski sendirinn við Norddeich viðvörun um að Lusitania myndi hefja heimferð sína aftur til New York föstudaginn 15. maí.

Þessi skilaboð voru hleruð og send í herbergi 40.

U-20 TENNUR

SCHWIEGER og áhöfn hans eyddu friðsælli nótt á sjó. Klukkan 19 komu þeir aftur heilir í land.

Föstudagsmorguninn 7. maí skipaði hann kafbátnum aftur upp á yfirborðið og klifraði upp í flugturn hans. Þegar hann var kominn aftur á yfirborðshæð skipti hann um dísilorku fyrir rafhleðslu undir þilfari.

Með millibili myndi U-20 fara í gegnum tímabil með þoku og skýrleika. Samkvæmt frásögn Schwiegers myndu vera stuttar augnablik af augljósum framförum; þessar stuttu innsýn gáfu von um bætt skyggni; þó hvarf allt sólarljós fljótlega og þétt þoka sneri aftur.

Drmed Schwieger fannst ákvörðun hans um að halda ekki áfram til Liverpool niðurdrepandi og deildi síðar frásögn sinni af þessum morgun með Max Valentiner, öðrum U-bátaforingja. Schwieger sagði að mikil þoka gæfi litla möguleika á að sökkva neinu og hugsanlega skildi eyðileggingarmenn eftir óséða áður en við áttuðum okkur á hvað hafði gerst.

Schwieger sagði í stríðsdagbók sinni, „Vegna þrálátra þokuaðstæðna ákvað að núna væri hentugur tími til að hefja heimferð okkar.

Hann lagði stefnu sína heim. Frá hans sjónarhóli var þessari eftirlitsferð lokið.

Hluti III - DEAD WAKE

ÍRSKA SJÁRINN - VÉLAR OFAN

Snemma á föstudagsmorgun vöknuðu margir farþegar, klæddu sig og fóru í rútuna til Fíladelfíu.

Jafnvel áður en formlega var búist við að sólarupprás kæmi klukkan 5:30 voru farþegar á fyrsta og öðrum farrými að fara upp á hæstu þilfar til að fylgjast með því rísa. Elbridge og Maude Thompson frá Seymour, Indiana, sem voru báðar þrjátíu og tveggja, voru komnar í stöðu klukkan 4:30 að morgni. sem og önnur farþegarými, Belle Naish frá Kansas City, fjörutíu og níu og Theodore Naish, fimmtíu og níu fyrir Kansas City, í sömu röð. Um 5:30 tóku bæði pörin eftir einhverju óvenjulegu eða bakborðsmegin; Frú Thompson lýsti því sem orrustuskipi en í raun var það í raun HMS Partridge; Foringjar þess og áhöfn sáu hana líka.

Snemma uppreisnarmenn eins og Naishes og Thompsons fundu huggun í því að sjá þetta trausta herskip; Nærvera hennar endurómaði orð Turner skipstjóra á tónleikum kvöldsins áður. Að sögn frú Naish hafði Turner skipstjóri tilkynnt þeim á þeim tónleikum að við yrðum vernduð alla ferðina með þráðlausum herskipum með kafbátaeyðsluvélum sem myndu fylgja okkur á St George's Channel.

Partridge hafði engar slíkar skipanir; hún hélt áfram framhjá á yfir 30 hnúta.

Um það bil 6:00 að morgni, lenti Lusitania í þykkri þoku. Turner skipstjóri lækkaði þegar í stað hraða niður í 15 hnúta og fyrirskipaði að þokuhornin yrðu sett upp.
Eins og með aðra farþega um borð, hafði Theodore Naishes þann óhugnanlega vana að tímasetja hlutina nákvæmlega - kannski sem aðlögun að því að vera fastur um borð í skipi svo lengi - hann klukkaði eina sprengingu frá þokuhorninu á hverri mínútu; Theodóri fannst þetta óhugnanlegt; að segja konunni sinni að það væri of mikið eins og að kalla eftir vandræðum og að "þetta horn er of hátt!"

Charles Lauriat vaknaði óvænt um leið og vakningartími hans um borð var liðinn klukkan átta, reis svo snögglega upp og fór í sjóbað sitt - af lítilli ákefð í morgun vegna þykkrar veðurskilyrða og þokuhornsins sem hljómaði hins vegar - sneri aftur til baka. í káetuna hans til að sofna sérstaklega áður en hann gefur ráðsmanninum fyrirmæli um að ef hann heyri ekki í mér fyrir klukkan 12 á hádegi, hringdu þá í mig svo hann myndi gefa sér nægan tíma fyrir hádegismat kl. Þó Lauriat hafi ekki heyrt neinar portholur úr herberginu sínu truflaði það hann alls ekki!

Turner skipstjóri úthlutaði Leo Thompson - einum af nokkrum skipverjum sem fengu „sérstök útlitsskyldur" - tveggja tíma vakt sem hófst klukkan 10:00. Þegar Leó náði ákveðnum stað við krákuhreiðrið um það bil þriðjungi upp af fremsta masturstiganum, eyddu George Clinton og Leo tveimur klukkustundum í að stara út í þokuna, stundum með sjógleraugu (Thompson átti sitt eigið par) eða stundum með berum augum - leiðinleg en mikilvæg vinna!

Þoka gæti verið hættuleg í þessu fjölmenna vatni. En þétt þekjan veitti þeim einnig nokkra vernd gegn kafbátum: aðeins fyrir tilviljun gat árásarmaður komið nógu nálægt til þess að hann gæti séð í gegnum periscope hans eða svindlturn og komið auga á skipið, sem gæti hugsanlega átt árekstur. Svo lengi sem þokan var viðvarandi hafði Turner skipstjóri litla ástæðu til að óttast um U-báta.

Klukkan ellefu fór þokan að léttast.

Thompson og Clinton upplifðu nú ógleymanlega reynslu: að fara hratt í gegnum þokuna sem dreifir sér eins og að fara í gegnum fiskabúr.
Með millibili hitaði sólarljósið á karfa þeirra og létti á morgunkuldanum. Thompson sá Írland fyrst á milli klukkan 11 og hádegi þegar hann notaði sjónauka sinn, gat hann kíkt í gegnum þoku til að skoða það; enn þá var landsvæði þess hulið af þoku; síðar lýsti hann því sem hann sá að væri bara „bara vefstóll landsins í gegnum þoku“.

Hann öskraði til þeirra sem voru fyrir neðan sig á brúnni og bað þá um að lenda á bakborðsbás skips hans.

Þegar þokunni dró smám saman fóru þilfar að vera umvafin appelsínugulri þoku sem spáði bjartari himni framundan.

Þegar þeir komu til London höfðu leyniþjónustudeild Blinker Hall og herbergi 40 safnað saman sönnunargögnum sem staðfestu að aðeins einn kafbátur gæti mögulega hafa verið til staðar í sýslu Cork: U-20 undir stjórn Walther Schwieger skipstjóra, hæfum og árásargjarnum yfirmanni.

Þegar leið á morguninn komu viðbótarupplýsingar í ljós í tveimur skeytum sem gáfu frekari upplýsingar um hvað hafði gerst um borð í Centurion. Ráðist hafði verið á hana klukkan 13:00 fimmtudag; öllum 44 skipverjum hafði verið bjargað á öruggan hátt tíu klukkustundum síðar eftir að hafa eytt tíma á reki í björgunarbátum. Í einni skilaboðunum stóð: „Fjöldi og leiðbeiningar óþekkt um kafbátinn.

En á þessum tíma höfðu fréttir af árásunum á Centurion, Candidate og Earl of Lathom þegar borist Liverpool dagblöðum. Alfred Allen Booth, stjórnarformaður Cunard, frétti af þeim þegar hann las morgunblaðið sitt í morgunmat á sínu eigin heimili - það var fullkomlega skynsamlegt; eftir allt átti flaggskip fyrirtækisins hans að ferðast um þessi vötn sama dag!

Booth yfirgaf morgunverðinn strax og hljóp til að hitta Harry Stileman skipstjóra, yfirmann sjóhers Liverpool. Booth bað Stileman að gera ráðstafanir til að vernda Lusitania fyrir árásarmönnum þess og óskaði eftir því að brýn skilaboð yrðu send beint til Turner þar sem honum var tilkynnt að tveimur Harrison Line-skipum hefði verið þyrlað og sökkt - samkvæmt stríðsreglum var Booth ekki heimilt að senda slíkar viðvaranir beint eða nein. skipanir beint; fremur féllu öll bresk skráningarskip undir stjórn viðskiptadeildar Admiralty við upphaf stríðs, sem veitti vernd gegn beinum viðvörunum eða skipunum beint. Stefna Admiralty kveður á um hámarks sveigjanleika þegar skip eru tekin til hernaðarnota og koma í veg fyrir að ruglingur komi upp þegar samkeppnisskipanir koma. frá bæði eiganda þeirra og aðmíraliðinu fyrir notkun á einu skipi - eitthvað sem Alfred Booth, stjórnarformaður Cunard, viðurkenndi gæti verið „mjög hættulegt".

Hvað annað gerðist á fundi Booth með Stileman aðmírál er enn óþekkt, þó að Booth teldi að ítarleg skilaboð yrðu send og að aðmíralið myndi skipa henni að fara til Queenstown í stað Liverpool þar til öllum tafarlausum U-bátshótunum væri hætt.

Fyrir utan Írland sigldi Lusitania í gegnum þokubletti með auknu skyggni; því minnkaði árekstrarhættan smám saman. Turner skipaði að þokuhorn þess yrði óvirkt; Hins vegar voru nú auknar líkur á uppgötvun kafbáta.

Klukkan 11:30 jókst spennan á brúnni upp úr öllu valdi þegar þráðlaus skilaboð komu frá aðmíraliðinu sem sagði: „Kafbátar sem eru virkir í suðurhluta írska sundsins sáust síðast 20 mílur suður af Coningbeg léttskipi.

„Vinsamlegast tryggðu að „Lusitania" fái þetta.

Turner hafði stoppað stutt rétt áður en hann náði þröngustu víðáttunni (45 mílur þvert) af St George's Channel; Boðskapur hennar gaf einnig til kynna að það gætu hafa verið margir kafbátar til staðar.

Ef kafbátarnir, samanlagt, væru í raun 20 mílur suður af vitaskipinu, væru þeir staðsettir um það bil hálfa leið yfir sundið. Á heiðskýrum degi - þar sem þoka hefur leyst út - myndi reykur frá þremur vinnutrektum Lusitania sjást í 20 mílur í hvaða átt sem er, sem gefur virkum kafbáti í miðju sundsins frábæra möguleika á að koma auga á hana. Viðvörun þeirra lýsti þeim sem „virkum", en hvað fól þetta hugtak í sér?

Booth formaður hafði óskað eftir skýringum, en það sem kom til baka var síður en svo ánægjulegt. Það spannaði aðeins átján orð að lengd og gaf engar upplýsingar um hvað hafði gerst í heimsókn þessa dags til London.
Turner skipstjóri, sem á því augnabliki krafðist allra tiltækra upplýsinga um hvað hefði gerst síðasta sólarhringinn, frétti aldrei af tapi tveggja Harrison Line skipa og Jarl af Lathom.

Þegar þokunni hafði leyst af, jók Turner hraðann í 18 hnúta og skipaði hámarksþrýsting í öllum ketilherbergjum sínum ef óvænt hraðaupphlaup þyrfti.

Charles Lauriat hafði beðið um að stýrimaður hans veki hann á hádegi, sem hún gerði. Ráðsmaðurinn tilkynnti Lauriat að skip þeirra hefði „sótt Cape Clear", eyju undan Írlandi, og setti tíma sinn fram í Greenwich Mean Time. Lauriat fór strax fram úr rúminu, klæddist Knickerbocker jakkafötunum sínum og var kominn á þilfar klukkan 12:50 og vissi nákvæmlega hvenær hann hafði skoðað armbandsúrið sitt, alltaf stillt á Boston tíma, til að reikna út Greenwich jafngildi þess.

Klukkan eitt hófst hádegisverður fyrir farþega fyrsta flokks; Lauriat ákvað að fara í tíu mínútna göngutúr fyrirfram. Hann tók eftir því að skipið virtist vera „á leiðinni", eins og sést af niðurstöðum kílómetrafjöldans sem birt var um hádegi og sýndi aðeins 484 mílur ferðaðar á þessum tímapunkti; þó að Lauriat hafi fundist þessi hraði hægur, þá var hann í raun að meðaltali rúmlega 20 hnútar að meðaltali – jafnvel með nokkrum klukkustundum í þoku á 15 hnútum – sem var langt undir væntingum hans um 25 hnúta væntan hraða!

„Þetta var friðsæll dagur - hægur vindur, sléttur sjór og glampandi sólskin," sagði Lauriat í dagbókarfærslu sinni. Þegar hann sigldi meðfram bakborðshlið hans gat hann séð „gömlu írsku ströndina", enn langt í burtu sem ógreinileg græn ská við sjóndeildarhringinn. Eitthvað við þennan dag olli Lauriat óróleika þar sem hugsanir hans snerust að þýskum kafbátum sem biðu vikum saman eftir hagstæðari aðstæðum áður en gripið var til aðgerða - á opnu hafi eins og það sem var í kringum okkur gæti periscope þeirra borið töluverða fjarlægð.

Lauriat líkti yfirborði sjávar við pönnuköku; einn af bjöllum skipsins sagði "bara fullkomið".
CONNECTICUT FARÞEGAR Jane MacFarquhar hafði nýlokið við að setja fram föt til að klæðast við komuna til Liverpool morguninn eftir; skilja núverandi outXts eftir um borð í skipi. „Útsýnið var stórkostlegt," endurspeglaði MacFarquhar, „með sólblautu vatni sléttað af öldum en þó sýnileg lönd; þegar ég leit í kringum þetta stórkostlega atriði spurði ég sjálfan mig hvar væri öll þessi „talaða" hætta sem hafði verið lofað? leiðarlok eru næstum því nærri og engin hætta hefur skapast."

Á föstudagsmorgun hélt Schwieger U-20 á yfirborðinu svo rafhlöðurnar gætu haldið áfram að hlaðast. Hann stóð uppi á töfraturni þess. Skyggni batnaði fljótt. Tat lá við 1-hnúta gola.

Schwieger sagði í dagbók sinni: "Skyndilega hefur skyggni aukist verulega." Þó að þetta veitti honum langa sýn yfir hafið í kring, gaf það einnig öllum breskum varðbátum eða tundurspillum sem voru í nágrenninu gott útsýni. Jafnframt jók skyggni þess hættuna á að útlitsstöðvar óvina myndu koma auga á U-20, jafnvel þegar það var kafað niður í periscope dýpi þar sem fjaðrandi hvíta vök Schwieger yrði áfram sýnileg í kílómetra eftir að hún fór aftur undir vatn.

Þegar þeir gerðu það byrjaði ókunnugt skip að hreyfa sig í átt að U-20 úr fjarska, sem varð til þess að Schwieger pantaði hraða köfun og lyfti sjónaukanum sínum - þó að Schwieger hafi fundist hægur nálgun þess óhugnanlegur.

„Til að flýja frá togaranum," skrifaði herra Hasselhoff, ákváðum við að fara niður í 24 metra til öryggis klukkan 10:30. Klukkan var 12:30 Klukkan 12. Ég mun rísa aftur upp í 11 metra til frekari athugunar með því að nota periscopic linsuna mína.

Klukkan 11:50 hljóp óvæntur unaður af spennu í gegnum U-20 þar sem menn hennar heyrðu hljóð frá skipum fyrir ofan þá, 80 fet fyrir neðan.
Schwieger sagði í dagbók sinni: "Farskip með mjög öfluga vél fór yfir bátinn okkar."

Schwieger vissi af hljóði sínu að þetta skip var hvorki togari né togari heldur eitthvað miklu stærra, sem hreyfðist hratt. Það fór beint yfir höfuðið og undirstrikaði dómgreind hans þegar hann valdi dýpt sem hreinsaði jafnvel stærstu skipin.

Schwieger beið í nokkur augnablik og sneri síðan aftur á periscope dýpt til að reyna að bera kennsl á skipið.

Um leið og þokuhornið blés og sólin reis hátt og bjart fóru farþegar Lusitania upp á opin þilfar til að spila shuKeboard, kasta lyfjakúlum og öðrum þilfarsaðgerðum. Eldri börn léku sér í stökk í reipi, en þau smærri gengu í skrúðgöngu ásamt fóstrunum sínum eða flugfreyjum gangandi eða í barnavagni með sogslöngur festar annaðhvort um hálsinn eða fatnað til varnar gegn sól og 18 hnúta gola sem myndast við áframhald skipsins; þeir sem voru í skyggðum skömmtum þurftu yfirhafnir á meðan ein kona klæddist einni stórum svörtum loðkápu á meðan hún bar eina líka í einum!

Þar sem þetta var síðasti heili dagur ferðarinnar og þar sem sólin var svo björt og loftið svo heiðskírt, gættu farþegar þess að klæða sig vel og með prýði af þessu tilefni. Ein sjö ára stúlka klæddist bleik- og hvítröndóttum bómullarslopp undir svartri flauelsúlpu sem var fóðruð með rauðu silki; hún fullkomnaði útlit sitt með því að skreyta með gullhringum, rauðum kóralhálsmenum og perlumóðursækjum - sem gaf henni útlitið að vera rauðvængður svartfugl! Bleikur var annar vinsæll litur meðal drengja - einn fimm ára drengur hljóp um í bleikum ullarkápu yfir köflótta jakka og nærbuxur á meðan einn maður rúmlega tvítugur klæddi sig sérstaklega til að skera sig úr; klæðnaður hans innihélt:

Bláar serge buxur í röndum með „Anderson Bros., Makers, 27, Bridge Street, Glasgow“ á þeim, auk röndóttrar bómullarskyrtu („Anderson Bros., Makers“ á 27 Bridge Street.

Hvítar merino buxur paraðar með ljósbrúnum reimstígvélum (stimplaðir að innan með "Holober Bros., 501 West 14th Street New York") og ljósbláum sokkum með ljósbláum sóla

Ljósar axlabönd ásamt leðurbelti og nikkel sylgju

Hér er sparkarinn:
Bleikur Merino Vestur. Eins og þeir höfðu gert alla ferð sína settust margir farþegar í sólstóla til að lesa. Dwight Harris hafði eytt tíma í að lesa um Medicis áður en hann

heimsótti skrifstofu pursersins til að safna trúlofunarhringnum sínum, öðrum skartgripum og $500 sem hann hafði geymt þar í upphafi ferðarinnar. Harris sneri aftur í klefa sinn og notaði úrakeðju til að hengja nokkra hluti um hálsinn, þar á meðal hringinn. „Ég festi stóru demantssækjuna inni í úlpuvasanum mínum," skrifaði Harris áður en hann opnaði myndavélatöskuna sína sem innihélt björgunarbeltið hans sem keypt var í Wanamaker's daginn áður. Í hádeginu setti hann gull í buxnavasann áður en hann borðaði með samstarfsfélögum! Harris var ekki uppiskroppa með upphrópunarmerki:

Þótt aðstæður væru góðar þjáðist farþegi Kansas City, Theodore Naish, af sjóveiki alla ferð sína. Til að lina eymd sína hvatti hann Belle Naish til að fara upp á þilfar án hans til að skoða Írland og eyjar þess í sólarljósi - eitthvað sem Theodore hafði upplifað í fyrri ferðum - vitandi af reynslu hversu fallegt útsýnið væri. Í fyrstu brást hún við; að lokum þó hún léti undan: "Ég svaraði að orð hans myndi nægja, eða myndir myndu fullnægja." Engu að síður hélt Theodór við áfram; að lokum gaf hún undan og var fegin að hún gerði það; sagði seinna við sjálfa sig: "Það er ekki hægt að hugsa sér yndislegri dag - loftið var hlýtt án vinds; bjart sólskin upplýst í gegnum tærbláan sjó."

Það ríkti sorg og von um borð í skipinu, ásamt létti yfir því að hafa komist ómeiddur til Englands.

Turner fékk önnur skilaboð frá aðmíraliðinu sem ruglaði málin enn frekar: "Kafbátar fimm mílur suður af Cape Clear og halda áfram vestur þegar þeir sjást klukkan 10 að morgni."

Lusitania hafði þegar farið framhjá Cape Clear þegar Turner skipstjóri fékk þær fréttir að hún gæti hafa sigrað kafbáta Cape Clear. Ef rétt var bentu þessi skilaboð til að ógnin hefði minnkað; kafbátar hennar voru nú á bak við og stefndu undan landi; Turner skipstjóra fannst léttir yfir því að hafa misst af þessum í þokunni; jafnvel þótt yfirmenn þeirra uppgötvuðu reyk frá trektunum hennar og ákváðu að snúa við, þá væri engin von til að ná þessu núna.

Þó að þetta hafi veitt hugarró, var fyrri skýrslan um kafbátavirkni í St George's Channel, suður af Coningbeg-léttskipinu og strax framundan, ógnvekjandi vissu.

Schwieger gerði fljótt 360 gráðu sópa með sjónaukanum sínum áður en hann snéri henni þar til hann fann skip sem var rétt farið yfir höfuðið. Þegar hann sá einn, voru það óvenjuleg verðlaun; ekki bara miðað við tonnafjölda heldur einnig vegna þess að löng, mjó lögun hans skar auðveldlega í gegnum öldurnar á meðan trektar hans losuðu þykkan svartan reyk sem gaf til kynna hámarkshraða frá véláhöfnum. Schwieger þurfti ekki hjálp frá Lanz til að viðurkenna þetta skip: Þetta var bresk brynvarðskip upp á um 6.000 tonn!

Schwieger var neyddur til að sleppa takinu. Á hámarkshraða hans, 9 hnúta, var engin von um að ná krúsaranum; jafnvel 15 hnútar yfirborð hans hefði ekki hjálpað þar sem þeir áætluðu 18 hnúta sem ferðahraða. Ef Schwieger hefði gert einhverjar tilraunir til yfirborðs, hefðu byssur þess eyðilagt bát hans innan nokkurra mínútna.

Schwieger hélt áfram eltingarleik sínum og dvaldi á periscope dýpi ef ske kynni að skemmtiferðaskipið breytti stefnu á þann hátt að leyfa honum að ná framúr og gera árás á hana. Því miður hljóp það í staðinn á hámarkshraða og sikksakkaði stefnu sína, þar til að lokum var það horfið í fjarska og Schwieger varð æstur; Samkvæmt Valentiner lét hann frá sér reiðan straum af blótsyrðum á því augnabliki - eitthvað sjaldgæft á síðari dögum síðari heimsstyrjaldarinnar. „Breskum flotaskipum tókst oft að laumast undir óskynjara meðan á slíku viðleitni stóð," sagði Valentiner. „Jafnvel U-bátar sáu aldrei skemmtisiglinga í öllu stríði."
Þýskaland hélt stórum herskipum sínum falnum frekar en að senda þau á reiki sem skotmörk fyrir U-báta.

HMS Juno var gömul skemmtisiglingaskip sem þjónaði nú sem strandgæsluskip með aðsetur frá Queenstown og var á leiðinni hratt til baka vegna kafbátaviðvarana sem aðmíraliðið gaf út. Á ferð sinni mældi áhöfnin vatnshitastigið reglulega - 55 gráður á Fahrenheit hafði verið skráð sem tilvalið.

Schwieger sagði Valentiner að þegar hún hafði lokið við að blóta tók hún eftir þokunni að lyfta sér og gæti nú séð bláan himin.

Schwieger tók upp viðureign sína klukkan 12:15. Um 30 mínútum síðar kom hann upp á yfirborðið og hélt áfram ferð sinni í átt að Emden; Eldsneytissparnaður varð í fyrirrúmi þar sem Emden myndi þurfa aðra sjö daga ferð til baka.

Núna hafði veðrið batnað verulega. Schwieger tók eftir óvenju góðu skyggni; mjög falleg veðurskilyrði.

Hann tók eftir einhverju áhugaverðu nálgast. Eitthvað dró auga hans handan við sjóndeildarhringinn.

LONDON; WASHINGTON - SPURNING KONUNGS

Á föstudaginn í London var ofursti House enn að gegna hlutverki sínu sem forseti.

Opinber sendimaður Wilsons, House, hitti Sir Edward Grey, utanríkisráðherra Bretlands. Þeir ákváðu að heimsækja Konunglega grasagarðinn í Kew, í göngutúr meðal vorberja hans, húsa eða "vistar" af sedrusviði og fræga sólstofu hans byggð úr gleri og járni sem kallast Palm House sem House skrifaði hafði áhrifamikil áhrif um hönnun Crystal Palace í London. House og Gray ræddu möguleika undirstríðsins: þeir „töldu um að sökkva sjóskipi sem ég sagði honum að myndi valda víðtækri reiði sem myndi aftur á móti líklega leiða okkur bæði í stríð. House skrifaði „við töluðum um þennan möguleika“ „Við ræddum þessar líkur og ég sagði honum þá skoðun mína að ef þetta ætti sér stað myndi það valda mikilli reiði innan Ameríku sem myndi líklega leiða okkur báða í stríð“. House skrifaði um þetta samtal:

Merkilegt nokk var þetta tekið upp aftur nokkrum klukkustundum síðar þegar ofursti hús heimsótti George V konung í Buckingham höll.

Á einum tímapunkti spurði George IV konungur House: "Segjum sem svo að þeir ákveði að sökkva Lusitania með bandaríska farþega um borð?"

Um leið og Churchill hafði lokið flotaviðræðum sínum við Frakka og Ítalíu lagði hann af stað snemma um morguninn til að halda til herafla Breta í höfuðstöðvum Frakklands í St Omer þar sem Sir John French var að skipuleggja sókn gegn þýskum hersveitum við Aubers þrátt fyrir bráðan skort á stórskotaliðsvopnum. skeljar.

Churchill óskaði eftir fyrstu hendi reynslu af bardaga og reyndi að komast eins nálægt framhliðinni og hægt var án þess að stofna til „óafsakanlegrar áhættu“. Hann varð vitni að sprengjueldi og reyk en lítið annað.
„Það var ómögulegt að mæla raunverulegar aðstæður án þess að taka þátt,“ skrifaði Sackville-West. „Til að sjá þá þurftirðu að upplifa þau beint; að standa úti var ekki mikið frábrugðin því að vera inni; en að kafa djúpt var viss um að veita eftirminnilega persónulega reynslu af auðgandi tagi.

Churchill upplifði stríðsálag á eigin skinni í manntjónahreinsunarstöð í Merville klaustrinu um 40 mílur austur af höfuðstöðvunum, þar sem verið var að flokka menn sem þjáðust af „alls konar hræðilegum meiðslum sem hægt er að hugsa sér, bruna, rifna, stungna, kæfða eða deyja eftir eymd sinni. ". Sjúkrabíll eftir sjúkrabíll kom upp við dyrnar á meðan hinir látnu voru fluttir út um bakútgang og grafnir; á meðan Churchill fór í gegnum skurðstofu varð hann vitni að því að læknar skáru höfuðkúpur hermanna - "Alls staðar var blóð og blóðugar tuskur," samkvæmt frásögn Churchill.

Wilson skrifaði Edith aftur næsta föstudag eftir að hún kom í mat og varð jákvæðari um möguleika þeirra á að giftast einn daginn.

„Í tæru morgunloftinu," skrifaði Heineken, „sýnist heimurinn minna í vegi, minna standa á milli okkar.

ÍRSKA SJÁRINN - TRETTAR VIÐ SJÓNUNNI

U-20 GANGI Í GEGNUM BJARTAN OG BJÁR MORGUN. Þokan var farin yfir og himinninn hafði opnast í dýrðlegu sólarljósi.

Schwieger varð agndofa þegar hann uppgötvaði töfrandi vettvang: skýin höfðu hreinsað í burtu og skilið eftir sig víðáttumikinn sjó með litla hreyfingu. Þegar hann þjálfaði Zeiss "godseyes" sjónaukann sinn á óséðan blett við sjóndeildarhringinn, sýndu Zeiss "godseyes" hans "skógi af möstrum og stöflum," eins og síðar lýsti Max Valentiner af Schwieger sjálfum. Í fyrstu hélt hann að þetta tilheyrði aðskildum skipum þar til hann áttaði sig á því að þetta var ein stór gufuskip á leiðinni og kafaði strax í von um að ná skotum úr návígi áður en hún kæmi."

Klukkan 13:20 skráði Schwieger athuganir sínar sem hér segir í dagbók sinni: "Á stjórnborða okkar er hlutur sem samanstendur af fjórum trektum og tveimur mösturum á þríhyrningslaga gufuskipi sem birtist frá SSW, á leið í átt að Galley Head. Skipið var síðar í ljós að það er stór farþegaskip."

Schwieger lagði af stað á periscope dýpi með hámarkshraða sínum í kafi stillt á 9 hnúta til að reyna að stilla sig við stefnu gufuskipsins, en hún var enn kílómetra frá stefnu; einu sinni í 2 mílna fjarlægð breytti hún stefnunni aftur og stækkaði bilið. Enn og aftur svekktur yfir þessum atburðarás skrifaði hann „jafnvel á okkar besta hraða áttum við enga von núna um að komast nógu nálægt henni til að ráðast á"

Schwieger hélt áfram eltingarleik sínum eins og báturinn gerði aðra stefnubreytingu sem færði hana nær því að sameinast aftur, bara ef önnur stefnubreyting færði henni aftur í átt að sundrungu.

Hvers vegna Lanz fann þörf á að koma og skoða skip sitt er óljóst; Einstakt útlit hans gerði það að verkum að hann varð samstundis verðlaun á úthafinu.
Hann var nærri örvæntingu; bara þetta eina skip hefði getað gefið hæstu mánaðarlegu tonnatölu í stríðinu.

Schwieger var hissa á því að dagurinn væri svo bjartur og kyrr; þetta þýddi að hann gat ekki haldið sjónaukanum uppi lengi, svo að það yrði ekki vart annaðhvort af skotmörkum hans eða einum af nokkrum tortímamönnum á eftirlitsferð í þessu veðri með svo sléttum sjó; veður svona bjart myndi ekki gefa neina möguleika á að komast undan og þessi vök sem periscope hans kastaði hafði þegar valdið því að tveimur árásum var hætt, þar á meðal þegar Royal Mail gufuskipið sneri sér að honum með augljósum ásetningi að hrinda honum; sem hvetur hann til að panta hraða köfun og á fullum hraða auðvitað hraða köfun og fulla ferð í burtu!

Schwieger taldi komu Lanz inn í stjórnklefann vera kraftaverkaverk, og þá gerðist eitthvað kraftaverk nánast samtímis - atburður sem Schwieger kannast sjálfur við.

Turner skipstjóri stóð frammi fyrir framandi atburðarás um borð í Lusitania-brúnni - eitthvað sem engin reynsla á sjó gat undirbúið hann fyrir. Ef þráðlaus skilaboð morgunsins voru nákvæm lágu U-bátar beint á undan og fyrir aftan skip hans.

Turner þurfti líka að glíma við tímaþröng: Liverpool lá enn í um 250 sjómílna fjarlægð og aðeins var hægt að fara framhjá hinum alræmda Mersey Bar á háflóði. Ef hann reyndi að ferðast á 21 hnút - hámarkshraði hans leyfður með þrjár hitaveitur í gangi - þá kæmi hann allt of fljótt og ætti ekki annarra kosta völ en að hringsóla í Írska hafinu, með reyk sem streymdi upp úr þremur vinnutrektum, bjóðandi neðanjarðarskipum. frá 20 mílum í kring til að koma og ráðast á skip sitt.

Það var annar þáttur í áskorun Turner. Nú rétt fram yfir hádegi, sama hraða hans, myndi hann enda á því að þurfa að fara í gegnum St George's Channel á nóttunni með þoku sem væri alltaf til staðar. Ennfremur hafði allan þokumorguninn skilið Turner eftir með minna nákvæma tilfinningu fyrir staðsetningu sinni en hann hefði viljað og bætti enn frekar við þessa ónákvæmni.
Staðsetning hans var líka óvenjuleg: um 20 mílur inn í landið þegar, við venjulegar veðurskilyrði, gæti það hafa verið aðeins 1 míla.

StaW Captain Anderson og First O2cer John Preston Piper voru þegar komnir um borð, svo Turner leitaði ráða þeirra áður en hann gerði sína eigin árásaráætlun. Til að ákvarða staðsetningu sína nákvæmlega ákvað hann að nota fjögurra punkta legu - hlaupandi samsíða írsku ströndinni í um það bil þrjátíu mínútur á jöfnum hraða á meðan First O2ce Piper tók fjórar legu frá einstöku kennileiti eins og Old Head Lighthouse til dæmis - þar sem þetta myndi leyfa að finna nákvæma staðsetningu hans nákvæmlega.

Þegar Turner vissi nákvæma staðsetningu sína, gerði hann áætlanir um að halda 18 hnúta hraða til að koma á Mersey Bar snemma morguns eftir og fara í höfn án tafar. Þó að hann væri hægari en þeir 21 hnútar sem þrír katlar hans leyfðu, fór skip hans samt fram úr öllum öðrum kaupskipum eða kafbátum sem voru í notkun á þeim tíma. Turner ætlaði einnig að stilla stefnu sína síðar um daginn til að færa Lusitania nær ströndinni, fara nálægt Coningbeg léttskipi áður en hann færi inn á St George's Channel í gegnum þrengsta hluta þess. Hann skildi að þetta væri í beinni mótsögn við ráðleggingar Admiralty um að skipstjórar færi framhjá vitaskipum og öðrum siglingamerkjum "miðja sund". En aðmíralið hafði tilkynnt um kafbáta 20 mílur suður af vitaskipinu, á svæði sem sérhver sjómaður sem fer yfir þessa 45 mílna breiðu teygju myndi íhuga miðrás. Að fylgja ráðleggingum þeirra hefði þýtt að sigla beint í átt að biðbátum.

Um það bil 13:30 skipaði Turner skipstjóri sínum við stjórnvölinn að snúa stjórnborði, svo Piper gæti tekið eina af fjórum legu hennar. Því miður, vegna ýmissa fyrri stefnubreytinga Turner sem bentu til tilraunar til að forðast kafbáta á meðan það var í raun ekki gert - töldu sumir farþegar að Turner væri að gera slíkar hreyfingar viljandi! Hins vegar þversagnakennt vegna þess að slíkar hreyfingar eru gerðar vegna þessa misskilnings.
Vegna lögunar strandlengjunnar gætu farþegar hafa skynjað þessa beygju sem eina í átt að opnum sjó.

Mislingaveikinn Robert Kay horfði í gegnum kofann sinn í sóttkví. Þessi Bronx-drengur, sem nú er viðurkenndur og virtur, fylgdist með lífinu úti. Úti var fullt af sólskini og glampa; Strönd Írlands skar sig ljómandi græn. En þegar skip hans sneri við stjórnborða sá hann land hopa fyrir sér.

George Kessler stóð við loforð sitt við Turner skipstjóra um að hafa farþega í æfingum um borð með því að hitta hann um morguninn til að ræða saman og reykja á meðan þeir ræddu saman.

Kessler lagði til að farþegar fengju miða með númerum sem tilgreina hvaða bát þeir ættu að leggja leið sína á ef eitthvað óvænt kæmi upp í von um að þetta smáatriði myndi draga úr erfiðleikum ef eitthvað færi upp á.

Turner greindi frá því að þessi hugmynd hefði upphaflega komið upp í kjölfar Titanic hörmunganna en að Cunard hefði hafnað því sem "ópraktískt". Að auki hafði Turner ekki heimild til að innleiða slíkar aðferðir án fyrirfram leyfis frá viðskiptaráði Admiralty.

Kessler minnist þess hvernig umræða þeirra snerist að „tundurskeytishræðslunni, sem hvorugt okkar lítur á sem merkilegt". Turner gæti hafa reynt að draga úr ótta Kessler með því að gera lítið úr áhyggjum hans og draga úr ótta hennar.

Rétt áður en Lanz flugmaður kom að sjónauka U-20, sá Schwieger gríðarstóra gufuskipið breyta skyndilega um stefnu aftur, í þetta sinn til stjórnborðs. „Hún var að koma beint til okkar," sagði Schwieger við Valentiner. „Hún hefði ekki getað skipulagt fullkomnari leið ef hún hefði viljandi reynt að gefa okkur skot strax.

Klukkan var 13:35 Ný stefnu skipsins lagði til Queenstown; Schwieger setti U-20 upp svo hún myndi fara á bak við það, í 90 gráðu hornum; skipaði fullt á undan, og á næstu tuttugu og fimm mínútum hélt áfram eftir braut sem skarstaði hana.
„Bara eitt hraðhlaup í viðbót, svo bíðum við," sagði Valentiner honum.

Schwieger var efins um tundurskeyti; en vegna þess að þessi eftirlit var nauðsynleg og stór skip voru á eftirlitsleið hans fannst hann neyddur til að nota slíkt. Þilfarsbyssur hefðu verið gagnslausar gegn slíkum skipum; Fyrsta skot þeirra gæti jafnvel valdið því að stóra skipið flýr eftir að hafa fengið nokkrar skeljar; svo Schwieger valdi G6 tundurskeyti í staðinn.

Innan kafbátsins jókst spenna. Allt sem þyrfti til að eltingaleik U-20 myndi enda var önnur beygja frá U-19 og Queenstown myndi fljótlega koma innan seilingar. Það var líka hætta á því að skipaeftirlitsmenn gætu komið auga á sjóndeildarhring Schwiegers og kallað saman her tundurspilla um leið og Schwieger sást af þeim.

Furðulegt, sagði Schwieger, að skipið hafði enga fylgdarmenn og, frá hans sjónarhorni, var það enn undarlegra að vera viðstaddur, miðað við tvær vel heppnaðar árásir hans frá fyrri tíð. Að hans sögn var það óútskýranlegt að það hefði ekki farið í gegnum Norðursundið - þess vegna skrifaði hann það niður í dagbókina sína.

Schwieger skipaði tundurskeyti stillt á 3 metra - um það bil 10 fet - um leið og Lanz kom til að skoða skotmarkið sitt og hélt áfram aðflugi sínu með gríðarstóran svartan skrokkinn á móti annars glitrandi sjávarmynd.

Hringáhöfn Schwiegers byrjaði þá að vopna og útbúa tundurskeyti sitt.

THE LUSITANIA var um það bil sextán klukkustundir frá Liverpool, eða réttara sagt, þrjár máltíðir úti - hádegisverður, kvöldverður og loks morgunmatur við komuna til

Liverpool-hafnar á laugardagsmorgun. Þegar hádegisverður kom á miðvikudaginn áttu farþegar fyrsta flokks aðeins eitt sæti klukkan 12:30; annar flokkur hafði tvö sæti - klukkan 12:30 og 01:30 í sömu röð - bæði sætin í borðstofustofunni í miðju skipsins undir stóru hvelfingunni; í hádeginu var talað um hæfileikaþátt gærkvöldsins sem og stríðsfréttir sem Cunard Bulletin greindi frá daglega um borð í skipi; ennfremur var ljóst að ferð hennar var nú að fullu komin á „stríðssvæði".

Eins og venja er hjá þeim hitti Charles Lauriat Lothrop Withington í hádegismat. Þeir sátu við sitt venjulega borð í fyrsta flokks stofunni.
Lauriat tók eftir því að báðar koyjurnar beggja vegna herbergisins voru opnar, sem hann gat sagt vegna óvenjulegrar hlýinda dagsins sem olli pirringi sem hrjáði báða menn alla ferðina. Vegna þessa heita veðurs, sem leiddi til þess að ráðsmenn opnuðu portholur um allan matsalinn og kveiktu á rafmagnsviftu sem var staðsett beint yfir borði Lauriats og skapaði pirrandi drag - atburður sem hafði gerst nokkrum sinnum áður á ferð þeirra, sem varð til þess að Lauriat spurði í hvert skipti. ráðsmaðurinn að slökkva á þessari viftu sem olli beiðni Lauriat um það að þessu sinni líka.

Á heildina litið minnist Lauriat á hádegismatinn sem ánægjulegan: báðir mennirnir voru spenntir fyrir komu skips síns og eyddu gæðastund saman áður en þeir skipulögðu framtíðarfund í London (herbergin hans voru nálægt London-setrinu okkar).

Lauriat vissi að óvænt hægur hraði Lusitania myndi kosta hann einn vinnudag í London, en fljótlega myndi hann afhenda Dickens Christmas Carol til dóttur Thackeray, Lady Ritchie, með áætlunum um glósur sem hún myndi skrifa á hverja teikningu sem voru enn falinn í skótöskunni sinni - áður en hann hitti innrammara og bindiefni sem myndu breyta þessum teikningum í hluti sem eru mun meira virði en upphafsverð þeirra, $4.500.

Við annað borð í matsalnum voru Theodate Pope og Edwin Friend að klára hádegismatinn sinn. Ungur Englendingur við borðið þeirra hafði fengið ísinn sinn en beið eftir skeið frá ráðsmanni - horfði döpur á hana, segir Theodate. „Hann horfði gremjulega og tjáði sig um að hann vildi ekki láta neina tundurskeyti slást áður en hann gæti notið góðgætisins - sem olli hlátri meðal okkar áður en hann tjáði sig um hversu hægt vélarnar hefðu farið út af brautinni! Við hlógum öll að og tjáðum okkur um hæga hreyfingu okkar áður en við hlógum að hægum hraða okkar!

Hins vegar var skipið enn á 18 hnúta ferð þrátt fyrir að það gæti hafa virst vera hægur framgangur. Þessi skynjun gæti hafa verið vegna sléttts sjávaryfirborðs sem dró úr titringi í gegnum skrokk þess og stuðlaði að hægfara skynjun.
Dwight Harris kom til sinna venjulegu hádegisverðarfélaga en gat ekki tekið þátt í spennu þeirra og eftirvæntingu. Þess í stað varð hann mjög óþægilegur, varð jafnvel óþægilegur við borðið: hann skrifaði um það: "Á meðan ég sat við borðið upplifði ég afar óþægilega tilfinningu sem leiddi mig til að standa upp frá borðinu án þess að klára hádegismatinn minn!"

Hann fór aftur í herbergið sitt, A-9, til að sækja kápu sína og hatt sem og eintak sitt af Medici Book II áður en hann kom aftur út á þilfar til að lesa.

Læknaneminn Preston Prichard og Arthur Gadsden voru mjög meðvitaðir um að skip þeirra væri komið inn á hættusvæðið. Þau voru orðin náin í ferðinni og töluðu oft saman þar sem báðir deildu efri rúmum í herbergjum sínum. Á föstudagsmorgni eyddu þeir hluta af morgni sínum í að ræða kafbáta „og hvort við gætum séð einhvern, aldrei fundið fyrir ótta heldur meira eins og að vilja halda í burtu," eins og Gadsden orðaði það.

Stuttu fyrir hádegi kom Prichard með félögum sínum saman í reykstofunni til að skoða niðurstöður úr kílómetrafjölda þeirra og hélt svo af stað í hádegismat á annars flokks matsal; situr á móti Grace French eins og oft er gert.

Í dag var eitthvað sérstakt á milli Prichard og Miss French. Þrátt fyrir að hann klæddist grænu jakkafötunum sínum í stað þess venjulega bláa, var Prichard samt myndarlegur eftir sex daga úti í sólbaði. Grace sagði frá því að Prichard hafi nefnt við hana að hann hefði séð einhvern um borð sem gæti verið tvífari French; jafnvel að ganga svo langt að nálgast þessa manneskju til að hefja samtal áður en hann áttaði sig á mistökum hans - atburður sem er ekki einstakur fyrir Prichard heldur þar sem aðrir menn höfðu líka hitt hana og nálgast hana áður en þeir áttuðu sig á mistökum sínum; Prichard bauðst "að benda henni á eftir hádegismat og ég samþykkti með því að fara niður." Grace minntist þess að Prichard bauðst til að benda henni á Grace eftir hádegismat þar sem Grace fór niður eftir hattinum og úlpunni eins og lofað hafði verið áður en hún samþykkti og fór niður eftir hattinum sínum og úlpunni til að fara í aftur áður en hún hélt niður.

Einn af umsjónarmönnum skipsins greindi frá því að Prichard hafi farið út úr matsalnum um klukkan 13:20.

Þegar fröken French lagði leið sína upp stigann í átt að Prichard, spurðu tveir vinir um borð um áfangastað hennar. Ungfrú French svaraði að Prichard væri að fara með hana til að hitta tvífara sinn og hélt áfram. Með honum hlógum við svo saman að þessari furðulegu hugmynd þegar þau röltu um og hlógu að þessari hugmynd; Ungfrú French velti því meira að segja upphátt hvort hún þekkti þessa stúlku sjálf.

Þegar þeir veiddu hamingjusamlega leið tíminn friðsamlega þangað til klukkan var orðin 14:09. Sólin skein skært; sjórinn glitraði.

SCHWIEGER áætlaði hraða skotmarks síns sem 22 hnúta - 25 mílur á klukkustund - og áætlaði drægni þess sem 700 metrar, tæplega hálfa mílu. Ef útreikningar hans væru réttir myndi tundurskeyti snerta skotmark sitt í kjörhorni 90 gráður.

Klukkan 14:10 gaf Schwieger skipun um að skjóta og skömmu síðar sleppti tundurskeyti úr kafbátnum með því sem Schwieger kallaði „hreint bogaskot", náði um það bil 44 mílna hraða á klukkustund og náði skotskrokknum á þrjátíu árum. - fimm sekúndur.

Með svo lygnu yfirborði sjávar var mögulegt að Schwieger og menn hans gætu uppgötvað spor tundurskeytis auðveldlega. Hver sekúnda sem leið minnkaði líkurnar á því að skip þeirra gæti snúist nógu hart eða nógu hratt til að forðast það en þrjátíu sekúndur virtust samt vera eilífð fyrir Schwieger og áhöfn hans.

Schwieger horfði í gegnum sjónhimnuna sína, án þess að vita að útreikningur hans á hraða skotmarksins hefði farið niður um 4 hnúta, eða um það bil 5 mílur á klukkustund.

LÚSITANÍA - FEGURÐ

Skömmu fyrir klukkan tvö komu fjöldi skipverja saman við farangurssvæðið til að pakka.

Við boga Lusitania á F-dekki var hálfur tugur manna að koma á vakt og hálfur frá vakt fyrir skyldutöku; Verkefni þeirra var að undirbúa þúsundir farþegafarangurs til að setja á skipið við komu þess.

Sjómaðurinn Morton eyddi tveimur klukkustundum í að hlaða ferðatöskum og ferðakoffortum upp í rafmagnslyftu sem veitti aðgang að herbergi hans. Skipt var um vaktir klukkan tvö - "fjórar bjöllur" - þegar Morton hóf tveggja tíma sérstaka útlitsskyldu sína til að koma auga á kafbáta frá stöðu sinni á forkastalnum eða fo'c'sle, staðsettum fyrir aftan boga skips hans.

„Á fimm mínútum fyrir klukkan fjögur," sagði hann, „fór ég upp á þilfar til að klæða mig í peysuna mína og búnaðinn til að fara á útlitið klukkan tvö. geisla.

Núna var skipið búið að eyða um sex tonnum af kolum og voru glompur þess að mestu orðin tóm göng þakin kolaryki, stöku sinnum með gáttum þar sem klippur fluttu það beint í ofna.

Á brúnni skipaði Turner skipstjóri stýrimanni sínum að halda skipinu í siglingu samhliða landi svo fyrsti yfirmaður hans gæti haldið fjögurra punkta stefnu. Á þessum tímapunkti hafði hlífðarþokulagið horfið.
„Öllum útlitsvörðum hafði verið skipað að vera á varðbergi og tilkynna allt sem virtist grunsamlegt," sagði Thomas Mahoney, sem deildi um hádegi til klukkan 14:00. horfa á. Um kl 13:50. við tókum eftir hlut 2 punkta á stjórnborða boganum sem virtist eins og bauja. Eftir að hafa tilkynnt þessa sjón til yfirmanns vaktarinnar olli það töluverðu uppnámi um borð þar sem fólk velti fyrir sér merkingu þess og hvað gæti hafa valdið útliti þess.

Hugh Johnston, fjórðungsmeistari, var að taka við sem fyrirliði. Þar sem öll áhöfnin skipti um klukkur um borð á þessari merku stundu var lítið pláss á brúnni fyrir aðra.

Johnston heyrði fljótlega fregnir af því að eitthvað sást við stjórnborða skips þeirra. Fjöldi skipverja lyftu sjónauka til að skoða hvað gæti hafa sést; þetta fólk hélt að það gæti hafa verið eitthvað eins og bauja eða jafnvel rekur rusl; enginn lýsti áhyggjum; í staðinn „Við héldum áfram," sagði Johnston.

Klukkan tvö tók sjómaðurinn Leslie Morton stöðu sína í forkastlinum stjórnborðsmegin; Annar sjómaður kannaði sjó fyrir bakborða á meðan fjórir útsýnisstaðir voru um allt skipið, þar á meðal í krákuhreiðri þess.

Morton svaf vært fyrir neðan þilfar til að undirbúa sig fyrir vaktina seinna um morguninn, þar sem helmingur áhafnarinnar var enn samankominn í farangursrýminu.

Morton varð svo ákafur í að vinna vinnuna sína vel að hann hætti að sjá fólk og fór að "sjá skipið sitt".

Hver mínúta ber með sér eitthvað nýtt.

Klukkan tvö voru annars flokks farþegar, sem settir voru í annað hádegissætið, miðja í máltíðum sínum, en fyrsta flokks gestir riðu á milli þilfara með annarri tveggja rafknúnum lyftum sem knúnar voru af dynamo skipsins eða stökkreipi á efra þilfari með aðstoð. frá John Brennan, klippara í verkfræðiáhöfn.

Um leið og veðrið skánaði komu fjölskyldur frá Queenstown og Kinsale saman á Old Head til að fara í lautarferð í heitu loftinu og horfa á skip fara framhjá - eitt slíkt skip er Lusitania, aðeins 20 mílur frá landi, og trekt þess spýta reyk upp í himininn. .

Morton greindi frá því að hafa séð opið sjávarútsýni til stjórnborðs frá augum skips síns með kristalskýrri og birtu. Klukkan 10 mínútur yfir tvö, um leið og hann stakk úrinu í vasa sinn, sneri hann augnaráði sínu til að horfa í kringum stjórnborða þar sem skyndilega sprunga af froðu í um það bil 500 metra fjarlægð, fjórir punktar á stjórnborða boga, eins og eitthvað væri að losna. eins og risastór kúla sem springur á yfirborð þess.

Samstundis sá hann eitthvað hreyfast yfir sjávarborðið, slóð eins skýr og dregin af „ósýnilegri hendi með krít á töflu". Til að bregðast við teygði hann sig í megafóninn sinn.

Turner skipstjóri var búinn að yfirgefa brúna og stefnt að neðanverðu að herbergjum sínum. Um 1:30 fór Johnston fjórðungsmeistari (ekki lengur við stýrið) fyrir neðan til að gefa Captain Turner orð á því að Old Head of Kinsale væri nú um það bil 10 stig á bakborðsboga og 20 mílur fjarlægð; enn fremur, að stefna skipsins mundi færa það smám saman nær landi.

Johnston sneri aftur að brúnni. Um hálftíma síðar, rétt eftir klukkan tvö, heyrði hann einhvern kalla „Það er tundurskeyti að koma".

Eftir að hafa snætt hádegisverð og kvatt vin sinn Lothrop Withington hélt Charles Lauriat aftur niður í klefa sinn í peysu áður en hann fór í „alvöru göngutúr". Lauriat klifraði upp aðalleiðarveginn á bakborðshlið skipsins með írsku ströndina sýnilega fyrir aftan sig, rakst á Elbert Hubbard, rithöfund og Alice Hubbard (konu hans). Hubbard grínaðist með að vegna bæklings sem hann skrifaði undir yfirskriftinni Who Lifted O2 Hell? sem kenndi WW1, sem kenndi keisara Wilhelm - sem hafði gefið Lauriat fyrr í ferð sinni - lýst því sem "vitrilic ensku."

Á stjórnborða B Deck stóð Theodate Pope við hlið Edwin Friend til að dást að sjónum sem „var dásamlega blátt og afar töfrandi í sólarljósi".
Hún velti fyrir sér upphátt: Hvernig gat nokkur nokkurn tíma komið auga á sjónhimnu?

Oliver Bernard, leikmyndahönnuður, sat letilegur við glugga á Verandah Cafe og horfði út á útsýnið þegar hann tók eftir því sem virtist vera skottið á skipi á stjórnborða þess og það sem virtist vera „froðurák" koma yfir skipið. yfirborð í átt að því.

"Þetta lítur ekki út eins og tundurskeyti!" hrópaði bandarísk kona sem stóð skammt frá.

„Ég var í sjokki," viðurkenndi hann, „og svimaði af hræðslu við það sem var orðið að veruleika okkar. Frá því augnabliki sem við fórum frá New York, höfðu allar hugsanir, draumar, borð og svefn um kafbáta snúist um að lifa af, en nú í hættu. Ég leyndi mér innan seilingar og gat varla svarað.

Ég trúi varla því sem mín eigin augu hafa sýnt mér.

„Enginn varð fyrir skelfingu, heldur voru þeir undrandi og agndofa þegar þeir uppgötvaðu að ótti þeirra, sem var svo oft hafður að athlægi dögum áður, hafði loksins ræst - þýska „bluH" var komið."

Brautin hélt ferð sinni áfram.

FYRSTA óróinn, fyrsta froðuskýið, táknaði losun þjappaðs lofts innan úr sjósetningarröri kafbáts þegar tundurskeyti hans yfirgaf sjósetningarrörið. Torpedóið sjálft var 20 fet á lengd og 20 tommur í þvermál; Nef hans, sem líktist kornsílói, innihélt 350 pund af TNT og hexanít sprengiefni. Þýskir herforingjar setja venjulega dýptarmörk þess við 15 fet; þessi ferðaðist í 10 feta hæð. Það var knúið af þrýstilofti sem var geymt í tankinum fyrir aftan sprengiefnahólfið og hreyfðist á um það bil 35 hnúta, eða 40 mílur á klukkustund. Lofti var þvingað í gegnum stimpla vélarinnar og knúið tvær skrúfur - önnur réttsælis og hin rangsælis - sem myndi koma í veg fyrir að tundurskeyti hans velti og sveigði. Útblásið loft kæmi síðan í sjóinn þar sem það bólgnaði upp á við áður en það var hleypt út í það aftur eftir nokkrar sekúndur.
Rise þýddi að tundurskeyti var alltaf langt á undan því sem birtist ofan á honum.

Þegar tundurskeytin fór fram sneri vatnið, sem streymdi framhjá nefinu, lítilli skrúfu, sem losaði öryggisbúnað sem ætlað er að koma í veg fyrir sprengingu við geymslu. Þegar hún var sleppt úr nefi sínu og féll niður á hafsbotn, afhjúpaði þessi skrúfa kveikjubúnað sem, þegar hún snerti hlut eins og skipsskrokk, myndi endurvirkja litla hleðslu í stærri hluta sprengiefna - á sama tíma og halda tundurskeyti á leiðinni með því að stilla lóðrétt og lárétt. beyging. Gyroscope fylgdist með þessari þróun alla ferð sína og hélt þessum tundurskeyti á réttri leið með því að stilla lóðrétta beygjustillingar lóðrétt eða lárétt eftir þörfum - halda tundurskeyti á réttri leið í gegnum ferð sína.

Spor sem settu mark sitt á yfirborðið eins og löng föl ör urðu þekkt í sjómannamáli sem dauð vök frá skipi eða tundurskeyti.

Sumir farþegar fengu óspennandi skýra innsýn í tundurskeyti þegar vatnið varð slétt. Dwight Harris var á rölti meðfram stjórnborða þegar eitthvað vakti athygli hans: hann sá "hvíta og grænleita rák koma fljótandi framhjá!". Ég stóð fastur fyrir.

Farþeginn James Brooks frá Connecticut var á rölti eftir bátsþilfarinu þegar vinir á Marconi þilfari - herra og frú Montagu Grant frá Chicago - buðu honum í hring á ShuKeboard. Þegar hann klifraði upp stigann, þegar hann gekk í átt að þeim yfir efra þilfarið, tók hann eftir skelfilegri froðuslóð sem færðist hratt yfir vatnsyfirborðið.

„Já, ég sá tundurskeytin koma, hrópaði „Torpedo! og hljóp í átt að teinum rétt aftan við stigann til að horfa á högg hans og sprengingu verða utan á skipinu."

Hverjum öðrum manni gæti fundist þessi vettvangur skelfilegur; Brooks var brjálaður. Hann horfði á þegar líkami tundurskeytis hreyfðist á undan vöku sinni í gegnum vatn sem Brooks lýsti sem "fallega grænum lit" og sá yfirborð þess upplýst með silfurgljáandi fosfórljómun - eitthvað sem flestum myndi finnast ógnvekjandi eða ógnvekjandi.
Gerum ráð fyrir að það hafi verið vegna lofts sem slapp frá mótorum.

"Þetta var sannarlega hrífandi."

Hefði verið meiri tími hefði hugmyndin um tundurskeytaárásir á borgaralegar línubátar ef til vill virst minna óskiljanleg fyrir Turner; hefði hann haft meiri skilning á kafbátaaðferðum og undanskotsbrögðum; Það gætu hafa verið litlar líkur á að Turner hefði stjórnað Lusitania til að draga úr eða forðast tundurspillinn með öllu. Til dæmis, með því að virkja baktúrbínur skipsins til að hægja á hraða þess og hætta við útreikninga sem kafbátaforingjar hafa gert varðandi drægni þess og hraðaútreikninga; eða með því að nýta sér sannaða lipurð með því að skipa fullum beygjum annaðhvort bakborðs eða stjórnborða til að forðast eða láta það líta af yfirborði skotmarksins.

Daniel Dow, kominn aftur á vakt eftir tveggja mánaða fjarveru, myndi gera það og vinna sér inn hrós frá stjórn Cunard fyrir það. Þann 15. júlí 1915 í rökkri um borð í Mauretania hans, sá útlitssjónauki um hálfa mílu frá. Augnabliki síðar byrjuðu tveir tundurskeyti að keppa í átt að skipi sínu með greinileg spor. Dow fyrirskipaði að beygja strax til stjórnborðs í átt að kafbátnum til að forðast að báðir tundurskeyti slógu og sökktu honum að lokum. Báðir tundurskeyti misstu af og báðir tundurskeyti lentu á skotmarki sínu á kafi í botn þess til ed.

U-20 - "HIT!"

Logfærsla Schwieger fyrir 14:10 7. maí hófst með þýska hugtakinu TreU fyrir högg, fylgt eftir með "Torpedo hittir á stjórnborða skammt frá brúnni. Óvenju mikil sprenging fylgir með mjög sterku sprengiskýi sem nær langt út fyrir trektina. Ennfremur virðist hafa verið önnur sprenging (ketill/kol/duft?)."

Lanz stóð nú við hlið Schwieger við sjónauka og gat borið kennsl á jafnvel lítil skip með skuggamynd þeirra og þilfarsstillingum, og auðkennt þetta fljótt og nákvæmlega sem "Guð minn, það er Lusitania!" um leið og hann leit í gegnum augnglerið.

Dagbók Schwieger bendir til þess að hann hafi aðeins nýlega lært sanna auðkenni þessa skips, en þetta virðist ólíklegt: einstakir eiginleikar þess - stærð þess, línur og fjórar trektar - gerðu það að einu mest áberandi skipi sem til er.

Schwieger leit aftur í gegnum sjónhimnuna sína og var agndofa yfir því sem hann varð vitni að núna.

LÚSITANÍA - Áhrif

Þegar Torpedo fór undir þilfarsbrún varð sprenging.

Stundum þegar ekkert gerðist gæti maður haft þá hugmynd að eitthvað gæti hafa farið úrskeiðis eða bilað - "Ég sá það hverfa og í stutta sekúndu deildum við öll von um að kannski myndi það ekki springa," útskýrði einn farþegi.

Á sama augnabliki sprakk 350 pund af sprengiefni gegn plötum skrokksins á undirbrúarpunkti um það bil 10 fet undir vatnslínu og breyttist hratt úr föstu formi í gas. Þessi „fasabreyting“ gaf frá sér hita við hitastig sem fór yfir 5.000 gráður á Celsíus (9000 Fahrenheit), sem beitti gífurlegum þrýstingi á þegar viðkvæma skipshlið sem var nú ekkert annað en pappír í höndum þeirra. Eins og einn kafbátasmiður snemma á 20. öld lýsti því, "skipið hans er ekkert annað en pappír í höndum þessara gífurlegu herafla."

Björgunarbátur númer 5 hafði, samkvæmt einni útlitsstöð, verið „sprenginn í sundur“. Hins vegar þrýsti skipið áfram í gegnum goshverinn áður en það hrundi fljótt aftur á þilfar; sjóvar blautir farþegar; rusl hrundi í gegnum shuKeboard dómstóla; og börn sem léku í stökkreipi á A Deck hættu að spila leikina sína.

Kafbátasprengingar skildu eftir sig tilkomumikið gat sem var um það bil á stærð og lögun lítið hús fyrir neðan vatnslínuna, um það bil 40 fet á breidd og 15 fet á hæð, sem mældist meira lárétt en lóðrétt. En áhrif þess fóru langt út fyrir þetta gat einni saman: þúsundir hnoða losnuðu yfir svæði sem var um það bil 15 sinnum stærra en eigin stærð, gler fyrir koju brotnaði og þil eyðilögðust eða skemmdust verulega.
Vatnsþéttar hurðir skemmdust mikið og vatnsþéttar þéttingar losnuðu; tiltölulega lítil hólf á farþegaskipum eyddu ekki sprengikrafti eins auðveldlega og þeim sem finnast á flutningaskipum, sem gerir þeim hættara við að eyðileggjast en flutningaskip. Þó að smiðirnir í Lusitania hafi sett upp hindranir með árekstra og jarðtengingar í huga, sá enginn fyrir því að tundurskeyti gæti sprungið undan skrokknum og eyðilagt það á þennan hátt.

Við höggstaðinn, rétt innan við skrokkinn, var stjórnborðsendinn á stóru vatnsþéttu þili sem spannar breidd skipsins; eitt af nokkrum slíkum skiptingum. Þetta tiltekna þil þjónaði til að skipta ketilsherbergi nr. allar aðrar glompur runnu meðfram veggjum þess í staðinn; á þessu stigi ferðarinnar voru allir næstum tómir.

„Þvingað flóð“ átti sér stað þegar skipið ferðaðist á 18 hnúta áfram og rak sjó á það á áætlaðri hraða upp á 100 tonn á sekúndu. Vatn kom inn í gegnum þverglugga og ketilsherbergi nr. 1, neðanjarðarhelli sem hýsir tvo kötla með einum enda og tvo tvöfalda kötla tengda um aðalgufulínu; vatn fyllti einnig langsum glompur meðfram stjórnborða hlið nálægt höggsvæði sem byrjaði að fyllast hratt þegar þessar glompur fylltust. Á sama augnabliki byrjaði boga að sökkva á meðan boga fór að hækka; samtímis byrjaði vatn að fyllast ketilherbergi nr. 1 auk þess að flæða yfir ketilherbergi nr. 1 auk þess að fylla fram þverglompu, þar sem vatn byrjaði að fylla báðar hellurnar sem flæddu yfir þessar lengdarbylgjur og olli því að boga sökk á meðan vatn ofan í herbergi nr. 1 fyllti boga hans á meðan lyfta og snúa bæði boga og skut.

Turner skipstjóri stóð fyrir utan herbergi sín á A Deck þegar hann heyrði viðvörun útlitsins um yfirvofandi tundurskeyti að neðan. Hann sá slóðina og horfði á það fara fyrir neðan stjórnborða hans áður en sprenging varð þar sem strax vatnssúla og rusl fossaði að neðan, sem sjokkeraði Turner með höggbylgju sinni og rás til stjórnborðs sem kom honum skyndilega úr jafnvægi.

Turner hljóp hratt upp stigann í átt að brúnni á meðan rusl og sjór fóru að falla fyrir aftan hann, aðeins til að upplifun farþega af sprengingunni væri mismunandi eftir því hvar þeir stóðu á henni.

Eins og það gerðist, fundu þeir, sem stóðu í átt að skutnum, það sem daufan dynk; Oliver Bernard man að hann hélt að þetta væri ekki svo slæmt! Á sama tíma upplifðu þeir sem voru nær brúnni líflegri og áþreifanlegri áhrifum; Dwight Harris minnist þess að vatn, kolabitar og viður hafi komið niður á þá á meðan þeir reyna að verja augu þeirra; "Ég fór í skjól á hliðinni en blotnaði!"

Preston Prichard og Grace French voru nýbyrjuð að leita að Grace French þegar þau heyrðu sprengingu og fundu skipið steypast til stjórnborðs. Grace rifjar upp: "Skipið var svo mikið skráð að allir skriðu niður af þilfari; allt virtist í ólagi; þegar ég kom aftur til sjálfrar mín aftur leit ég í kringum mig, en gat ekki lengur fundið herra Prichard sem var horfinn út í loftið."

Fröken French varð brugðið við myrkrið í káetu sinni og ákvað þess í stað að leita á þilfari í leit að björgunarvesti, án þess að vita að allir jakkar væru geymdir í farþegaherbergjum.

Út komu úrin. William McMillan Adams, 19 ára og alltaf varkár með klukkur, stillti úrið sitt á 2:05 og setti högg augnablikið á þessum tíma. Síðar þegar hann var spurður hvers vegna svaraði hann „Ég tímasetti allt; ég veit ekki af hverju". Charles Lauriat athugaði armbandsúrið sitt til að mæla höggtíma klukkan 9:08 að morgni. Boston tíma eða 14:08 Greenwich Mean Time í sömu röð á meðan aðrir komu sínum nær 2:10 sem umsaminn viðmiðunartíma.

Innan nokkurra sekúndna fann Lauriat skip sitt velta til hægri og hallast í átt að boga hennar, með báðar hreyfingarnar greinilega. Í fyrstu virtist sem hún færi snögglega niður; en stoppaði skyndilega, hafði greinilega rekist á vatnsþétt þil; réttaði sig, hækkaði jafnvel bogann örlítið; þetta gaf mér öryggistilfinningu sem sannfærði mig um að hún myndi ekki sökkva."

Augnabliki síðar átti sér stað önnur sprenging (William McMillan Adams var mjög nákvæmur í tímasetningu þessa á þrjátíu sekúndum eftir fyrstu sprengingu).
Lauriat fannst eðli þessa atburðar sérstakt. Þar sem fyrsta sprengingin hafði verið ein sprenging, virtist þessi minna dramatísk; frekar en að vera með eina skýra sprengingu í fyrstu, virtist þögg bóma koma djúpt innan úr skipinu og valda skjálfta sem gengu eftir endilöngu þess, "meira eins og sprenging í katli, ætti ég að halda," eins og Lauriat orðaði það. Hann gat ekki greint hvar eða hvenær nákvæmlega það gerðist þar sem hljóð þess var ekki "nógu greinilega".

Í borðstofunum færðust plöntur sem settar voru á borð til; glervörur féllu á gólfið.

Margaret Mackworth og D. A. Thomas höfðu lokið við hádegismat og ætluðu að fara inn í lyftuna á D Deck þegar Thomas grínaðist: "Ég held að við gætum verið hér uppi í kvöld til að sjá hvort við fáum spennuna okkar."

Áður en Mackworth gat svarað heyrði hún sprengingu - ekki mikla, frekar þunga dynk að neðan - sem neyddi hana út úr lyftunni og upp stigann í stað þess að vera þar áfram. "Einhvern veginn virtist stiginn öruggari."

Mackworth hafði upphaflega ætlað að snúa aftur beint inn í herbergið sitt á B Deck, þar sem hún myndi sækja björgunarvestið sitt eins og áætlað var, en vegna illvirkra aðstæðna fannst henni framfarir erfiðar og rakst á flugfreyju sem kom á móti meðfram neðri hlið gangs milli veggja og gólfs; Eftir að hafa beðist kurteislega afsökunar eyddu þeir „einni mínútu eða svo í að biðjast kurteislega hver við annan,“ samkvæmt frásögn Mackworth af því sem gerðist.

Þegar hún hafði fest björgunarvestið sitt hljóp Mackworth að klefa föður síns og fékk líka einn handa honum. Þegar hún var komin um borð á opna bátsdekkið færði hún sig í átt að hærri hliðinni - bakborðshlið - vegna þess að þetta virtist öruggara, til að vera "eins langt frá kafbátnum og mögulegt er."

Þar hitti hún Dorothy Conner frá borði þeirra og spurði hvort þau gætu staðið saman á meðan þau biðu eftir föður sínum. Dorothy samþykkti og klæddist björgunarvestinu sínu eins og þau stóðu.

Þriðja flokks farþegar streymdu fram að neðan af miklum krafti og hávaða.

Mackworth sneri sér að Conner og sagði: "Ég hélt að skipsflak væru vel skipulögð mál."
Conner samþykkti en bætti fljótt við: "Það gerði ég líka; en ég hef lært ótrúlega mikið á þessum síðustu fimm mínútum."

Charles Lauriat stóð með Elbert Hubbard og konu hans. Hann hvatti þá til að fara aftur í herbergið sitt og ná í björgunarvesti; en báðir virtust lamaðir í gjörðum sínum. „Herra Hubbard stóð eftir við járnbrautina og greip ástúðlega um mitti eiginkonu sinnar með öðrum handleggnum eins og hann hélt í eiginkonu sína aftan frá; báðir virtust máttlausir gagnvart þessu aðgerðarleysi.

Lauriat sagði við Hubbard, "ef þú vilt ekki koma, vertu hér og ég skal fá þá fyrir þig." Lauriat lagði þá af stað í leit að eigin húsnæði.

Foreldrar um borð voru skelfingu lostnir af krafti sprengingarinnar; sex Cromptons frá Fíladelfíu höfðu dreifst um skipið á meðan fjögur Pearl börn frá New York bjuggu í einu á ýmsum þilförum á risastóru skipi með eldri börn hlaupandi amok yfir þilfar þess, á meðan foreldrar þeirra þurftu að leita í örvæntingu að börnum sínum meðal sívaxandi mannfjöldi á meðan hann heldur einnig á börnum og smábörnum.

Norah Bretherton, eiginkona blaðamanns í Los Angeles og sjálf ófrísk, keypti sér far um borð í Lusitania til að koma tveimur börnum sínum, Paul og Elizabeth (þekkt ástúðlega sem „Betty“) til Englands til að hitta ömmu sína og afa og hitta foreldra Norah. Bretherton ferðaðist einn þar sem eiginmanns hennar þurfti að vinna heima.

Skáli hennar var staðsettur nálægt skutnum á C Deck, skjóldekkinu. Fyrir hádegismat hafði hún skilað dóttur sinni í „leikgarð“ á þilfari fyrir ofan áður en hún lagði son sinn fyrir lúr og skildi hann eftir þar.

Um leið og hún heyrði höggið á tundurskeyti lenti hún á milli tveggja þilfara. Rugluð, var hún ekki viss í hvaða átt hún ætti að fara fyrst - upp til að sækja stúlkubarnið sitt eða niður fyrir son sinn? Allir lampar slokknuðu, og skyndilegur listi hans olli skyndilega skipi sem fleygði henni frá annarri hlið stigagangsins yfir á hina.

Eftir að hafa farið inn í brúna byrjaði Turner skipstjóri að gefa út skipanir.

Pantaði vélarnar "á fullu afturábaki." Bakhverflar voru einu bremsur skipsins til að stöðva og verður að nota þær áður en hægt er að sjósetja björgunarbáta á öruggan hátt. Því miður svaraði enginn vélar hans.

Turner skipaði fjórðungsstjóranum Hugh Johnston, stýrimanni sínum, að beygja harkalega í átt að ströndinni tugi kílómetra frá, til að útiloka alla hættu á að sökkva með því að stranda hana eins fljótt og auðið er.

Johnston stóð inni í stýrishúsinu, litilli girðingu innan brúarinnar, til að sannreyna skilning sinn á skipun Turner um að snúa í 35 gráður í átt að landi. Þess í stað reyndi Johnston 180 gráðu beygju til að framleiða það sem hefði átt að vera 35 gráðu beygja í átt að landi í staðinn.

„Allt í lagi, drengur,“ sagði Turner.

Johnston greinir frá því að skipið hafi brugðist hratt við.

Turner skipstjóri gaf Johnston fyrirmæli um að „stilla“ skipið með því að stilla hjól þess til að vinna gegn hugsanlegum áframhaldandi beygju þegar æskilegri stefnu var náð. Johnston gaf henni 35 gráður á gagnstæða hjálm.

Turner sagði Johnston að halda bátnum sínum í átt að Kinsale og beina boganum í átt að vitanum á Old Head. Johnston viðurkenndi skipunina og hóf framkvæmd hennar.

Á þessum tímapunkti byrjaði skipið hins vegar að sveigja af stefnu í átt að opnum sjó. Johnston reyndi að leiðrétta stefnu þess - "Ég gerði allt sem ég átti að gera til að koma skipinu í jafnvægi en hún hélt áfram að sveiflast aftur út aftur," að sögn hans - á meðan Turner endurtók skipun sína til að snúa í átt að landi.

Johnston reyndi. En hún vildi ekki bregðast við skipunum hans, heldur halda áfram sveiflu sinni í átt að sjónum.

Turner fyrirskipaði Percy He Ord að nota andavísir skipsins - tæki sem líkist stigi smiðs hvað varðar sjávarumhverfi - sem mælikvarða til að meta alvarleika listans.

Hann gaf síðan út skipunina: "15 gráður til stjórnborðs, herra."

Turner gaf út skipun um að loka vatnsþéttum hurðum skipsins undir farþegaþilfari sem var stjórnað frá framvegg brúarinnar. Til að vera viss um að þeir lokuðust í raun, sagði Turner He Ord að fara niður í forkastalann og sannreyna.

Hann fór aftur í stýrishúsið og gaf Johnston leiðbeiningar um að hafa auga á andavísinum og sagði honum að syngja út ef hún færði sig lengra. Þegar hann fór, fór hann án þess að snúa aftur; hvorugt birtist aftur.

Turner fyrirskipaði að björgunarbátar yrðu lækkaðir „í teina“ eða á það stig að farþegar gætu örugglega farið um borð í þá, áður en þeir voru sjósettir til sjósetningar. Því miður hélt mikill skriðþungi áfram að knýja Lusitania áfram á 18 hnúta hraða í upphafi; hefði öfughverflar þess brugðist fyrr, gæti hún hafa stöðvast fyrr; nú gat aðeins dragi hafsins stöðvað hann á innan við þremur mínútum; héðan í frá færðist hún í langan boga frá ströndinni þegar þvinguð flóð héldu áfram.

Við stýrið prófaði Johnston andamælinn sinn. Það skráði 15 gráður sem lestur.

Turner stóð á brúarvængnum og horfði niður á bátsþilfarið fullt af farþegum og þilfarsmönnum - á meðan slökkviliðsmenn í svörtum sótklæddum einkennisbúningum þræddu sig á milli þeirra eins og skuggar - sumir komu jafnvel út úr loftopum um borð til að taka þátt í starfseminni fyrir neðan hann.

Robert Kay og móðir hans í sóttkví fundu fyrir tundurskeyti, sem Robert lýsti sem harðri sprengingu, í kjölfarið fylgdi annarri deyfðari sprengingu sem virtist koma innan úr skipinu áður en ljósin slokknuðu skyndilega.

Róbert minntist þess að móðir hans var bæði áhyggjufull og óvenjulega yfirveguð á ferð þeirra; hún lýsti áhyggjum af því að miðað við ástand hennar þegar hún varð djúpt barnshafandi gætu þau aldrei komist örugglega upp á eitt af efri þiljunum.

Hurðin að sóttkví var ekki lengur jöfn í ramma hennar, þvingaði upp og leiddu niður dimman gang sem hallaði bæði í átt að stjórnborði og boga.

Róbert reyndi sitt besta, en hvert skref var átak, framfarir voru sársaukafullar að hans sögn. Stigar urðu hættulegir vegna samsetninga stjórnborða og framlínu; Kay hélt þétt í handrið en með hverju augnabliki virtist umhverfi þeirra verða sífellt undarlegra og ruglingslegra.
Róbert var skilinn eftir einn þar sem umhverfi hans þagnaði smám saman, þó að Róbert heyrði öðru hvoru fjarlæg hróp að ofan. Ásamt móður sinni vann hann sig upp á við af festu.

Fimm mínútur voru liðnar frá fyrstu sprengingunni.

Charles Lauriat sneri aftur á þilfarið, með öll tiltæk björgunarvesti - fyrst sína eigin og síðan aðra sem tilheyra Boddy, þar á meðal glæný. Að klæðast björgunarvestum rétt var árangursríkt til að halda jafnvel stórum manni sitjandi þægilega á bakinu; Lauriat tók þó eftir því að margir í kringum hann höfðu sett þau vitlaust á sig þar sem Cunard hafði ekki enn tekið upp þá stefnu að farþegar ættu að prófa björgunarvesti áður en þeir leggja af stað í einhverja ferð. Í fyrstu treystu farþegar eingöngu á myndskreytt leiðbeiningablöð sem sett voru upp í hverju herbergi til að veita þeim leiðbeiningar, með von um að farþegar myndu gefa sér þann tíma og einbeitingu sem þarf til að lesa og fylgja þeim rétt. Því miður, sagði Lauriat, reyndist hið gagnstæða satt - þeir settu þá á sig í hvaða röð sem er nema hvað hefði átt að vera. Einn maður stakk meira að segja handlegginn í gegnum eina handveg á meðan höfuðið fór í gegnum aðra; aðrir vöfðu þeim um mitti eða á hvolfi; fáir náðu að klæðast sætinu sínu rétt!

Lauriat hafði staðið nálægt brúnni þegar hann heyrði óbilandi rödd kalla frá henni: "Kafteinn, hvað þarftu frá okkur í dag?" Lauriat heyrði óbilandi konu svara með: "Kafteinn, get ég hjálpað með eitthvað í dag?"

„Vertu þar sem þú ert, frú, hún hefur það gott." Þegar konan spurði hvaðan ég hefði upplýsingarnar mínar svaraði ég því til að heimildir mínar gætu verið mismunandi og að ég ætti að vera kyrr í bili.

„Úr vélarrúminu," svaraði hann spyrjandi rödd hennar, en samt höfðu engin slík skilaboð borist frá þeim. Svo virtist sem hann væri að reyna að róa mannfjöldann fyrir neðan og koma í veg fyrir læti í kappakstri meðal báta.

Lauriat var sár þegar hann sá Turner fara. Ásamt öðrum farþega héldu Lauriat og konan aftur í átt að skutnum á meðan þær sendu upplýsingum frá orðum Turner til annarra farþega um borð.

Henry Needham gæti hafa rekist á parið, þar sem hann minnist þess að hafa heyrt einhvern nálægt brúnni hrópa: „Kafteinn segir að báturinn muni ekki sökkva!
Needham sagði: „Ummælin voru mætt með lófaklappi og ég tók eftir mörgum einstaklingum sem höfðu verið að reyna að komast inn í báta í viðleitni til að tryggja sér eina beygju í burtu í augljósri ánægju.

Orð Turner staðfestu það sem farþegar og margir áhafnarmeðlimir höfðu þegar trúað eða óskað: að enginn tundurskeyti gæti valdið óbætanlegum skaða. Eftir báðar sprengingarnar eyddu purser og skurðlæknir nokkrum mínútum í rólegheitum um bátsþilfarið og reyktu sígarettur og fullvissuðu farþegana um að engin hætta væri á hættunni. Og þetta virtist fullkomlega trúlegt í ljósi þess að Lusitania var einfaldlega of stór og vel byggð til að sökkva. Að auki var umgjörðin einnig sérstaklega ósamræmanleg - það var síðdegis í maí, hlýtt veður með rólegu sjólagi umkringt grænum írskum nesjum sem sjást langt í burtu sem virtust upplýst í sólarljósi.

Isaac Lehmann, kaupsýslumaður í New York, deildi ekki þessari trú. Þegar hann var á leiðinni til baka eftir að hafa sótt björgunarvestið í herberginu sínu fann hann að einhver hafði farið inn og tekið hann án hans leyfis. Lehmann var hræddur við glundroða og greip byssuna sína úr kjólfötunum „bara ef einhver hegðaði sér ekki rétt".

THE LuSITania FÆRÐI marga skipasmiða um borð, sem í fyrstu töldu að hún yrði áfram ósökkanleg. Einn slíkur farþegi var Frederic J. Gauntlett hjá Newport News Ship Building and Dry Dock Company á leið til Evrópu þar sem hann myndi hitta kafbátasmiði með von um að stofna verkefni hér í Ameríku; hann ferðaðist í fylgd Alberts Hopkins sem forseta fyrirtækis síns.

Gauntlett snæddi hádegisverð með Hopkins og Samuel Knox, skipasmiði í Philadelphia, en fyrirtæki hans hafði smíðað GulXight - bandaríska olíuflutningaskipið

sem þyrlaðist aðeins nokkrum dögum áður - við venjulega borðið sitt aftan við stjórnborða, staðsett sjötta aftan frá. Allir voru klæddir í jakkaföt; hvítir dúkar skreyttir með glærum glervösum af afskornum blómum stóðu á hverju borði fyrir hvert borð þegar sólargeislarnir streymdu inn um glugga hvers veitingahúss.
Gauntlett varð brugðið við þessa atburðarás og stóð upp frá borði sínu og skildi eftir kaffið og hneturnar til að rísa upp úr því og hrópa til ráðsmannanna að loka kotjunni - þar sem hann var reyndur skipasmiður, skildi hann hættuna sem stafaði af opnum kotnum. Hrópaði hálf tylft sinnum án árangurs: þegar ráðsmenn áttu viðskipti annars staðar fóru þeir, og ég fylgdi fljótt í kjölfarið og fór líka.

Gauntlett og hádegisverðarfélagar hans reyndu ekki að loka höfnunum sjálfir og skildu þær eftir opnar. Þess í stað hélt Gauntlett beint á kappann til að grípa hattinn sinn á meðan hann sótti líka Knox's. Saman lögðu þeir leið sína upp þrjú flug til að komast að bátsþilfari.

Gauntlett fannst léttir að listinn virtist vera stöðugur við 15 gráður, sannfærð um að horn hennar myndi ekki versna og „hélt aldrei í eitt augnablik að hún myndi sökkva". Þegar nálæg kona, umkringd börnum, leitaði til þeirra og spurði hvaða ráðstafanir ætti að grípa til, fullvissaði hann þá um að engin hætta væri á ferðum: að skip þeirra „ætli ekki að sökkva".

Gauntlett bjóst við því að þil hans og vatnsþéttar hurðir myndu koma í veg fyrir frekari flóð í skipinu hans, en tók svo eftir einhverju öðru: listi hans varð meira áberandi, ásamt halla í átt að boganum; um leið og hann tók eftir þessari breytingu ákvað Gauntlett að það væri hans að „skoða vel í kringum sig og ákveða hvar vandamálin lægju".

Framarlega á þilfarinu nálgaðist hann handrið og horfði yfir á bogann fyrir neðan, þar sem framvörðurinn hans lá að hluta á kafi.

Hann fór svo aftur inn í herbergið sitt og fór í björgunarvestið.

Öll kerfi skipsins höfðu nú bilað, þar á meðal stýri og rafmagns dynamo, öll ljós voru slökkt, innri gangar urðu svartir þegar einhver gekk eftir þeim og neyðarrafmagn þurfti að kveikja á neyðarrafmagni af Marconi herbergisstjóra á efsta þilfari, tvær fyrsta flokks lyftur í miðju byrjaði að stöðvast með farþega öskrandi inni samkvæmt einum frásögn.

Lyftur sem veittu aðgang að farangursrýminu lokuðust einnig, sem gerir aðgang ómögulegan fyrir fjölda manna sem vinna við að undirbúa farangur farþega fyrir komu, annaðhvort dauður eftir tundurskeyti eða fljótlega eftir það þegar vatn fyllti boga skipsins. Eugene McDermott, sem tókst að flýja ketilsherbergi nr. Mörgum látnum skipverjum hefði verið úthlutað skyldum eins og að aðstoða við að sjósetja björgunarbáta frá skipsboganum.

Nú fann sjórinn aðra leið inn í skipsskrokkinn: opnar koyfir fóru að hleypa vatni inn, þar sem margir hreinsuðu aðeins 15 fet yfir vatn á E-dekkinu venjulega. Samkvæmt áætlunum höfðu að minnsta kosti 70 stjórnborðs koyjurnar verið skildar eftir opnar - þetta þýddi að amk 260 tonn voru flutt um borð á hverri mínútu í gegnum þessar opnu stjórnborða koyjurnar eingöngu!

Klukkan 14:20, 10 mínútur voru liðnar frá því að tundurskeyti skall á og farþegar og þilfarar biðu eftir því að skipið hægði nægilega á sér til að hægt væri að sjósetja báta á öruggan hátt, það var þögn. Albert Bestic, yngri þriðji liðsforingi um borð, sagði að það væri „skrýtin þögn“ þar sem jafnvel ómerkileg hljóð eins og grátandi börn eða fuglar sem kalla eða hurðir sem brakuðu tóku á sig ógnvekjandi hlutföll.

LÚSITANÍA - ÁKVÆRÐIR

Fyrstu tilraunir til að sjósetja LUSITANIA björgunarbátana leiddu í ljós raunverulegt erfiðleikastig þeirra.

Nú voru farþegarnir í mikilli hættu og hvers kyns öryggisblekking sem stafaði af því að hafa svo marga báta um borð var brotinn í sundur af listanum. Stjórnborðsmegin voru bátar farnir að hanga langt frá skrokknum sem olli 5-8 feta bili á milli báta og þilfars, 60 fetum neðan. Einhver áhöfn reyndi að nota sólstóla sem spanna; flestir farþegar vildu stökkva. Sumir foreldrar gáfu litlum börnum yfir á meðan einn drengur hljóp fram á opinn bát áður en hann lenti heilu og höldnu fótunum fyrstur.

Þegar á leið fóru björgunarbátar bakborðsmegin að sveiflast inn á þilfarið. Ónothæfur af neinum nema sérfræðingi eHort ökumanns, Captain Turner skipaði tæmingu þeirra. En þegar ástand skipsins versnaði reyndu farþegar og áhöfn samt sem áður að skjóta þeim á loft.

Ogden Hammond, fasteignaframleiðandi í New Jersey sem hafði verið fullvissað um að skipið væri eins öruggt og New York kerra, rölti meðfram bakborðshlið bátsþilfarsins með konu sinni Mary þar til þeir komust að bát nr. 20, þar sem nokkrir Skipverjum og karlkyns farþegum hafði tekist að stjórna því utan við lestina og hlaða kven- og barnafarþegum um borð í það.

Mary og Ogden klæddust ekki björgunarvestum á ferð sinni um borð sem olli nokkurri spennu. Ogden vildi fara niður í herbergið þeirra og ná í jakkana sem þar voru geymdir, en Mary krafðist þess að hann yrði hjá henni á þilfari í staðinn. Þeir leituðu án árangurs að einum.
Við björgunarbátinn hikaði Ogden áður en hann fór inn, vegna sjómannavenja sem veittu konum og börnum forgang fram yfir karla. María neitaði að fara um borð án hans líka; Svo Ogden stóð til hliðar og fylgdist með og beið. Loksins samþykkti Ogden að ganga til liðs við Mary við bogann þegar tilraunir til að koma honum af stað - þó aðeins hálffylltar á þessum tímapunkti.

Menn í báðum endum bátsins voru uppteknir við að handleika reipi sem kallast fall sem lá í gegnum blokk og tækjum í hvorum enda. Á einum tímapunkti missti sjómaður við bogann hins vegar stjórn á kaðlinum sínum og Ogden reyndi að grípa tak en það hljóp svo hratt að það reif húðina í burtu þrátt fyrir tilraunir hans. Þegar allir reyndu að stökkva skipi í einu steyptist boginn; aðeins skutbandið stóð út. Allir féllu 60 fet fyrir neðan í sjóinn.

Ogden komst upp á yfirborðið en konan hans ekki. Ogden teygði sig eftir einni af mörgum áranum sem fljóta í nágrenninu, og greip í árar í nágrenninu til að byrja að róa áfram.

Á bát nr. 18 hafði misheppnuð sjósetningartilraun einnig mistekist, vegna hindrunarpinna sem skipstjóri hans hélt tryggilega á sínum stað; samkvæmt skipunum Turner ætti það að lækka en skipstjórinn hélt öxi tilbúinn ef skipanirnar breytast; nokkrir tugir farþega stóðu á milli þess og ytri veggs Wrst-klassa reykherbergisins, tilbúnir til að slá á öll merki um vandræði innan úr honum.

Isaac Lehmann, kaupsýslumaðurinn í New York, var hneykslaður yfir því að engin tilraun hefði verið gerð til að sjósetja bátinn. Sem betur fer fann hann sér björgunarvesti; byssan hans var falin inni. Þegar hann leit í átt að boganum sá hann vatn seytla inn á þilfar hans; krafðist svara við því hvers vegna ekkert væri aðhafst af sjómönnum þess.

"Það er gegn skipunum skipstjóra," svaraði sjómaður.

„Þegiðu gildrunni þinni," öskraði Lehmann að skipstjóra sínum. "Sérðu ekki að þessi bátur er að sökkva?" Lehmann tók upp byssuna sína og hótaði: "Ef einhver óhlýðnast skipunum mínum um að sjósetja þennan bát skal ég skjóta til að drepa!"
Sjómaðurinn brást við, sveiflaði öxinni til að losa festingapinnann og sendi bátinn í áttina að farþegum sínum og kremaði marga á milli sín og veggsins - að minnsta kosti tvær systur á fimmtugsaldri þar á meðal - áður en honum hvolfdi að lokum.
Lehmann lést samstundis af meiðslum sem hann hlaut eftir alvarlega kramningu. Þrátt fyrir að hægri fótur hans hafi slasast í fyrstu sprengingunni tókst honum að skríða í burtu frá fjölda særðra nærstaddra þrátt fyrir að vera í bæði yfirhöfn og björgunarvesti.

Farþegar og áhöfn reyndu aftur að sjósetja björgunarbátinn, aðeins til að eitthvað færi úrskeiðis og hvolfdi í sjóinn. Um svipað leyti sagði Lehmann að hann heyrði „sprengingu frá þilfari í átt að boga". Lehmann taldi að þessi sprenging hefði líklega átt upptök sín með því að vatn kom inn í enn eitt ketilherbergið og komst í snertingu við ofhitaðan tank; skapa aukasprengingar sem urðu aðeins fjórtán mínútum eftir höggið þrátt fyrir hraða hækkun sjávarborðs.

Dwight Harris hafði valið aðra leið. Eftir áætlun sinni klifraði hann yfir bakborðsjárnbrautina á A Deck og fór niður tvö þilfar þar til hann kom á stað þar sem allt sem þurfti til að stíga í vatnið var eitt skref þaðan. Til að ná þessu afreki klæddi hann sig í skóna sína, yfirhöfnina, hattinn, Medici-bókina, sérsniðna Wanamaker-beltið (ekki sama um sérsniðna Wanamaker-beltið hans!) og engan björgunarvesti - samt hafði hann ekki viljað ganga lengra vegna ótta við að verða fastur - þar til nú við vatnsbakkann og frammi fyrir raunverulegum hugsanlegum drukknun, breytti hann skoðun sinni um að vera kyrr og greip í staðinn til aðgerða gegn drukknun frekar en að vera kyrr inni.

„Þegar ég tók stöðuna, áttaði ég mig á því að ég þurfti björgunarbelti svo ég klifraði aftur upp á „A" þilfarið og hljóp að klefanum mínum," skrifaði hann. Hann setti á sig björgunarbeltið áður en hann sneri aftur í stóginn þar sem liðsforingi bað hann að koma upp að einum björgunarbátnum; en þegar hann áttaði sig á því að allt tiltækt pláss í þeim hafði þegar verið sótt, neitaði hann og ákvað þess í stað að sveifla fótunum yfir teinninn þegar vatn komst nógu nálægt þilfarinu til að hoppa fyrir borð!

Þegar hann hélt áfram að synda í burtu, leit hann upp og sá risastórar trektar skipsins fara framhjá himninum.
THEODATE POPE og Edwin Friend höfðu komið sér saman um að ef neyðarástand kæmi upp myndu þeir hittast á bátsþilfarinu með Emily Robinson (þernu Theodate). „Þilfarið virtist allt í einu mjög undarlegt fullt af fólki," skrifaði Theodate síðar, og tvær konur fóru að gráta aumkunarverða veikburða hátt. Á meðan sáu þeir bakborðsmegin bát sem var látinn síga of hratt í sjóinn - hugsanlega bát Ogden Hammond eða byssubátur Lehmann sem Lehmann reyndi að koma á loft með byssu; Theodate og Edwin voru veikir af því sem þeir sáu og lögðu leið sína í gegnum þilfar B stjórnborðsmegin."

Þegar þeir stóðu við járnbrautina tóku þeir eftir því að tilraunir til að sjósetja björgunarbáta hérna megin skiluðu meiri árangri; bátar fóru að koma niður framhjá þeim ofan af þilfari, hægt og rólega að vinda ofan frá og framhjá þeim líka. Ótti vaknaði meðal þeirra um að ef til vill væri skip þeirra að sökkva svo hratt með svo alvarlegum slag að innihald þess gæti rúllað á þá einu sinni í vatninu.

Þeir klifruðu aftur upp á bátsþilfarið en reyndu ekki að fara um borð í neina af þeim björgunarbátum sem eftir voru.

„Við gengum þétt saman, hvor með handlegg um mitti hvors annars," sagði Theodate. Hjónin hittu Marie Depage, belgísku hjúkrunarkonuna sem þau þekktu vel; Depage virtist agndofa yfir þessum fundi og Theodate þorði ekki að tjá sig: hann vissi að báðir mennirnir sem stóðu hjá voru vinir Depage svo hann talaði ekki sjálfur af virðingu; "það var enginn tími fyrir orð nema maður gæti hjálpað."

Theodate og Friend hófu ferð sína í átt að skutnum, nú upp á við. Þjónn hennar kom upp við hlið þeirra og Theodate tók eftir taugabrosinu hennar. „Það eina sem ég gat gert var að leggja höndina á öxl hennar og segja: „Ó Robinson""

Þeir leituðu að björgunarvestum. Eftir að hafa farið inn í nokkra klefa og fundið þrjú björgunarvesti hjálpaði Friend konunum að klæða sig í þau áður en þau gengu til baka í átt að teinum skipsins með þeim; Stórar trektar hennar gnæfðu yfir þeim í ýktri halla á meðan vatn lá langt fyrir neðan.

Theodate leit yfir á vin sinn Friend áður en hún horfði saman niður í átt að vatninu.

„Ég sagði honum að fara fyrst," skrifaði Sheila. Vinir klifruðu niður eitt þilfari áður en þeir stukku af stað. Þótt hann hafi upphaflega verið á kafi, kom hann fljótlega aftur upp á yfirborðið til að horfa aftur upp á þá áður en hann hélt áfram aftur þegar form hans dofnaði af sjónarsviðinu.

Theodate bauð Robinson til sín og sagði: „Komdu Robinson", þegar hann steig aftan við teinn.

GRACE FRENCH hljóp aftur þangað sem hún og Preston Prichard höfðu staðið þegar höggið varð og fundu hann hvergi í sjónmáli. Svo fór hún að járnbrautinni, tók af sér kápuna og stökk. Án þess að hafa aðgang að neinu björgunarvesti var áætlun hennar að synda þar til hún rakst á fljótandi rusl sem gæti veitt athvarf; Stökk hennar tók hana djúpt neðansjávar þar sem hviður af völdum skipa sem fóru um hélt henni þar þangað til björgun barst.

Turner skipstjóri var ekki í vafa um að skip hans myndi á endanum sökkva, svo hann klæddi sig í björgunarvestið en var áfram á brúnni ásamt öðrum liðsforingjum og Hugh Johnston (stýrimanni hans). Á sama tíma notaði Robert Leith, yfirmaður þráðlausu sjónvarpsstöðvarinnar Roberts aukaafl til að senda endurtekin símtöl þar sem hann bað önnur nærliggjandi skip að koma strax.

Turner bað Johnston um aðra útlestur á andamælinum. Johnston svaraði: "Tuttugu og gráður". Sem Turner svaraði með: "Guð minn."

„Bjargaðu sjálfum þér,“ sagði hann við Johnston frá brúnni um það bil 14:25 - fimmtán mínútum eftir höggið.

Johnston lagði leið sína niður af brúnni og fann eina af þrjátíu Uve björgunarbaujum skipsins. Vatn hafði náð stjórnborðsbrúarvæng hans og þvingað hann út í sjóinn áður en það skolaði yfir þilfarið með sjávarföllum. Hann sagði að það yrði einfaldlega að fylgja hvert sem það bar hann.

Turner ákvað að vera áfram á brúnni.

„ÉG STÆÐA MÍNA AFTUR VIÐ PERISCOPE,“ sagði Schwieger við vin sinn Max

Valentiner skrifaði: "Skipið var að sökkva hratt og olli ótrúlegum skelfingu á þilförum hennar, þar sem yfirfullir björgunarbátar, rifnir úr stöðum sínum, duttu skyndilega í sjóinn með hörmulegum afleiðingum. Fólk hljóp í ofvæni upp og niður þilfar þess og leitaði aðstoðar meðan aðrir tóku til hoppa í vatnið í tilraunum til að synda í átt að tómum björgunarbátum sem höfðu hvolft aðeins örfáum björgunarbátum var bjargað áður en ég gaf skipun um að kafa 20 metra djúpt þar sem mér fannst vettvangurinn vera orðinn of hræðilegur til að þola;

Schwieger skrifaði í dagbókarfærslu sinni um árásina klukkan 14:25: „Það hefði verið ómögulegt fyrir mig, hvernig sem fer, að skjóta öðrum tundurskeyti á þennan myljandi mannfjölda sem reynir að bjarga lífi þeirra.

Schwieger stýrði U-bát sínum út á vötnin, áhöfn hans fagnaði velgengni sinni eftir að hafa sökkt Lusitania, helgimynda bresku skipi sem táknaði sjóstyrk.

LÚSITANÍA - LITI HERINN

Charles Lauriat vissi nú að skipið myndi sökkva og sneri aftur í káetu sína.

Lauriat hafði lagt leið sína aftur á B Deck í framendanum og fundið vísbendingar um hversu langt niður það hafði verið skráð; Gólfið hafði hallað svo mikið að ganga varð ómöguleg án þess að troða líka upp á veggi, þar sem björgunarvesti hans hindraði framfarir hans enn frekar. Þegar þeir fóru framhjá opnum skála, þar sem koyjurnar veittu einu sinni útsýni yfir himininn og sjóndeildarhringinn, horfðu nú niður á vatn myrkvað af skugga hallandi skrokks; öll lýsing kom frá sólarljósi sem skein fyrir utan skyggða skipsskrokkinn; aðeins ljós sem upplýsti gangurinn var veittur með því að færa silfurgljáandi ljós sem skín niður á vatn handan við skugga þess; Lauriat var brugðið við að komast að því að margar götur höfðu opnast.

Herbergið hans var svartur kassi. Með eldspýtum fann hann vegabréfið sitt og aðra hluti sem þurfti að vista. Grípur leðurskjalatöskuna sína sem inniheldur Dickens Christmas Carol en skilur Thackeray teikningar eftir. Flýtti sér aftur upp á þilfarið sem lá nú nálægt vatni.

Lauriat horfði á björgunarbát sem flutti konur og börn fljóta rétt fyrir utan þilfar hans á stjórnborða, en ekki enn laus úr strengjum sínum sem tjóðraði hann við dúfur á bátsþilfarinu fyrir ofan. Bátur nr. 7 þurfti bráða íhlutun til að bjarga honum áður en skipstjórinn byrjaði að draga hann undir. Til að bjarga lífi samskipafélaga sinna klifraði hann upp í bát nr. 7, setti skjalatösku sína á botninn áður en hann hóf að reyna að losa skutinn á meðan annar ráðsmaður reyndi að losa bogann með vasahnífnum sínum; "gufuskipið var allt annað en farið".
Lauriat man hvað tíminn leið hratt framhjá þeim þegar óttinn greip þá sem voru um borð í bátnum sínum og þeir sáu risastóra reykháfurinn yfirvofandi, sem jók hann enn frekar.

Í þessari stuttu fjarlægð frá skrokki Lusitania varð umfang hans sannarlega augljóst. Arthur Mitchell hjá Raleigh Bicycle Company hafði skipulagt æfingar í björgunarbáta fyrir farþega. Bátur númer 15 fjórum aftan frá Lauriat var með hann. Þegar Arthur Mitchell sá hana, gnæfði frábæra þilfarið hans yfir okkur með stórum trektum sem spúðu reyk sem nánast blindaði alla um borð í bátum sínum í nágrenninu - þetta augnablik leiddi í raun heim hversu stórkostleg hún var.

Lauriat stóð á sæti í björgunarbátnum sínum og ætlaði að fara fram til að hjálpa til við boga. Davit, sem steig niður á eftir, sló hann af fótum og sló hann af. Þegar hann stóð aftur upp varð hann varkárari við þessa hættu þegar hann færði sig áfram með því að færa sig úr sæti til sætis og þvingaði sig í gegnum farþega.

Hann tók fram að það virtist innihalda "óendanlega marga" ára, svo þegar hann reyndi að stíga á eina - rúllaði hún og hann datt.

Þegar Lauriat hafði staðið upp, þrýsti davit að hluta á kafi að bátnum á björgunarbátnum hans á meðan skuturinn lyftist, eins og einhver væri að draga hann niður með klóum höndum. Það var ekkert við því að gera. Lauriat steig út í vatnið; en fáir gerðu það þegar davitinn hans greip það nógu fast að það dró það strax undir, með konur, börn og Dickens Carol enn um borð.

Skipasmiðurinn Samuel Knox rakst á Paul Crompton, Fíladelfíubúa á ferðalagi með eiginkonu sinni og sex börnum frá Fíladelfíu. Crompton hafði sett saman fjögur þeirra þegar hann reyndi að setja einn á yngsta sinn „einungis barn," sagði Knox. Ein af eldri stelpum Crompton gat ekki lagað jakkann sinn rétt svo Crompton gafst á endanum upp og byrjaði að glíma við börnin sín upp í ferju einn. Með engan í kring um aðstoð komst hann loksins til Englands án atvika.
Knox steig fram og sýndi ungu frúnni hvernig hún ætti að sigla þessa hindrunarbraut, þeim til mikils virðingar. Þeir þökkuðu hvor öðrum kærlega.

NORAH BRETHERTON frá Los Angeles hafði hlaupið til að bjarga ungbarnsdóttur sinni Betty á meðan hún skildi þriggja ára son sinn eftir sofandi í klefa þeirra. Þegar troðfullir stigar komu í veg fyrir hana bar NORAH Betty upp tröppurnar í viðleitni til að finna ókunnugan mann sem var tilbúinn að taka við stúlkunni í fangið á honum, áður en hún sneri sér og hélt niður aftur til að sækja hann.

Á þeim tímapunkti hljóp hún ein upp innri stigann; reyk lagði um bæði ganginn og klefaveggi þegar hún eltist á eftir Paul til að ná B Deck stjórnborðshlið á réttum tíma til að grípa hann áður en önnur kona með annan lítinn dreng fór framhjá henni eftir þilfarinu á bakinu.

Bretherton sá björgunarbát vera látinn falla, sem innihélt sjö farþega, þar á meðal vin Brethertons, sem þegar var um borð í honum, svo hún spurði þá hvort hún gæti verið með. Einn karlkyns farþegi sagði henni að báturinn væri of fullur, en annar farþegi sannfærði hina um að þeir ættu líka að hleypa henni um borð.

Bretherton vissi ekkert um hvar barnið hennar var. Á ferð sinni að björgunarbátnum hafði hún séð hvar hún hafði gefið honum, en samt voru handleggir hans tómir.

THEODATE POPE átti í erfiðleikum með að komast upp á yfirborðið en var lokaður af einhvers konar hindrun - kannski eitthvað úr viði? Hún gleypti saltvatn.

Hún skrifaði um hvernig hún opnaði augun í grænu vatni og sá eitthvað sem líktist botni og kjöli eins skipsbátsins, viss dauði var í nánd og fórnaði Guði í bæn - án orða - áður en eitthvað sló og olli meðvitundarleysi.

Hún vaknaði á yfirborðinu, enn í björgunarvestinu sínu, og ekkert annað en grágámur var sjáanlegur áður en hún var ýtt af ofsafengnum líkama sem hrukku á móti henni þar sem öskrað var og öskrað um allt.

Litur kom aftur í sýn hennar. Maður, „brjálaður af hræðslu“, greip um axlir hennar og dró hana niður; án björgunarvesta eða flotbúnaðar við hendina ýtti þyngd hans henni lengra undir. Til að bregðast við tilraunum hans til að ýta henni lengra niður, bað hún hann um að ýta ekki lengra áður en báðir sjálfir sökktu undir yfirborðið og hún leið út aftur.

Þegar hún kom aftur til sjálfrar sín var maðurinn horfinn og hún fann sjálfa sig aftur ein í ókunnu umhverfi, undir björtu sólskini og himni með skipum á leið. Fólk og bátar sem fljóta nálægt þeim voru orðnir miklu hljóðlátari; sumir virtust á lífi en aðrir greinilega dánir; Enni eins manns bar blóð frá opnu rifi í húð þess.

Ár flaut skammt frá. Þrátt fyrir að björgunarvestið hennar veitti flot, teygði hún sig í hann og drap hægri fótinn yfir blaðið í von um að hjálpin kæmi nógu fljótt. Þegar enginn kom, sökk hún aftur á bak í huganum - í von um að kannski hefði einfaldlega verið dreymt um það sem hafði gerst - áður en aftur missti meðvitund.

Mary Popham Lobb, breskur ríkisborgari og spíritisti frá St Vincent í Karíbahafinu var önnur manneskja sem týndist á sjó; fyrir hana var þessi reynsla í vatninu djúpt áhrifamikil, og varð lengra frá líkum sem skildu eftir þegar skipið rann framhjá þeim; Að lokum dofnaði grát þeirra sem lifðu af, ásamt hljóði ára sem klappa á bátum og öskra manna á bátum.

"Hún gaf upp alla von um björgun og trúði því að tíminn væri kominn fyrir hana að fara yfir, enn önnur rödd innan hennar sagði henni annað. Máfar flugu yfir höfuðið; ég tók eftir því hversu fallegir skuggar þeirra sem varpað var af sjónum voru: hvítar fjaðrir þeirra gerðu mig Mér fannst ég vera ein þegar hamingja þeirra breiddist út um allt. Að hugsa um fjölskyldu mína sem syrgði fjarveru mína olli gríðarlegri sorg hjá báðum aðilum að ég grét," skrifaði hún í dagbók sína.

GRACE FRENCH hafði tekið stökkið án þess að vera í björgunarvesti og fann sjálfa sig á kafi djúpt í hafinu, að lokum sökkva dýpra og dýpra þar til loksins róaðist umhverfi hennar og hún fann til friðs á ný.
„Í upphafi hélt ég að ég væri á himnum," sagði hún í ritgerð sinni. „Hins vegar, um leið og vatnið varð léttara og léttara þar til ég kom upp á yfirborðið og greip í viðarplanka mér til stuðnings; þar með fannst mér ég bjarga; skömmu síðar greip ég í björgunarvesti með látnum ungum manni sem við róuðum saman frá þar til stórt var. bylgja tók hann í burtu."

DWIGHT HARRIS var ánægður þegar hann stökk útbyrðis: enginn ótta var til staðar þegar hann fór í vatnið; það leið meira eins og að fara inn í sundlaug; slíkt var æðruleysi hans að þegar hann rakst á hafrabók tók hann hana upp og rannsakaði hana vel.

"Þegar ég var borinn um alla lengd Lusitania varð ég vitni að öllu sem gerðist! -- Björgunarbáturinn á stjórnborði (#1) var aðeins með tvo sjómenn um borð og kallaði á mig að vera með þeim - samt hélt ég áfram. Annar báturinn festist í öðrum endanum á meðan annar var hengdur beint niður; loksins voru fleiri bátar fullir af fólki!

Þegar skipið fór fram hjá honum reis skuturinn upp í loftið.

Joseph Frankum frá Birmingham á Englandi var á ferð með eiginkonu sinni, þriggja ára dóttur og tveimur sonum fimm og sjö ára - það hlýtur að hafa verið skelfilegt! Frankum tókst að safna þeim öllum saman í björgunarbát á bakborða; enn fastur við dúfur hans en vona að hann myndi fljóta laus þegar sjór kæmi.

Niður brekku var ringulreið og dauði, greindur með eldgosum af svörtum reyk þegar margir katlar sprungu í einu. Hækkandi loftþrýstingur í skrokknum olli því að koyjurnar sprungu og saumum og opum öskraði til að bregðast við því, koyjurnar sprungu, saumarnir æptu hátt... allt án árangurs.

En merkilegt nokk var líka sungið - fyrst með "Tipperary," síðan "Rule Britannia!" Næst kom "Abide With Me", en áhrifamikil sorg hennar varð til þess að konur fóru að gráta; sem slíkir fóru söngvararnir fljótt yfir í að syngja um "Pull for the Shore" og síðan önnur umferð af "Rule Britannia!"
Frankum sagði: „Þegar ég og fjölskylda mín urðum fyrir harmleik, héldum við okkur fast.

Margaret Mackworth var áfram um borð, á bátaþilfari nálægt Dorothy Conner. Mág Conners má finna að neðan að leita að björgunarvestum. Undarleg logn settist yfir borðstokkinn; fólk hreyfði sig „mjúklega og óljóst", að sögn Mackworth. Hreyfingar þeirra minntu hana á býflugnasveit sem leitaði að drottningu sinni sem er farin.

Í augnabliki leit út fyrir að skipið gæti lagað sig. Fréttir bárust um að áhöfn þess hefði tekist að setja upp vatnsþétt þil til að draga úr hættu á að sökkva. Mackworth og Conner skiptust á handabandi: „Jæja, þú varst örugglega spenntur," sagði Mackworth.

„Ég þarf ekki annan," sagði Conner.

Mágur Conners var kominn aftur, hafði ekki komist í klefa hans vegna vatns á ganginum en fann jakka annars staðar. Allir þrír settu þá á; Mackworth sleppti pilskróknum sínum svo það yrði auðveldara fyrir hana síðar ef á þyrfti að halda.

Þegar 17 mínútur voru liðnar frá högginu hafði skip þeirra tekið aðra köfun og var listi þess brattari en áður. Mackworth fann sjálfa sig illa við þessa tilhugsun um að hoppa og sagði sjálfri sér hversu fáránlegt það væri að hún fann til líkamlegs ótta við þetta stökk þegar við stóðum svo varanlega nálægt hörmungunum.

Conner og mágur hennar gerðu tilraun til að færa sig nær lestinni á meðan Mackworth var aftur.

„Á innan við þremur mínútum vorum við mjög nálægt og þegar við nálguðumst hoppandi greip ég í hönd hennar og kreisti til að reyna að hvetja hana.

Mackworth ákvað að vera áfram og síðasta minning hennar er af vatni upp að hnjám og skipið sem flutti í burtu og þvingaði hana niður með því.

THEODORE og Belle Naish frá Kansas City komust nýlega í fréttirnar eftir aðeins klukkutíma millibili sem þær gáfu upp að þær ættu von á.

Snemma um morguninn hafði Belle notið þess að horfa á sólarupprásina frá efsta þilfari skipsins þegar þau stoppuðu við lestina og fóru að klæðast björgunarvestum, standa arm í arm og spjalla hljóðlega. Þeir horfðu á einn björgunarbát henda farþegum sínum í sjóinn en hreyfðu sig ekki til að fara um borð í annan björgunarbát þegar einn varð laus; einn úr áhöfninni fullvissaði þá „Hún mun hafna í klukkutíma". En Belle trúði þessu ráði ekki þar sem stöðug athugun hennar á breyttum aðstæðum benti til þess að skipið væri að sökkva hratt - hún svaraði að hún héldi að þau myndu allir hverfa á augabragði. Hún sagði „Við verðum farin á augabragði"

"Hún tók handlegg Theodórs í burtu til að draga hann ekki undir sig, auk þess að halda handlegg framlengdum til að verja Theodór, til að draga hann ekki undir. vatn með tilheyrandi þjóti, öskri og klofandi hljóði - þá sló eitthvað í okkur og skarst í hársvörðinn á henni skyndilega færðist vatnið upp um handarkrika þeirra - "það fannst eins og alheimurinn sjálfur rifnaði upp; "

Hún áætlaði að hún væri um það bil 20-30 feta djúpt neðansjávar þegar hún rakst á undraverðan vettvang: ljómandi blár himinn sem speglast í gegnum yfirborð vatnsins, fallegir sólargeislar sem stuggu yfir dýpi þess, "og dásamlega fallegt sólarljós og vatn undir yfirborðinu. Það var ekkert ógnvekjandi eða ruglingsleg hér - hún sparkaði hraðar til að rísa hraðar."

Höfuð hennar rakst í eitthvað og hélt áfram að lemja það. „Ég rétti upp hægri höndina, sá bláan himininn og fann mig klöngrast á björgunarbát 22." Maður teygði sig eftir henni; Hún var svo þakklát að hann skrifaði nafnið sitt inn í skóinn hennar svo hún myndi ekki gleyma honum í framtíðarupplifunum.

Douglas Hertz var að snúa aftur til Englands til að ganga til liðs við South Lancashire Regiment eftir að hafa búið í nokkurn tíma í St Louis. Þessi hörmulega atburður týndi þegar erfiðu tímabili: árið 1913 hafði hann misst eiginkonu sína í lestarslysi í brúðkaupsferð þeirra; sama ár hafði móðir hans farist úr húsbruna fyrir slysni.

Belle var hneykslaður að sjá hvergi merki um eiginmann sinn.

Sjómaðurinn Leslie lagði mikinn metnað í að aðstoða við sjósetningu stjórnarborðsbáts 13, nr.13.

Morton brást fljótt við með aðstoð stjórnborðsmegin. Með annan sjómann við hlið sér og undir stjórn smáforingja unnu þeir að því að aðstoða farþega á öruggan hátt yfir á milli skips og báts - um 60 manns komust yfir, samkvæmt mati Mortons á 30 gráðu listahorni listahorns; á endanum lifðu 60 farþegar þetta afrek! Þegar síðar var spurt hvernig Morton hefði náð þessu afreki svaraði hann „ef maður væri neyddur til að hoppa sex til sjö fet eða hætta á að drukkna, kæmi það fólki á óvart hversu langt "langt" jafnvel eldra fólk gæti hoppað.

Morton vann skutfallið á meðan smáforingi hans stýrði aðgerðum. Skipið var enn á hreyfingu á 4 eða 5 hnúta hraða þegar björgunarbáturinn var lækkaður þar til kjölurinn hans var rétt undir yfirborðinu, samkvæmt aðferðum sem eru sérstaklega hönnuð fyrir slíkar aðstæður. Þegar það snertir vatn myndi það renna afturábak.

Reka aftur bátslengd. Þegar það rak afturábak olli fall og hreyfing skipsins að það hjólaði á skrokkinn og var innan við tommur frá því að það snerti björgunarbát Mortons, þegar óreyndur hópur - Morton hélt að þetta gætu verið þjónar eða ráðsmenn - byrjaði að lækka annað skip aftur á bak. og missti stjórn á niðurleið sinni, steyptist 30 fet niður á skip Mortons með alla farþega enn inni í því.

Morton skrifaði um hvernig tíminn flaug fram þegar hann leitaði að bróður sínum innan um vaxandi rugl: margir misstu tökin á þilfarinu og fóru að renna yfir í vatnið, sem skapaði smám saman hávaða þegar hundruð og hundruð manns fóru að átta sig á því að hún væri að sökkva of hratt til þess að þeir geti allir farið af stað í einu.

Morton fann bróður sinn við annan björgunarbát og hjálpaði til við að lækka hann ásamt honum. Þeir notuðu síðan bátskróka til að reyna að ýta því frá skipsskrokknum með nokkru afli, en farþegar héldu fast í ýmsa strengi og þilfarsteina "undir einhverri rangri trú," skrifaði Morton, að það myndi halda þeim öruggari að halda fast við það frekar en treysta á utanaðkomandi aðila til öryggis.
„Þeir sluppu í litlum björgunarbát," þegar þilfar Lusitania fór jafnt og þétt niður.

Eitthvað hafði lent í byssu björgunarbáts þeirra og var að velta henni í átt að skipsskrokknum, samkvæmt frásögn Mortons af því sem gerðist. Á þeim tímapunkti, skrifaði Morton, voru hetjulegar athafnir liðnar; eitthvað greip það og byrjaði að velta því í óreglulegri hreyfingu í átt að skrokknum hennar, "svo bróðir minn hrópaði í hámarki: 'Ég er að fara yfir Gertie!' og þetta olli alls kyns skelfingu meðal okkar allra."

Báðir bræðurnir brostu hvor til annars áður en þeir fóru beint í átt að sjónum og köfuðu saman.

Enginn björgunarvesti var notaður á ferðum þeirra.

Morton sagði: „Þegar ég kom út í vatnið og upplifði fyrstu bylgjuna mína, mundi ég allt í einu að bróðir minn hafði aldrei lært að synda.

Morton kom á þilfarið og leitaði að bróður sínum; þó, að sjá öll líkin, konur, börn, sólstóla, björgunarbelti og björgunarbáta nálægt honum auk þess að finnast hann of nálægt 35.000 tonnum af Lusitania anda þungt niður hálsinn á honum; hann byrjaði að synda meira.

Hann sneri til baka og rifjaði upp tvær myndir: (1) mynd af fellanlegum björgunarbát sem var sjósettur frá skipinu með hlífðarhlífina enn á; og (2) Captain Turner enn til staðar á brúnni þegar þeir hófu Qnal köfun sína.

LAURIAT synti undan Lusitania - eða hélt að hann hefði gert það. Þegar hann sneri sér við til að fylgjast með síðustu augnablikum þess, sá hann boga hans sökkva niður í dýpri vötn; skut hans var hátt til lofts; List hans til stjórnborðs var orðin svo alvarleg að farþegar gátu aðeins staðið uppréttir með því að styðja sig við teinana á þriggja eða fjögurra dýpi og halla sér upp að skutleinum í þremur eða fjórum djúpum línum sem náðu alla leið í átt að boga hennar (eitt vitni lýsti þeim sem "lítill her"). Öll von sem eftir var um að bjarga henni var nú horfin;

Farþegar fyrir aftan, sem því voru hærri, horfðu áhyggjufullir þegar farþegar fyrir framan þá misstu tökin á teinum og svífu fram án viðhafnar. Þeir sem klæddust björgunarvestum öskruðu eins og að svífa af þilfari á meðan aðrir reyndu að synda eða hverfa inn í myrkrið fyrir neðan.

Þriðji Ocer Bestic, sem enn var um borð, tók eftir því að skipið gerði „óútskýranlega hrakfara hreyfingu“. Þegar hann horfði niður af þilfari sínu sá hann „allgleypa öldu“, eins og öldu sem finnast við strendur, streymdi upp í átt að þeim, gleypti farþega, báta og allt sem á vegi þeirra varð og gleypti hundruð sálna í örvæntingu, skelfingu og angist sem náði hámarki í "hræðilegur grátur".

Robert Kay og barnshafandi móðir hans áttu í erfiðleikum með að komast upp á bátsþilfarið þegar óreiðuhljóðin fyrir ofan urðu háværari og háværari og komu upp í sífellt meiri læti sem fólst í því að margir fóru niður í átt að boganum til að komast undan vatni sem var byrjað að stíga upp fyrir þilfar; Róbert horfði á fólk hoppa úr handriði.

Skipið hélt áfram að flytja; skuturinn hækkaði hærra. Móðir hans hélt honum fast. Og allt í einu virtist sem sjórinn hljóp fram; hún var horfin inn í ólgandi öldurnar; urðu þeir aðskildir; honum var kastað í óreiðu; skipið hvarf út í loftið.

Síðar greindi farþegi frá því að hafa séð konu fæða í vatninu; þessi reynsla myndi ásækja drenginn alla ævi.

Þegar Charles Lauriat horfði á skip fara framhjá og sigla, sló eitthvað í höfuðið á honum af átakanlegum krafti, féll síðan aftur á axlir björgunarvestisins og greip í efni þess til að draga hann undir. „Ég gat ekki skilið hvað hafði lent á mér upp úr engu," skrifaði hann, „en að verða fyrir höggi að neðan kom honum á óvart.

Hann leit í kringum sig og tók eftir því að hluturinn sem hafði náð honum var vír sem lá á milli tveggja mastra Lusitania-skipsins - þráðlausa loftnetið þess! Tilraunir til að hrista hana lausa mistókust hrapallega; í staðinn sneri það honum og kafaði hann frekar undir vatn.

Aðeins sex af tuttugu og tveimur hefðbundnum björgunarbátum LUSITANIA tókst að komast undan áður en hún sökk.

Skipið tók lokahögg; einn sjöundi, frá bakborðshlið, komst að vatninu en án nauðsynlegra tappana - og skildi innihald þess eftir á floti út í geiminn þegar bátnum hvolfdi og að lokum lagðist.

Fólk sem þegar hafði stokkið frá skipinu synti eins langt frá því og hægt var af ótta við að niðurkoma þess myndi skapa sog sem myndi draga þá niður með því. Þó að þetta gerðist ekki, upplifðu þrír farþegar svipaða atburði: Margaret Gwyer frá Saskatoon var dregin inn í eina af 24 feta breiðu trektunum með gufu neðan frá; örfáum mínútum síðar skaut hún út af sprengingu lifandi og þakin svörtu sóti; tveir aðrir farþegar fóru líka inn í þessa trekt: 21 árs gamli Harry Taylor nýgiftur sjálfur og William Pierpoint lögreglustjóri Liverpool sneri líka aftur, á lífi en svertaði bæði andlit og líkama innan úr öllu saman.

Þegar bogi hans hneig niður og skuturinn hækkaði, ljómuðu risastórar skrúfur hans skærgulli gegn sólinni. Á þessum tímapunkti var Lusitania tvær mílur frá þeim stað sem tundurskeyti hennar hafði skollið á og 12 mílur frá Kinsale Old Head; Stjórnborðshorn hennar minnkaði umtalsvert á þessum síðustu augnablikum þar sem vatn fylltist yfir megnið af henni.

Sjómaðurinn Morton lá flatur á bakinu og horfði á farþega hrífast af þilfari og margir áttu í erfiðleikum með að komast í átt að skutnum. Þegar Morton sjómaður horfði á, hallaði Lusitania enn einu sinni á stjórnborða og hvolfdi að lokum.
„Hún hvarf hægt en stöðugt af sjónarsviðinu í næstum virðulegri dýfu við höfuðið í fjörutíu og fimm til fimmtíu gráðu horni.

Dwight Harris var að róa í nokkurri fjarlægð fyrir aftan í björgunarbelti Wanamakers síns þegar skipið steyptist skyndilega fram eins og "hnífsblað", braut trekt, möstur, báta o.s.frv. í sundur og dreifðist um allt! Hræðilegur fjöldi af járnviðargufu og vatni auk mannslíkama! Grænhvít hringlaga kúla myndaðist þar sem allt fór niður sem stækkaði hratt þar til hún var innan við tuttugu eða þrjátíu metra frá því að ég bar flak með sér! Sem betur fer gerðist þetta bara stutt."

Umrót var óvenjulegur og skelfilegur þáttur í því að skipið fórst, sem margir lifðu af. Þegar það reis upp eins og snöggt vatnsfjall sem dreifðist í allar áttir og bar lík og massa rusl ásamt undarlegu hljóði.

Charles Lauriat tókst að koma upp rétt þegar Lusitania fór á kaf. Með því að sparka fast tókst honum að losa sig við loftnetsvír þess. „Þegar hún fór á kaf," skrifaði Lauriat, „heyrði ég engin grát, heldur var þetta langvarandi styn sem hækkaði og var viðvarandi löngu eftir að hún hvarf. Lauriat var tekið af öldum; eftir það "var flakamassi gífurlegur; auk fólks sem flutt var út ásamt því voru sólstólar, árar, kassar og ég man ekki hvað. Ég man bara eftir einu augnabliki að hafa verið klemmd á milli stórra hluta og síðan sökkt í vatn! "

Margar sálir voru að berjast á vötnunum í kringum hann, en það eina sem hann gat gert til að hjálpa var að kasta ára eða öðru fljótandi rusli í áttina til þeirra. Farþegar klæddust þungum úlpum; konur klæddust sér í lög af korsettum, jakkafötum, undirkjólum, treyjum og loðfeldum sem urðu fljótt vatnsmikil og þung; farþegar án björgunarvesta drukknuðu fljótt á meðan börn og ungabörn drukknuðu undir fatnaði af flókinni hönnun sem bundu þau líka undir.

Ein truflandi mynd sem eftirlifendur greindu frá var af hundruðum handa sem veifuðu yfir vatninu, í örvæntingu eftir aðstoð. Samt barst engin hjálp nógu fljótt.
Brátt varð þögn; Eftirlifendur sögðust hafa séð reykjarstökk koma frá gufuskipi til suðurs en hann nálgaðist aldrei nær en átján mínútum eftir höggið.

Mávar ruddust niður af og til til að beit á líkin sem gugguðu. Turner skipstjóri stóð enn á brúnni sem og á siglingaþilfari.
Á kafi undir vatni var glitrandi blár sjór, en skammt frá var hann grænn og tær, með sólarljósi sem smjúgaði inn í efri jarðlög þess til að lýsa upp þilfarið áður en það leystist upp í það fyrir neðan hann.

Stýrimaðurinn Hugh Johnston sá Turner renna meðfram brúarvængnum frá bakborði til stjórnborðs og til baka íklæddur eingöngu björgunarvesti sínu, að því er virtist ókunnugt um að skipstjóri þeirra gæti tekið ótímabærum endalokum. Johnston benti síðar á, eftir á að hyggja, að hann hefði "aldrei hitt neinn eins flottan" og Turner.

Á þeim tímapunkti var skipið enn á hreyfingu með brak og lík sem streymdu á eftir því - uppsöfnun af völdum hundruða farþega sem annað hvort höfðu valið að yfirgefa ekki skipið vegna ótta eða slysa; þessir líkamar myndu halda áfram að flæða eins og hnútar á hala flugdreka.

Klukkan 14:33 7. maí sendi Old Head of Kinsale þráðlausa stöðina út tveggja orða skilaboð: "Lusitania Sunk." Fólk sem fylgdist með frá Kinsale sá hvað hafði gerst: Stórt skip birtist augnablik áður en það sökk skyndilega undir því sem virtist eins og tómt blátt sjó.

Vasaúr Captain Turner, sem myndi á endanum enda á safni Liverpool, hætti að tikka á 2 klukkustundum 36 mínútum og 15 sekúndum.

ALLIR PUNKTAR - ORÐRÓÐUR

Bandaríska ræðismannsskrifstofan í Queenstown á Írlandi var staðsett í heilri svítu.

Klukkan 7 að morgni 5. júní kom Wesley Frost ræðismaður í herbergin sín fyrir ofan bar með útsýni yfir Dublin-höfn og St Colman's-dómkirkjuna, hávaxin spíra hennar vofir yfir öllum öðrum mannvirkjum í bænum. Þegar Frost ræðismaður endurskoðaði ársskýrslu sína um viðskiptaaðstæður í ýmsum írskum sýslum klukkan tvö um hádegið kom vararæðismaður hans hlaupandi upp stigann til að tilkynna að árásarkafbátur hefði ráðist á Lusitania - eitthvað sem vararæðismaður hans gat ekki staðfest fyrr en 2. :30.

Frost gekk að gluggunum sínum og sá óvenjulega virkni í höfninni fyrir neðan, þar sem skip af öllum stærðum fóru, þar á meðal Juno sem hafði komið aðeins nokkrum mínútum áður. Frost taldi tvo tugi handverks alls.

Frost notaði símann sinn til að hringja í flotaskrifstofu Charles Henry Coke í Queenstown og ræða við ritara Coke aðmíráls. Frost talaði varlega til að sýnast ekki heimskulegur ef einhver léki einhverja hagnýta brandara; Þegar hann talaði sagði hann „Það hefur verið einhvers konar orðrómur á götu um að ráðist hafi verið á Lusitania..."

Frost hlustaði ráðalaus þegar ritari hans lýsti SOS. Frost frétti af þessum hópi sjálfboðaliða frá SOS og hvernig leiðtogi þeirra hefði týnst.

Fréttamenn og skýrslur sjónarvotta frá Kinsale Head lýstu hvarfi skipsins.

Frost gekk á skrifstofu sína og reyndi að átta sig á því sem nýlega hafði gerst og íhuga hvað ætti að gera næst. Hann sendi boð með símtali til Page í London, sendiherra Bandaríkjanna; Á sama tíma sendi ADMIRAL COKE allar tiltækar björgunarför, þar á meðal Juno, eins fljótt og auðið var og lét aðmíraliðið vita.

Queenstown lá tvo tugi kílómetra í burtu frá þeim stað sem fregnir gáfu til kynna að árás hefði átt sér stað; Flest skip gætu tekið þrjár eða fjórar klukkustundir í mesta lagi að komast þessa vegalengd í rólegu lofti, þar sem seglknúin skip tæki enn lengri tíma. En The Juno gat lokið ferð sinni á 18 hnúta, eða 20 mílna hraða, sem áhöfn þess vann hratt að því að láta gerast - og fljótlega var hún hafin aftur.

En aðmíralið sendi til baka skipun: "Brýnt: Munið eftir Juno." Þetta svar kom í beinu viðbragði við hörmungunum í Aboukir, Cressy og Hogue: ekkert stórt herskip gat komið til að hjálpa fórnarlömbum U-bátaárása vegna áhættu sem fylgdi því - öll áhætta þýddi að kafbáturinn gæti enn verið til staðar og tilbúinn til að sökkva björgunarskip sem komu of nálægt til þæginda.

Coke hafði greinilega sjálfan sig í huga, því jafnvel áður en hann fékk skilaboð aðmiralty skipaði hann Juno aftur í höfn. Röksemdafærsla hans var ekki endilega í samræmi við aðmíralið; eftir að hafa sent hana fékk hann þær fréttir að Lusitania væri týnd og það þurfti ekki lengur aðkallandi og ákvað hann að kalla hana aftur í höfn.

Við fyrstu blálok virtist þetta undarlega óforsvaranlegt í ljósi þess að hundruð farþega og áhafnar voru nú á reki á 55 gráðu vatni. Samt sýndi þessi ákvörðun hversu mikilvæg vernd herskipa var fyrir aðmíralið auk þess að læra lexíu þess af Aboukir; aldrei aðstoða fórnarlömb kafbáta!

Klukkan fjögur í London síðdegis þá frétti Walter H. Page, sendiherra Bandaríkjanna, af árás Lusitania og sökk í fyrsta skipti; samt sem áður bentu fyrstu skýrslur til þess að allir farþegar og áhöfn hefðu lifað ómeidd af - óhugnanlegt bergmál af Titanic hörmungunum; engin mannslíf höfðu týnst og þar af leiðandi virtist engin ástæða til að aflýsa matarboði sem þau og eiginkona þeirra höfðu skipulagt um kvöldið til að heiðra erindreka Wilsons forseta, Colonel House.
Klukkan 19 um kvöldið kom Page heim frá Queenstown til að heyra verri fréttir en nokkru sinni fyrr, of seint til að aflýsa kvöldverðinum. Gestir hans komu og töluðu aðeins um eitt efni - að sökkva. StaW Page í sendiráðinu sendi síðan skýrslur sem sendar voru beint til gesta hans; hverju símtali færðu nýjar skýrslur sem hann las upphátt í kvöldmatnum: nýjar skýrslur frá starfsfólki þeirra afhentar á litlum stykki af gulum pappír af starfsmönnum hans í sendiráði Queenstown; þetta las hann upphátt í hvert sinn fyrir gesti sína áður en hann hélt áfram að lesa upp hvern miða upphátt áður en hann las þá upphátt; Fréttir urðu skelfilegri eftir því sem á leið, gestir fylgdust með í hljóði á meðan þeir ræddu hugsanlegar afleiðingar sín á milli og sín á milli.

House ofursti tilkynnti hópi sínum: „Við munum vera í stríði við Þýskaland innan eins mánaðar.

Jack Lawrence, fréttaritari New York Evening Mail, heimsótti bar á Whitehall Street á Neðra Manhattan sem er vinsæll meðal sjómanna, hafnarflugmanna og þess háttar. Í fyrstu pantaði Lawrence Gin Daisy (daisy var stytting fyrir doozy), sem barþjónninn færði honum í steinkrús sem innihélt. Þegar þeir sáu hafnarflugmann frá Hoboken stinga upp á að færa sig á gagnstæðan enda barsins til að deila einhverju sem þeir höfðu heyrt fyrr um morguninn með Lawrence.

Flugmaðurinn útskýrði að hann hafi lagt flutningaskipið að bryggju nálægt Vaterland, stóra þýska sjóskipið sem var í fangelsi í fyrri heimsstyrjöldinni. Þegar hann fór frá borði fór hann beint á gangstéttarkaffihús sem var fullt af áhöfn Vaterland í skapi, sló hver annan á bakið og talaði þýsku fjör og skiptast á kveðjum sín á milli. Þar gætti kona á barnum sem talaði bæði ensku og þýsku og tilkynnti flugmanninum að Vaterland hefði nýverið fengið þráðlausar fréttir um að ráðist hefði verið á Lusitania og farið hratt niður.

Lawrence lagði frá sér drykkinn og yfirgaf barinn. Cunard skrifstofurnar á State Street voru skammt frá; um leið og Lawrence kom inn áttaði hann sig á því að skýrsla flugmannsins hefði verið röng. Allt gekk eins og venjulega á skrifstofunni, ritvélar smelltu í burtu og farþegar keyptu miða eins og alltaf; sagði starfsmaður sem Lawrence þekki.
Blaðamaður, sem forvitinn var að komast að veðri, hélt áfram framhjá og gekk upp stiga til að ná til Charles Sumner, yfirmanns Cunard í New York. Þykkt teppi á Sumner's Hoor deyfði hljóðið af innkomu hans.

Sumner var tilkomumikill hávaxinn maður vel klæddur og alltaf með hvíta nellik í jakkanum, samkvæmt frásögn Lawrence af fyrstu kynnum þeirra. „Fyrsta innsýn mín sagði mér að eitthvað væri að," sagði Lawrence og rifjaði upp að Sumner hljóp niður yfir skrifborðið sitt með lokuð augu og virtist vera allt í einu. Þegar betur var að gáð sá Lawrence tvö símskeyti á skrifborði Sumners: annað skrifað í kóða en hitt virtist afkóða afrit, sem Lawrence las yfir öxl Sumner áður en hann hélt áfram að lesa í gegnum báðar útgáfurnar þar til hann var búinn.

„Hún er farin," tilkynnti Sumner með meiri útöndun en heyranlegri yfirlýsingu, vantrú í röddinni. Þeir höfðu torped Lusitania; samkvæmt fyrstu skilaboðum fór það niður innan fimmtán mínútna (síðar endurskoðað upp í átján). Sumner hafði engar blekkingar; hann efaðist um hvort nokkur mannslíf hefði verið bjargað og spurði í örvæntingu: "Hvað get ég gert núna?"

Lawrence hafði ætlað að bíða í klukkutíma áður en hann lét ritstjórann vita, en fimmtán mínútum eftir að hann samþykkti ákvað hann að þessar fréttir væru of mikilvægar til að halda inni.

Um klukkan eitt í Washington fékk Wilson forseti fyrstu skýrsluna um Pearl Harbor þar sem ekkert var minnst á mannfall; engu að síður hætti hann við golfleik sinn um leið og hann kom og beið einn í svefnherbergi sínu í Hvíta húsinu eftir frekari skýrslum; að lokum að keyra í Pierce-Arrow hans til að létta spennu innra með sjálfum sér.

Wilson hafði byrjað daginn við kjöraðstæður; um kvöldið var orðið skýjað og súld með köflum. Á meðan ég borðaði kvöldmat einn heima um 19:55. hann fékk fyrstu viðvörun sína frá Frost ræðismanni í Queenstown um að margir farþegar gætu hafa farist um borð í Lusitania.

Á þessum tímapunkti yfirgaf Wilson Hvíta húsið skyndilega í friði án þess að segja neinum frá því og fór að ganga í gegnum rigninguna. Seinna sagði hann Edith Galt að „ég var að ganga um göturnar til að koma hugarfarinu í lag“.

Hann rölti yfir Lafayette Square framhjá fallbyssuklæddu styttunni af Andrew Jackson á uppeldishesti áður en hann hélt áfram upp Broadway.
Wilson hélt vestur á Sixteenth Street í átt að Dupont Circle, hverfi Edith, þar sem hann gekk framhjá blaðamönnum sem voru að selja „auka“ útgáfur borgarblaða sem þegar greindu frá skipsflaki Edith. Við Corcoran Street beygði hann til hægri og hélt aftur niður fimmtánda til að snúa aftur til Hvíta hússins þar sem hann fór beint í vinnustofuna sína.

Klukkan 10:00 fékk Wilson þær hrikalegu fréttir að árásin í Lusitania hefði kostað yfir eitt þúsund mannslíf, margir líklega Bandaríkjamenn - alveg eins og Wilson hafði spáð fyrir um. Nú var það víst. Wilson gat ekki lengur skotið sér undan raunveruleikanum.

Þegar U-20 hélt áfram vestur, notaði Schwieger sjónhimnuna sína til að líta aftur á bak í síðasta sinn.
Hann sagði í stríðsskrá sinni: "Bjarðbátar sem sjást virkir í fjarska; engin merki um Lusitania-flak fundust - því hlýtur að hafa sokkið. Staðsetning gefin upp sem 14 sjómílur frá Old Head of Kinsale; 27 frá Queenstown; dýpi er áætlað 90 metrar /300 fet."

Á þeim tíma gerði hann sér ekki grein fyrir því að meðal fórnarlamba hans voru þrír þýskir laumufarþegar sem voru handteknir fyrsta morguninn í ferð Lusitania og enn lokaðir inni í bráðabirgðastöðinni.

var ekki tryggt að lifa af og margir fóru í sjóinn og fórust.

Þegar þeir áttu í erfiðleikum með að halda höfðinu frá vatninu, voru margir ósamræmdir björgunarvesti á rangan hátt. Eftir aðeins stuttan tíma í baráttu við að halda sér upppréttum í jakkanum, fannst þeim sem lifðu af, sem tókst að komast almennilega út úr sjálfum sér, fljótlega að synda á milli líka sem hvolfdu í stellingum, sem eigendum þeirra fannst niðurlægjandi. Hinn hreyfanlegur sjómaður E. S. Heighway skrifaði ýkt „Ég sá hundruð látinna með björgunarbelti enn áföst fljótandi eftir að skip þeirra hafði farið.“

Börn, sem drukknuðu ekki beint, urðu fórnarlamb ofkælingar. Þó að fimmtíu og fimm gráður hafi ekki verið eins kalt og vatnið sem farþegar Titanic mættu, tókst það samt að lækka kjarna líkamshita niður í hættulegt stig sem hafði banvænar afleiðingar. Aðeins þriggja eða fjögurra gráðu fall frá venjulegum líkamshita upp á 98,6 Fahrenheit niður í 95 er nóg til að valda verulegri líffærabilun með tímanum. Farþegar í sjónum fundu að neðri líkami þeirra dofnaði á nokkrum mínútum þrátt fyrir heita sól yfir höfuð. Yfirhafnir voru farsælli en þeir sem klæddust niður, því hlý föt þeirra einangruðu gegn hjartasjúkdómum. Grátt fólk, gamalt fólk, konur og börn - sérstaklega ungbörn - misstu líkamshitann hraðast, eins og allir farþegar sem drukku vín eða brennivín í hádeginu. Þegar ofkæling hófst fóru þeir sem voru í vatninu að skjálfa verulega í fyrstu en minnkaði að lokum eftir því sem hættan jókst; fullorðnir gætu búist við að lifa af í vatnshita undir 55 gráðum.
Innan einnar eða tveggja klukkustunda upplifðu þeir þreytu og meðvitundarleysi; húð þeirra tók á sig blágráan lit, stífni tók við og hjartsláttartíðni fór að hægjast niður í næstum ómerkjanlegan hraða áður en dauðinn var skömmu síðar.

DWIGHT HARRIS var að synda í átt að björgunarbát sem hvolfdi þegar hann tók eftir „ógnvekjandi sjón: karlar, konur og börn liggja hreyfingarlaus í vatninu!“ „Ég þurfti að ýta einu eða tveimur líkum til hliðar bara svo ég gæti náð í skipið mitt! DWIGHT skrifaði síðar.

Þegar hann var í sundi rakst hann á Percy Richards sem var að kalla eftir föður sínum. Til að hugga drenginn sagði hann honum að gráta ekki og taka í kragann minn, sem hann gerði - "hugrakkasti litli kallinn sem ég hef nokkurn tíma hitt".

Harris bar barnið yfir á bát sem hvolfdi og hjálpaði til við að koma því á skrokkinn og þreyta sig á meðan. Harris sjálfur fylgdi fljótt á eftir honum: hann gat varla hreyft sig vegna þess að hann var svo kalt; þetta þýddi líklega að eyða um hálfum til þremur stundarfjórðungum á kafi neðansjávar!

Harris bar fljótt kennsl á einn af fellanlegum björgunarbátum skipsins sem var mönnuð tveimur sjómönnum og var að hluta til fullur af farþegum og kallaði á þá. Fljótlega gátu Harris og drengurinn klifrað um borð með nokkra eftirlifendur til viðbótar sem voru sóttir á meðan aðrir þurftu að vera eftir þar sem samanbrjótanlegur var á leiðinni í átt að því að verða gagntekinn - "hróp þeirra um hjálp voru mjög hjartnæm!" eins og Harris skrifaði síðar.

Engin skip voru sjáanleg þar sem Margaret Mackworth var dregin með sér af LUSITANIA þegar það fór niður. Í fyrstu fannst henni hún vera föst í rusli; seinna tók eitthvað í höndina á henni en hún sá að það var björgunarvestið hans sem hún hélt í - þó að anda að sér sjó olli nokkurri vanlíðan.

Hún kom upp á yfirborðið og greip í annan endann á borði og hélt í fyrstu að hann einn myndi halda henni á floti; síðar mundi hún þó að hún var í björgunarvesti. „Þegar ég náði yfirborðinu uppgötvaði ég að ég var hluti af stórri fljótandi eyju," sagði hún. Fólk og alls kyns rusl lá þétt saman og borðaði saman án þess að mikið sjáanlegt vatn skildi það að við fyrstu sýn. Bátar, hænsnakofar, stólar, flekar, bretti og ýmislegt fleira voru til staðar. „Fólk var líka viðstaddur eins og bátar, hænsnakofar, stólar, flekar borð o.s.frv.

Fólk baðst fyrir og kallaði eftir björgun. Hún hélt í brettið þrátt fyrir að vera í björgunarvesti þar til hún sá einn af björgunarbátum skipsins og reyndi að synda í átt að honum, en gat ekki sleppt brettinu og komst því ekki í átt að því. Loks gafst hún algjörlega upp á sundi og hvíldi sig bara aftur í björgunarvestinu og fannst hún „dálítið dauð og óljós", ekkert sérstaklega hrædd þar sem dauðinn var svo nálægt, en þó var yfirþyrmandi og töfrandi upplifunin svo mikil að hún dró úr öllum snörpum ótta sem hún fann til. .

Á einum tímapunkti hafði hún áhyggjur af því að hún hefði þegar dáið: „Ég fór að velta því fyrir mér hvort ég hefði þegar farið inn í himnaríki án þess að vita það - og vonaði innilega að ég hefði ekki gert það.

Hún var frosin. Á reki fann hún upp nýstárlega lausn til að bæta björgunarvesti: hver ætti að innihalda flösku af klóróformi svo að maður gæti andað að sér og misst meðvitund hvenær sem óskað er. Fljótlega leysti ofkæling þetta vandamál fyrir hana.

Charles Lauriat gerði fyrir einn af fellanlegum flekum Lusitania skammt frá sem sjómaður Morton hafði séð falla af honum; bæði Morton og skipasmiðurinn Fred Gauntlett náðu því líka og kölluðu það vin í hafinu fullt af líkama og fólki.

"Þrír menn afvopnuðu flekann sinn og völdu síðan þá sem lifðu af úr vatninu til að tínast á hann. Hins vegar, vegna þess að svo margir örvæntingarfullir menn héldu fast við hann í einu, reyndist erfitt að lyfta honum og læsa honum á sínum stað vegna þess að svo margir eftirlifendur héldu fast við hann, " sagði Gauntlett; flestir farþegar um borð settust í sæti þess þegar reynt var að hækka það; flestir lentu beint á því og kom í veg fyrir að tilraunir virkuðu sem skyldi og komu því heim í heilu lagi."
„Þeir reyndu að sannfæra fólk um að sleppa aðeins svo hægt væri að hækka sætin, en það reyndist ómögulegt," sagði Lauriat. Hann varð vitni að "angursárum grátum þegar ég reyndi að segja einum þeirra hvað við vorum að gera. Aldrei hef ég upplifað slíka neyð."

Lauriat var seinna hræddur þegar, svekktur út í einn eftirlifanda sem neitaði að færa sig úr sæti sínu, sagði Lauriat honum „frekar gróflega" að standa upp. Sem svar sneri maðurinn sér við og svaraði "Ó já, en vissirðu að ég er fótbrotinn sem takmarkar hversu hratt ég get hreyft mig?"

Mönnunum tókst með einu kröftugri höggi að hækka sætin og strigahliðarnar að hluta með því að stinga tréhlutum inn í vélbúnað þeirra til að styðja við þau.

Hreyfanlegur var óútbúinn eigin árar, en þeim tókst að finna nokkrar annars staðar í nágrenninu. Lauriat notaði einn slíkan til að stýra á meðan Gauntlett, Morton og tveir farþegar reru; Lauriat stýrði flekanum í gegnum flak og lík í leit að eftirlifendum; mávar hjóluðu og dúfu yfir höfuð eins og hundruð máva hjóluðu og dúfðu fyrir ofan. Ótrúlegt að karlar og konur voru enn í jakkafötum sínum og kjólum frá hádegismat. Menn fundu Samuel Knox, skipasmiðinn í Philadelphia sem hafði deilt borði Gauntletts, á meðan þeir fundu konu sem þeir grunuðu að væri afrísk-amerísk. Sjómaðurinn Morton dúfaði í vatnið til að sækja Margaret Gwyer og koma henni aftur í bátinn þeirra. Lauriat skrifaði síðar um Margaret sem var dregin í gegnum trekt áður en hún var rekin út; þegar hann kom nógu nálægt skrifaði hann um "fötin hennar voru næstum alveg föst af henni og það var ekki einn hvítur blettur neins staðar nema tennur hennar og augu;" Lauriat lýsti Margaret þannig að hún væri notuð tímabundið sem vanrækt.

Lauriat tók eftir því hvernig hún lifnaði fljótt við og lyfti andanum um borð með bjartsýni sinni, glaðværð og „björtu tali".

Lauriat var að stýra bátnum sínum að nálgast getu þegar hún heyrði kvenrödd segja í jafn eðlilegum tón og þú gætir beðið um brauðsneið og smjör: "Viltu ekki taka mig næst? Þú veist að ég kann ekki að synda." Hún var fleygin svo fast á milli rusla að hún gat ekki lyft handleggjunum engu að síður, hún brosti "hálft".
Lauriat minnist þess að hafa séð hana með brosandi brosi og rólegu tyggjói.

Menn frá Kinsale drógu hana upp í bát sinn og byrjuðu að róa í átt að Old Head of Kinsale vitanum sem lá í tólf mílna fjarlægð.

Þrátt fyrir að sökunin hafi átt sér stað svo nálægt strandlengju Írlands sáust engin merki þess að björgunarmenn væru að nálgast. Farþegar í farvatninu brugðust við með ýmsum hætti. Séra Henry Wood Simpson frá Rossland í Bresku Kólumbíu lagði sjálfan sig í hendur Guðs með því að endurtaka ítrekað eina af uppáhalds setningunum sínum "Kom heilagur andi, sálir okkar hvetja." Seinna myndi hann segja að hann vissi að hann myndi lifa af - þó "það myndi taka of langa sögu að útskýra" - og þetta veitti honum frið jafnvel þegar hann velti stundum upphátt "Hvað ef ég kæmi ekki út?"

„björgunarvesti minn veitti þægindi á meðan ég lá þægilega á bakinu, og ég gat horft upp og brosað upp í bláan himin og hvít ský, eftir að hafa ekki gleypt mikinn sjó heldur. Næstum ánægjulegar voru stundir hans í vatninu - fyrir utan að hitta látna konu sem flaut stutta stund hjá. Fyrir hann var þetta næstum ánægjulegt: "Mér fannst þetta afskaplega þægileg staða...og lá þarna nokkuð ánægður í nokkuð langan tíma."

Hann dró líkama hennar upp á hvolfi, og festi hann á skrokkinn, byrjaði síðan að synda að öðrum fellibúnaði sem var á réttri hliðinni, fullur af eftirlifendum jafnt sem líkum. Einn vélstjóri á skipinu byrjaði að syngja sálm sem hét: "Praise God from Whom All Blessings Flow," að sögn Simpson, og það varð hluti af sameiginlegri reynslu þeirra - en eftir að honum lauk reyndi enginn að syngja annað. "Eftir að þetta gerðist biðum við bara eftir að sjá hvort þeir hefðu náð að slökkva á þráðlausu til að fá hjálp áður en hún sökk. Sem betur fer var sjórinn logn; jafnvel litlar öldur hefðu getað skolað okkur burt! Í samanburði við fólkið sem borðaði á plankar í vatninu eða haldið uppi af björgunarbeltum eða það sem verra er í nærliggjandi bát sem hvolfdi.

Á einum tímapunkti kom gríðarlegur háhyrningur (sem Simpson vísar til sem „skrímslahvíbur") upp á yfirborðið og lék nálægt okkur, svartur húð hans blikkaði stutta stund með þríhyrningslaga merkingum.

Klukkutími, síðan tveir, liðu. Sjórinn hélst kyrr; síðdegisljós hafði breytt um lit. „Þetta var svo friðsælt, yndislegt sólsetur," rifjaði Simpson upp, „með svo yndislegum litbrigðum í birtunni.

Þeir sem lifðu af ráku í þrjár klukkustundir - í vatni, bátum eða brakum - í von um að björgunarmenn kæmu fljótlega. Hefði Juno komið fyrr og aukið líkurnar á að lifa af veldishraða; því miður hafði Admiralty tekið upp harkalega útreikninga og enginn vissi hvort hún væri enn til eða ekki; þó að sumir farþegar hafi greint frá því að þeir hafi séð periscope eftir að Lusitania sökk og grunur um að U-bátur gæti enn verið nálægt; einn eftirlifandi skrifaði í dagbók sína: "Ég bjóst alveg við því að það kæmi upp og sökkva björgunarskipum eða að bíða þar til björgunarskip kæmu upp og sökkva þeim síðan."

Við fyrstu sýn af reyk við sjóndeildarhringinn birtist löng herskip tundurskeytabáta, togara og lítilla fiskiskipa; þetta er eyðslufrekari en Juno sjálft. Þar á meðal voru Brock, Bradford, Bluebell, Sarba, Heron og Indian Empire auk Julia Flying Fish Stormcock Warrior skip.

Queenstown beið í spennu þar sem ekkert skip úr þessum flota hafði þráðlaus samskipti - sem þýðir að engar fréttir gátu borist fyrr en þeir komu aftur. Frost ræðismaður skrifaði: "Þangað til verða engar upplýsingar vitað".

Þegar búið var að fylla björgunarbát, reru sjómenn hans aftur út í leit að eftirlifendum; En þegar leið á kvöld var farið að safna og endurheimta fleiri lík en lifandi fólk. Síðasti björgunarbáturinn sem kom var Kezia Gwilt, landbyggður björgunarbátur með fimmtán áhafnarmeðlimum sem venjulega hefðu notað segl í þessa ferð en vegna vindleysis fannst hentugra að róa í staðinn í 14 mílur áður en komið var á land.
Séra William Forde, sem var í forsvari fyrir björgunarbátinn, skrifaði um viðleitni þeirra: "Við gerðum allt sem við gátum, en það tók að minnsta kosti þrjá og hálfa klukkustund af erfiðu togi áður en hann kom rétt í tæka tíð til að safna líkum," eins og sr. Forde útskýrði það ítarlega. Þegar komið var á áfangastað í rökkri fóru þeir í gegnum flak með björgunarbelti á, björgunarfleka á víð og dreif og lík fljótandi um; sumir með björgunarbelti á, allir dauðir." Forde lýsti þessari skelfilegu sjón; þeir fóru að fara í gegnum flak til að ná í lík; hins vegar var það "skelfileg sjón að verða vitni að." Forde skrifaði; sjórinn var fullur af líkum sem flaut um og allir dauður eftir að

hafa verið til. haldið á ýmsum flekum eða björgunarvestum sem klæðast eru þegar hart er dregið.

Lauriat og áhöfn hans reru samanbrjótanlegum bát sínum í tvær mílur þar til þeir fundu 18 feta seglskipaðan skutbát, þekktan sem „shing smack" á staðbundnum hafsvæðum.

Þegar þau nálguðust sá Margaret Gwyer eiginmann sinn standa við teininn og kallaði út. Lauriat tók eftir því að svipur hans var algjörlega tómur þar sem hann vissi ekki hver þessi svarta unga kona gæti verið.

Hann þekkti hana aðeins þegar fellan kom undir teinum skipsins hans og leyfði honum að horfa beint í andlitið á henni; þá vissi hann grátandi hver þetta var.

Um það bil 18:00 taldi Lauriat þá sem lifðu af sem hann og félagar hans höfðu fundið: 32. Fimmtíu aðrir voru þegar komnir um borð í fellanlegt skip sitt og Lauriat stakk einum af árlásnum í vasa sem minjagrip áður en hann klifraði um borð sjálfur.

Klukkutíma síðar voru Ogden Hammond og hinir fluttir í gufuhliðarhjól sem kallast Flying Fish sem sigldi til Queenstown. Um borð voru eftirlifendur sem hópuðust inn í vélarrúm þess til að hlýja sér. Ogden Hammond frá New Jersey í fasteignaþróun sást ekki á meðan enginn hafði séð konu hans. Eins og Arthur Mitchell, Raleigh Bicycle maður greindi frá, byrjaði fljótlega að syngja lög „sem gefa til kynna bæði þakklæti og glaðværð".

Ásamt Hodges og tveimur óþekktum drengjum á aldrinum tveggja til sex ára; Gwendolyn Allan hafði hjálpað sjómanninum Morton að mála björgunarbátinn. Fjarlægja þurfti öll þrjú líkin.
DWIGHT HARRIS aðstoðaði fellanlegan bát sinn í átt að fjarlægum stað á landi.

Ferðin var hæg og svikul; einn björgunarbátur kom fyrst til að losa eftirlifendur og lík áður en hann sótti Harris og félaga hans á heimleiðinni og setti þá um borð í seglbát með hópi Harris líka. Í kjölfarið voru allir fluttir á jarðsprengjuvél frá Indian Empire þar sem áhöfn hans eyddi nokkrum klukkustundum í að leita að fleiri eftirlifendum eða líkum áður en þeir fóru aftur í átt að Queenstown um 19:00 um kvöldið með 170 á lífi auk fjölda látinna.

Harris hafði bjargað litla drengnum sem Harris hafði bjargað; Um borð fundu þeir foreldra hans, móður, bróður og litlu systur - öll á lífi og við góða heilsu - á meðan Dóra var saknað.

THEODATE POPE brá við að sjá eld brenna í eldavélinni hennar. Hún gat ekki minnst þess að hafa sokkið eða orðið vitni að neinu nema fætur klæddir í buxum og síðan heyrt einhvern segja: „Hún er með meðvitund. Þrátt fyrir hlýnun frá eldavélinni byrjaði skjálfti að hrista líkama hennar.

Belle Naish upplýsti Theodate síðar um hvernig hún kom þangað: áhafnarmeðlimir höfðu dregið Theodate um borð með bátskrókum áður en þeir héldu að hún væri dáin; skildi hana eftir á þilfari á meðal annarra fundinna líka. En Naish var orðinn vinur Theodate á ferð þeirra; þegar hún sá Theodate liggja þarna einn, snerti hún líkama sinn og skynjaði lífsvott, kallaði á hjálp; tveir menn notuðu útskurðarhníf úr eldhúsi skipsins til að skera burt fatalög hennar á meðan þeir unnu að því að endurlífga Theodate í tvær klukkustundir þar til þeir voru vissir um að þeim hefði tekist; þó að hægra augað hennar væri meðvitundarlaust. Líflegur marblettur huldi hægra auga þess.

Edwin Friend var ekki lengur með Theodate; hvorki Emily Robinson, vinnukonu hennar.

Í kjölfar þess atviks sagði kona sem sagðist vera unnusta Schwiegers við blaðamann.

„Við móðir hans skildum fljótt að eitthvað hafði farið hræðilega úrskeiðis; hrörlegt andlit hans, þögn og ósegjanlegur tónn sýndu að eitthvað hræðilegt hefði átt sér stað, en samt var svipur hans enn svo tómur," sagði einn blaðamaður. Þegar Schwieger heimsótti Berlín eftir að hafa snúið aftur til herstöðvar eftir árás á Lusitania, vissi gestur hans ekki að það hefði verið hún sem þyrlaði skipinu; það eina sem hún hugsaði um í fyrstu var að sökkva öðru ensku skipi: „Það eina sem við hugsuðum um í fyrstu var að eitt hraðskreiðasta og stærsta enska skip þeirra hafði farið niður, og allir voru mjög ánægðir með þær fréttir; hvernig sem eitthvað hræðilegt hafði gerst með hann; eitthvað hafði komið í ljós eitthvað annað um hann þennan dag: þrjósku, þögn... hún lýsti sem einhverju „öðruvísi við hann; bæði mamma og ég sáum að eitthvað hræðilegt hafði komið fyrir hann; eitthvað hræðilegt hafði komið fyrir hann; eitthvað svo öðruvísi við hann að eitthvað hræðilegt hafði gerst, hann virtist hafa breyst á einhvern hátt miðað við fyrri heimsóknir, hann var svo hrikalegur og þögull að eitthvað hræðilegt hafði dottið í hug. Eitthvað hræðilegt hafði komið fyrir hann; eitthvað hræðilegt hafði komið fyrir hann; eitthvað hræðilegt hafði komið fyrir hann; hann virtist hafa breyst...eitthvað öðruvísi en áður...hann var alltaf vanur að deila spennu okkar yfir fögnuði þegar við heimsóttum Berlín áður en hann sneri aftur úr herstöðinni."

Schwieger sagði sögunni um árás sína við ættföður hennar. Þó heyrði hann ekki öskur, en sá allt í gangi, og var sá eini um borð, sem sá nokkuð; þorði ekki að upplýsa neinn annan um hvað hafði gerst." Eftir árásina sneri hann beint aftur til Þýskalands eins og forfeður hans greindi frá: hann vildi "komast frá því sem hann hafði gert; vildi fara aftur í land vegna þess að hann gat ekki torfært annað skip".

Schwieger lét ekki í ljós neina eftirsjá með gjörðum sínum og var því afsannað með frásögn þessarar konu.

Örfáum mínútum eftir lokaskoðun hans á Lusitania tók hann eftir gufuskipi sem nálgast og bjó sig undir árás með tveimur tundurskeytum sem var haldið aftur af sem varaliði.
Schwieger hafði áformað að U-20 myndi slá tvö skot á næsta skotmark sitt - helst eitt hvert í boga og skut - á ferð sinni heim; en þetta ómótstæðilega skotmark, 9.000 tonna tankskip var of mikið ómótstæðilegt skotmark til að standast. Klukkan 16:08

Schwieger gaf fyrirmæli um að U-20 skyldi staðsetja sig beint fyrir aftan skutinn fyrst svo hægt væri að skjóta öðru af tveimur skutrörum U-20. Hann stillti sér fullkomlega upp; á 500 metra færi (u.þ.b. þriðjungur úr mílu), skotlínan var fullkomin: 90 gráðu horn með markstefnu á 500 metra færi (u.þ.b. þriðjungur úr mílu). Schwieger skrifaði "Aðstæður voru mjög hagstæðar; sakna var ekki spurning." Hann skrifaði þetta í dagbókina sína:

Hann gaf skipun um að skjóta. Um leið og tundurskeytin yfirgaf rörið sitt bjóst Schwieger við að heyra högghljóð hans.

Eftir því sem tíminn leið, áttaði hann sig smám saman að eitthvað hafði farið hræðilega úrskeiðis.

„Vegna þess að periscope minn fór í kaf í nokkurn tíma eftir að tundurskeyti hafði verið skotið af stað gat ég ekki gengið úr skugga um hvers konar ungfrú var," skrifaði Captain Cocksedge í dagbók sinni. Torpedóið kom rétt út úr rörinu sínu en annað hvort hljóp alls ekki eða hljóp í óviðeigandi horn; enginn um borð tók eftir því.

Schwieger hélt áfram ferð sinni heim og staldraði aðeins stutt við á yfirborðinu til að auka hraða og hlaða batteríin. Frá flugturni sínum gat hann séð sex stór gufuskip nálgast, áleiðis eða áleiðis; gerði samt ekki tilraun til að ráðast á neinn. Eins og það gerðist, myndi þessi eftirlitsferð halda áfram að verða ein af hans farsælustu; Þegar hann fór 3.006 mílur neðansjávar einn tókst honum að sökkva 42.331 tonnum.

Schwieger hafði rekist á breskt olíuskip að nafni Narragansett sem var á leið í átt að New Jersey; öfugt við það sem Schwieger hélt, voru allir um borð vel meðvitaðir um næstum missir þeirra með skipi Schwiegers. Fyrsti liðsforinginn hafði tekið eftir sjónaukanum en Charles Harwood skipstjóri skipaði strax kröppu beygju og hámarkshraða til að bregðast við.

Harwood greindi frá fundi sínum þráðlaust. Á þeim tíma taldi hann að skip sitt og aðrir hugsanlegir björgunarmenn væru að bregðast við SOS frá Lusitania en grunaði nú að það hefði verið falsað af óvinakafbáti til að lokka inn hugsanlega björgunarmenn eins og skip hans og aðra.
Í símskeyti hans til Admiralty War Room í London stóð að hluta: „Við héldum áfram á öllum mögulegum hraða 15:45. Við sáum rauðan tundurskeyti sem fór innan við tíu metra aftan frá okkur og stjórnaði skipinu og hreinsaði það tíu mínútum síðar 16:00... sá engin spor af Lusitania;

Kapteinn Harwood sneri sér við og hélt í burtu frá síðustu tilkynntu stöðu Lusitania.

Turner lýsti því að hann væri dreginn undir skrokkinn sem gleypir sig niður eins og hann væri rifinn úr fótum mér af einhverju óþekktu afli, "eins og að vera kippt af fótunum af einhverri risastórri hendi." Þegar hann kom upp á yfirborðið fann hann sig á kafi í eyðileggingu og dauða: hundruðum líkum var dreift á milli flakanna; Karlar, konur og börn reka á milli planka, björgunarbáta og ólýsanlegs rusl rusl sagði hann.

Turner trúði því að hann hefði gert allt sem hann gat og nú vaknaði eðlishvöt til að lifa. Þegar hann byrjaði að synda tók hann eftir William Pierpoint, lögreglumanninum Liverpool. Allt í einu hvarf Pierpoint inn í lofttrekt eins og Margaret Gwyer hafði gert aðeins augnabliki áður, þannig að Turner trúði því að Pierpoint væri týndur að eilífu - aðeins til að hann kæmi fram stuttu síðar húðaður með þykku blautu svörtu sóti, hulinn glerungslíkri húðun á honum. líkami, eins og glerung málning sem loðir við hann eins og glerung eins og glerung á tönnum - á þeim tímapunkti sagði Turner að Pierpoint "byrjaði að synda heim eins og tíu menn, hræddur eins og helvíti!"

Turner taldi að skipið væri enn á ferð á 4 hnúta hraða þegar boginn sló botninn - eitthvað sem Turner var viss um eftir að hafa orðið vitni að því að sökkva þess stöðvaði stutta stund, titraði 800 feta langan seglskjálfta áður en hún kafaði niður aftur. "Ég tók eftir þessu vegna skyndilegrar stöðvunar hennar; svo fór hún niður."

Turner var nýbúinn að taka við stjórn á einni af stærstu sjóskipum sem smíðað hefur verið; aðeins 20 mínútum áður stóð hann stoltur uppi á brúnni hennar. Nú iðaði hann í einkennisbúningi á meðan hann leitaði að einhverju.
Hann fann sjálfan sig að stara út í friðsælan sjó undir bláum himni, án þess að sjá neinn snefil af þilfari, káetu eða skrokki, né nein ummerki um möstur frá háum möstrum skips síns.

Turner og Pierpoint héldu áfram að synda saman. Turner sá nokkra af áhöfn skipsins fljóta á hvolfi í björgunarvestum í nágrenninu - hann taldi alls fjörutíu - á meðan mávar köfuðu á milli líkanna jafnt sem eftirlifenda, réðust jafnt á þá sem lifðu af með goggum frá fuglum sem ruku niður að ofan, glöggðu í augu líkanna. á meðan þeir gægja augun líka. Björgunarmenn greindu síðar frá því að þeir sáu spírala máva benda til lík í nágrenninu; Samkvæmt Norman var Turner vanur að fara með 22 riffil og skjóta alla mögulega máva þar til hann fór á eftirlaun þegar hann lagði niður.

Turner eyddi þremur klukkutímum í sjónum áður en björgunarbát reif hann burt og síðar fluttur á fiskitogara sem kallast Bluebell.

Margaret Mackworth man fyrst eftir að hún vaknaði á þilfari Bláklukkunnar nakin undir teppi, tennur hennar buldra „eins og kastanjettur".

Sjómaður birtist skyndilega yfir henni og staðfesti val hennar með því að tjá sig: "Þetta er miklu betra."

Hún var í vandræðum. „Ég vissi að eitthvað hafði farið úrskeiðis en gerði ráð fyrir að ég væri enn um borð í Lusitania og fannst pirraður yfir því að óþekktur sjómaður skyldi sinna þörfum mínum í stað mín eigin flugfreyju.

Ruglið hennar minnkaði þegar sjómaðurinn kom með teið til hennar og útskýrði fyrir henni á minna en riddaralegum orðum hvers vegna þeir skildu hana eftir þarna uppi: þeir héldu að hún væri dáin og töldu það ekki þess virði að hafa þig í kringum okkur þar sem við héldum að við gætum sparað pláss með því að losna við þig fyrr.

"Hlýindin fyrir neðan var ljúffeng; það gerði mann næstum því að svima." Allir í kringum hana virtust "dálítið drukknir af hita, birtu, gleði yfir því að vita að við værum á lífi - við töluðum í hámarki og hlógum nokkuð oft," skrifaði farþeginn.

Hún skynjaði ósamræmið á þessu augnabliki: gleði í bland við sorg. Hér var hún, glöð eins og hún getur verið en um leið sorgmædd yfir því að eitthvað hörmulegt gerðist í nágrenninu.
Mackworth sagði að það væri ein eftirlifandi sem trúði því að eiginmaður hennar væri farinn, en fylltist glaðværð og hlátri þrátt fyrir það.

Turner skipstjóri tók ekki þátt í gleðskapnum; í staðinn sat hann hljóður einn íklæddur bláa einkennisbúningnum sínum.

Eins og Mackworth sá, gekk kona að Turner og byrjaði að segja honum frá dauða barns síns á fleka. Rödd hennar var lág og eintón þegar hún sagði frá því hvernig henni hvolfdi með son þeirra um borð í henni; dauða hans er algjörlega hægt að forðast vegna skipulagsleysis og aga meðal áhafna. Hún var að segja Turner þetta allt á næstum óvæginn hátt.

Björgunarskip komu á vettvang seint í nótt. The Flying Fish með Charles Lauriat innanborðs kom klukkan 9:15 og Bluebell klukkan 11:00. Bryggjulýsing með gaskyndlum skapaði gulan lit; hermenn, sjómenn, borgarbúar mynduðu tvær línur sem teygðu sig frá landganginum inn í bæinn og klappuðu eftirlifendum sem komu í land þegar þeir komu. Aðrir hermenn biðu með börum. Charles Lauriat bar einn mann sem hann hafði áður talað dónalega um; Leonard McMurray lifði bæði skipsflak; þessi eftir að hafa lifað af sökk White Star Line Republic árið 1909 eftir árekstur við aðra línubát við þoku.

Lauriat lét geyma bæði Thackeray teikningarnar sínar og Dickens Christmas Carol einhvers staðar djúpt í Írska hafinu, svo hann sendi konu sinni símskeyti þar sem hann sagði að hann hefði vistað myndirnar þeirra "af því að þær væru lukkudýrin mín".

Hann sagði að lokum: „Mér þykir leitt fyrir allar þær tilhlökkunarstundir sem þú mátt þola.

Margaret Mackworth komst að því við bryggju að faðir hennar, David Mackworth, var á lífi. Hún var aðeins klædd í teppið og bað skipstjórann um öryggisnælur en hann hló hátt að tillögu þeirra; aftur á móti gaf breskur hermaður henni úlpuna sína sem „viðeigandi flík".
Hlýr"; skipstjórinn gaf henni inniskóna sína. Hún vafði teppi um mitti sér til að búa til spunapils úr því.

"Hún fann föður sinn bíða við enda landgangsins og fann til léttis og gleði, sem minnti hana á fyrri tíma þegar hún hafði séð hann á bryggju í New York. Einn af þeim fyrstu sem lifðu af sem komust til Queenstown, hafði eytt klukkustundum í að horfa á hann. þegar bátur eftir bátur kom án þess að bera dóttur sína með hverri komu virtist auka hlutfall látinna um borð miðað við lifandi sálir síðar tók einn vinur eftir því hvernig andlit hans virtist eldast.

Dorothy Conner, áhugasamur ungur Bandaríkjamaður sem hafði leitað að spennu þegar hún sat við borð Mackworths kvöldið áður, kom aftur á laugardagsmorguninn til að hitta annan fund. Mackworth minntist þess að Conner væri óhrjáð, þar sem hún klæddist enn snjöllu, fögru tweed kápunni og pilsinu sem hún var í þegar hún sást fyrst stíga upp á þilfarið á fimmtudaginn; í raun leit hann út eins og nýlega keyptur.

Dwight Harris kom með skartgripina sína enn prýða hálsinn og peninga í veskinu. Um kvöldið uppgötvaði hann búð sem var opin fyrir eftirlifendur sem seldi nærskyrtur, sokka, inniskó og náttföt fyrir eftirlifendur til að kaupa. Hann skráði sig inn á hótel, deildi herbergi með sex öðrum mönnum og tók gífurlegan skammt af viskíi áður en hann fór að sofa. Á laugardagsmorgun gerði hann leiðangur eftir fötum: jakkafötum, regnfrakkahettu í skyrtu. Þegar hann var þar tók hann eftir átján ára dreng sem bað verslunarmanninn um föt þótt hann vantaði peninga til að kaupa þau og virtist snauð. Harris bauð fram aðstoð sína og komst að því að þetta barn hafði nýlega misst móður sína. Þar sem hann vissi að þetta voru sorgarfréttir skrifaði hann móður sinni og sagði henni "Aumingja náunginn!" Harris lauk bréfi sínu með því að segja: "Þakka guði fyrir að þú varst ekki með mér!!!".

Um leið og skip Theodate Pope, Julia, lagðist að bryggju óskaði hún eftir að læknir yrði færður um borð til að rannsaka sig. Með aðstoð tveggja hermanna hjálpaði þessi læknir Theodate niður frá Julia niður á bryggju og inn í bíl, fylgdi henni síðan beint á hótel þar sem hún hrundi niður á gangstéttina áður en hún var borin inn af honum og annað starfsfólk annast hana - hún hrundi niður á gangstétt áður en hún náði henni; Einu sinni var ég skilinn eftir á setustofu fullri af mönnum í undarlegum fötum á meðan eigandinn þeirra flýtti sér að færa mér brennivín," skrifaði Pope í bók sinni um þá reynslu: meðal þessara manna var enskur farþegi sem hafði áður grínast með að láta ekki torpeda. áður en hann fékk sér ísinn sinn - klæddur bleikum klæðaburði í bleikum fötum hafði hann grínast með að hafa verið torpedaður og klæddur bleikum slopp og slopp! Bleikur!

Theodate fékk sér sopa af brennivíni áður en henni var vísað inn í herbergið sitt, andlit hennar varð þrútið og mislitað. Hún gerði ráðstafanir til að senda eins orðs símskeyti: "Vistað."

Hún reyndi að sofa en fann sjálfa sig andvaka. „Alla nóttina bjóst ég við að herra Friend kæmi fram í leit að mér," skrifaði hún í dagbók sína. Í staðinn fóru karlmenn að koma inn í herbergin okkar og kveikja fljótt ljós áður en þeir færðu okkur börn til að bera kennsl á, tóku símskeyti frá þeim eða safna nöfnum okkar fyrir lista yfir eftirlifendur o.s.frv.

Hins vegar, hvorki herra vinur né vinnukona Theodate, ungfrú Robinson, komu nokkurn tíma fram.

Turner kom í land þakinn teppum. Hann eyddi nóttinni á heimili bankamanns á staðnum áður en hann lagði af stað fótgangandi klæddur einkennisbúningnum sínum til að fara í göngutúr morguninn eftir í leit að einhverju sem líkist Cunard hattinum sínum sem hann missti; á ferð sinni sá Beatrice Williams (annar eftirlifandi um borð í Bluebell) hann og varð reið: "Af hverju hefurðu svona miklar áhyggjur af einhverju jafn léttvægu og hatti þegar svo mörg okkar hafa misst allt? Þú ættir að skammast þín!"

Sama morgun hitti fréttaritari New York World Turner og tók viðtal. Samkvæmt snúru þessa blaðamanns til ritstjóra síns, virtist Turner „hífandi".

Turner frétti af blaðamanni að nokkrir Bandaríkjamenn, þar á meðal Broadway-framleiðandinn Charles Frohman, sem hann hafði talað við morguninn þegar skip þeirra fór, hefðu verið endurheimtir látnir. Þegar hann heyrði þessar fréttir virtust tilfinningar hans stjórnlausar; tár fylltu augu hans.

Aðeins 764 af 1.959 farþegum og áhöfn lifðu af; 1.195 fórust, þar á meðal þrír þýskir laumufarþegar sem gerðu alls 1.198. Af 33 ungbörnum um borð lifðu aðeins sex af á meðan yfir 600 manns komust aldrei frá skipi, þar af 123 Bandaríkjamenn sem fórust.

Fjölskyldur voru upplýstar um dauðsföll aðallega í gegnum símskeyti, en sumar vissu eða skynjuðu tap þeirra jafnvel án formlegrar tilkynningar. Eiginmenn og eiginkonur myndu lofa bréfum eða snúrum til að upplýsa um örugga komu, en þau urðu aldrei að veruleika. Farþegar sem höfðu gert ráðstafanir við vini á Englandi og Írlandi mættu ekki. Verst voru tilvik þar sem farþegar sem búist var við að ferðast með öðru skipi voru í staðinn fluttir skyndilega yfir á Lusitania, eins og þeir frá Kameróníu sem fóru um borð í það með stuttum fyrirvara. Margaret og James Shineman voru nýgift frá Oil City, Wyoming, sem lentu óvænt um borð í einu hraðskreiðasta og glæsilegasta skipi sem völ er á til að ferðast til Skotlands til að heimsækja fjölskyldu Margaret; því miður létust báðir í þessari ferð - aðeins þrettán eftirlifendur af 44 komust á lífi; þar á meðal var ungfrú Grace French sem þoldi hverja raun með þokka og reisn.

Eins og oft er raunin í hamfaraaðstæðum skapaðist ruglingur eftir að þessi hörmung dundi yfir Cunard. Í nokkra daga síðar runnu fjölmargir snúrur fram og til baka á milli skrifstofur þeirra í Liverpool, Queenstown og New York; þessi merki sýndu bæði brýnt og undrun fyrir Cunard; þeir gáfu til kynna að þeir hefðu ekki búist við þessari hörmung.
Því miður týndist eitt af frábæru skipum þeirra og þeir verða að nota farþegaskrár þess til að gera grein fyrir öllum þeim sem enn eru á lífi og hina látnu.

„SIGLIÐI GUY LEWIN VIRKLEGA LÚSITANÍU.

„Charles WARMEY kemur fram á öðrum bekk - Gæti þetta verið Charles Waring sem kemur ekki fram - vinsamlegast svaraðu fljótt."
11. MAÍ: "FÉR TWIGG reyndar um borð í Lusitania."

Allavega, þeir krefjast allra skírnarnafna og flokka farþega með eftirnafnið Adams sem sigldu með Lusitania - þessar upplýsingar verða að vera gefnar innan 72 klukkustunda."
Sumir farþegar sem greint var frá látnum voru í raun enn á lífi en oftar voru þeir sem greint var frá á lífi í raun látnir. Frost ræðismaður Bandaríkjanna skrifaði til Page í

London sendiherra í stuttu símskeyti: „Skýrsla um Mr. Bilicke sem eftirlifanda er röng“ Dean Winston Hodges var upphaflega sagður vera öruggur eftir að Cunard tilkynnti skrifstofu sinni í New York: Því miður fannst engin ummerki um Dean. Winston Hodges; síðar var lík hans meðal þeirra sem voru teknir um borð í Flying Fish þegar björgunarskip sendu björgunarleiðir sínar á vettvang. Nöfn hinna látnu voru rangt stafsett og gaf þeim sem lifðu af rangar vonir. Maður sem var auðkenndur sem Fred Tyn var í raun Fred Tyers sem hafði liðið; Teresa Desley (eða Feeley í raun og veru) fórst ásamt James Feeley; tvær frú Hammond voru til: önnur lifði og kona Ogden dó á meðan báðir John Leaches lifðu ekki af (annar lifði og hinn ekki); tveir þjónar að nafni John Leach fórust, en aðeins einn komst lífs af á meðan GreenHeld (eða Greenshields í raun) farþegi hét GreenHeld þegar það hefði í raun átt að heita Greenshields).

Tímabelti og hæg samskipti gerðu enn erfiðara fyrir ástvini og vini þeirra sem voru um borð í Cunard. Þeir sem höfðu efni á því sendu snúrur með nákvæmum lýsingum á ástvinum sínum niður í raðnúmer stimplað á úrum; en þessar snúrur tóku tíma fyrir Cunard að taka við, afrita og afhenda; raunar flæddu þúsundir yfir skrifstofur Cunards innan nokkurra daga eftir hamfarirnar; enn Cunard hafði takmarkaðar upplýsingar tiltækar á þeim tímapunkti.

Hinir látnu Queenstown voru settir í þrjú bráðabirgðalíkhús, þar á meðal ráðhúsið, þar sem þeir lágu hlið við hlið á gólfinu. Þegar hægt var, voru börn sett við hlið mæðra sinna á meðan eftirlifendur fóru hægt í sorgarraðir í leit að týndu ættingjum.

Það voru líka gleðilegir endurfundir.

Sjómaðurinn Leslie Morton eyddi föstudagskvöldinu í að leita að bróður sínum CliO á listum yfir eftirlifendur og á hótelum í Queenstown en fann engin spor. Snemma á laugardagsmorgun sendi hann símskeyti til föður síns: "Er hólpinn, að leita að CliO." Eftir að hafa heimsótt eitt af líkhúsunum - með lík liggjandi í röðum með sængurföt yfir hverjum líkama í leit að ástvinum sem þau höfðu ekki enn borið kennsl á - skrifaði Leslie til föður síns: „Lykkt lík meðfram báðum hliðum þeirra voru lagðar út í leit að þeim. ástvini sem ekki var búið að bera kennsl á ennþá“.

Hann vann sig áfram og lyfti blöðum. Rétt áður en hann dró enn eitt blaðið tók hann eftir því að leitarmaður náði í það frá hinum megin. Honum til undrunar og vantrúar - viðbrögð hans voru dauf; þau höfðu ekki hitt hvort annað áður!

„Halló, CliR, gaman að sjá þig,“ tók Leslie vel á móti CliR.

„Gert, það var svo gaman að sjá þig,“ sagði CliO með ákafa. "Við skulum fagna endurfundi okkar yfir drykk!"

Það kom í ljós að faðir þeirra hafði ekki þurft að eyða of miklum tíma í að hafa áhyggjur. Báðir synirnir sendu símskeyti og sögðu honum að þeir væru að leita hvors annars; þessi símskeyti bárust með fimm mínútna millibili "svo hann vissi heima að við værum báðir öruggir áður en við gerðum það".

Þetta kvöld tók Leslie sýnishorn af vígslu Guinness hans. Þó hann væri ekki sérstaklega áhugasamur í fyrstu, fannst honum það viðeigandi leið til að fagna því að vera lifandi, vera saman aftur og vera á Írlandi.

Björgunarskip fluttu mörg líkin á land; aðrir fundust liggja meðfram víkum og ströndum Írlands eftir að hafa skolast á land af öldum. Lík sem fannst með hluta úr björgunarbátsbroti komst að lokum aftur inn í líkama hans við greftrun.
Hoover Institution við Stanford háskóla uppgötvaði nýlega við sem ber vörumerkið Lusitania.

Frost ræðismaður var ábyrgur fyrir því að hafa eftirlit með látnum Bandaríkjamönnum. Mikilvægar líkir (þeir sem hafa fyrsta flokks stöðu) voru smurðir á bandarískan kostnað; „Það varð oft athyglisverð skynjunarbreyting með dauðanum; oft var talið að lík væri mikilvægt þegar annað kom í ljós,“ samkvæmt frásögn Frosta af þessu öllu saman. Svar hans? Innsigla öll ómerkileg lík í blýkistum „svo hægt væri að skila þeim þegar óskað væri“.

Cunard lagði sig fram við að skrá, númera og mynda hvert lík sem náðist í þessari ferð. Líkami nr. 1 tilheyrði Catherine Gill, fjörutíu ára ekkju; á meðan McCubbin hafði farið í eina síðustu ferð áður en hann hætti störfum. Næstum allir hinir látnu voru myndaðir á andliti, þó sést einn liggja í hjólbörum sem virðist vera og eitt barn hvíla á bráðabirgðapalli. Þeir voru enn í kápum, jakkafötum, kjólum og skartgripum þegar þeir voru teknir á mynd. Móðir og dóttir, líklega fundin saman, deila með sér. Móðirin einbeitir sér að barninu sínu; handleggur hennar hvílir yfir bringu móður hennar; þeir virðast eins og þeir gætu stigið frá þessu samstarfi og haldið lífi sínu strax aftur. Aðrir gefa sömu tilfinningu fyrir hvíldinni: Til dæmis sýnir líkami nr. 59 aðlaðandi snyrtilegan karlmann á þrítugsaldri sem er snyrtilega klæddur með hvíta skyrtu, tweed-jakka, doppótta slaufu, dökka yfirhöfn með róandi áferð; jafnvel glansandi hnappar hans líta nýir út miðað við hliðstæða hans.

Þessar ljósmyndir biðja áhorfendur um að ímynda sér síðustu augnablikin. Líkami nr. 165 sýnir stúlku klædda í hvítt með blúndu toppi; hárið hennar hékk aftur og munnurinn opinn eins og sársauki segi merki. Annað fórnarlamb, sem aðeins er auðkennt af líkama nr. 109, er of þung kona sem liggur nakin undir grófu teppi með hárið enn óhreint; ólíkt öllum hinum í þessari myndasyrpu eru augu hennar lokuð á meðan kinnar sýna sýnilega blóðbletti.
Hún virðist vera enn að halda niðri í sér andanum, varir hennar þéttar saman.

Líkamsnúmer 156 er mest óhugsandi hér; hún er þriggja ára stúlka í oflangri peysu og með krullaða ljóshærða lokka, klædd í það sem virðist vera amerísk fána peysu með of löngum ermum. Mest truflandi af öllu er svipur hennar - hann virðist truflaður; einhver virðist hafa lagt hendur yfir brjóstið á henni og við hlið hennar áður en hann virtist ómolli Rauður af einhverju sem lagt var yfir það; að auki liggur hún á viðarbretti við hliðina á því sem gæti verið raunverulegt björgunarvesti eða ekki og sýnir ekkert nema hreina reiði við hverja tilraun einhvers sem reynir að vingast við hana á meðan hún sest upp við einn vegginn snýr hún sér í burtu með miklum hraða og veldur reiði. í átt að því sem gæti hafa gerst næst!

Frosti ræðismaður átti erfitt með að hrista myndir af svo mörgum drukknum börnum úr huga hans. Hann átti sína eigin unga dóttur; nokkrum vikum eftir hamfarirnar, þegar hann var úti heima með kveiktan eldspýtu eitt kvöldið, rakst hann skyndilega á dóttur sína sofandi í rúminu og vakti hugann aftur til þess sem gerst hafði í líkhúsum sem hann hafði orðið vitni að; „Ég hrökklaðist eins og þetta væri eitthvað eitrað eða snákalíkt.

Leitartilraunir héldu áfram fram í júní, þegar Cunard lagði til við Frost að það gæti verið best að hætta viðleitni þeirra og hætta leitartilraunum 4. júní. Því miður héldu lík áfram að koma á land langt fram á sumarmánuðina eftir að sú ákvörðun hafði verið tekin. Seinna bati líkama leiddi til hærri líkamsfjölda og lakara ástands hjá hverjum og einum. Tveir menn frá Kerry-sýslu komu í land um 200 mílur frá þeim stað sem skipbrot þeirra átti sér stað 14. og 15. júlí í Kerry-sýslu. Einn maður klæddur klerkafötum var tilkynnt af þjóðsýslunni. Í skýrslu kom fram: „Mikið af líkama þeirra hafði verið étið í burtu. Annar líkaminn hafði hvorki höfuð, handleggi né fætur en bar samt föt eins og tjaldbakað sjávardýr væri dreginn af honum - bláar sergebuxur, svart-hvít-röndótt skyrta með ullarnærskyrtu undir, nærbuxur axlabönd axlabönd belti og lyklakippa með sjö lyklar fylgja með. Cunard bauð eitt pund verðlaun til að hvetja til

að tilkynna um nýja komu; Frost bauð eitt pund í viðbót ef einhver fyndi auðgreinanlegt lík bandarísks ríkisborgara.
Þann 11. júlí 1915 kom einn Bandaríkjamaður í land við Stradbally á Írlandi. Yfirvöld töldu upphaflega að þessi einstaklingur væri eitt af fórnarlömbunum í Lusitania, tilnefndu hann líkama nr. 248, en þessi einstaklingur hafði aldrei verið um borð í því skipi; hann hét Leon C. Thrasher sem hvarf 28. mars þegar SS Falaba hafði verið þyrlað og sökkt 106 dögum áður.

Fólk sem rakst á leifar kom fram við þá af lotningu, burtséð frá því hvernig ástand þeirra var oft slæmt. Eitt slíkt tilvik átti sér stað sjötíu og einum dögum eftir hamfarirnar þegar lík miðaldra manns fannst á Dingle-skaga á Írlandi 17. júlí. Straumar og vindar höfðu borið hann mikla vegalengd um Írland áður en hann lagði hann fyrir í Brandon Bay - 250 mílur. frá Queenstown - þar sem lík hans fannst af staðbundnum ríkisborgara sem tilkynnti konunglega írska lögreglunni í Castlegregory (6 mílna fjarlægð). J. Regan lagði fljótt af stað á reiðhjóli með lögregluþjón á eftirför og kom fljótt á strönga en yndislega strönd þar sem þeir fundu það litla sem eftir var af karlkynslíki frá Lusitania. Hlutar úr björgunarvesti klæddust enn þétt um líkama hans á meðan annar hluti lá skammt frá merktur Lusitania.

Það var lítill vafi á því hver hann væri þegar lögreglumenn fóru í gegnum það sem eftir var af fötum hans og fundu úr með „V.O.E.S" stimplað á hulstrið og hníf merktan „Victor E. Shields". Þeir fundu einnig bréf stílað á "Herra Victor Shields, umönnun gufuskipsins Lusitania," skrifað 30. apríl 1915 - aðeins einum degi fyrir siglingu - frá "Hr. Victor Shields, umönnun gufuskipsins Lusitania." Að auki fundu þeir í einum vasanum afrit af skemmtiþáttum frá skipinu - þessi skjöl voru orðin blaut svo þau lögðu þau í beinu sólarljósi til að þorna frekar.

Regan liðþjálfi tók eftir hækkandi sjávarföllum, svo hann kallaði eftir laki og lagði lík Shields á það áður en hann flutti hann frá hættu. Þegar hann var kominn aftur á ströndina hjólaði hann á símbréfaskrifstofu til að láta staðbundinn dánardómara vita sem svaraði að engin rannsókn væri nauðsynleg; lögreglan pantaði blýkistu og tréskel; um kvöldið var Shields klæddur í Swansdown skikkjuna sína áður en hann var settur í þá áður en leigubílstjóri fór með hann til grafar á einkaheimili í nágrenninu.
Á mánudagsmorgun gróf lögreglan frú Shields í nálægum kirkjugarði. Regan liðþjálfi skrifaði í bréfi sínu til Frost ræðismanns að „allt mögulegt hefði verið gert af lögreglunni" og benti á vanhæfni þeirra til að gera meira fyrir einhvern svo nákominn. Fyrir hönd allra lögreglumanna sendi hann frú Shields okkar innilegustu samúðarkveðjur á sorgarstundu.

Fjölskyldumeðlimir sem þjáðust af sorg voru fúsir til að skilja nákvæmlega hvernig ástvinur þeirra dó: drukknun, útsetning eða líkamlegt áfall. Shields fjölskyldan tók þetta út í öfgar með því að fyrirskipa að líkið yrði sundrað til krufningar; Frost benti á að það reyndist næstum ómögulegt að fá lækni af háum aldri og háttsettum til að sinna því svo skömmu eftir andlát látins; tveir yngri læknar samþykktu hins vegar og veittu skýrslur eins og Dr. John Higgins frá Cork North Infirmary.

Klukkan 2:30 þann 23. júlí á skrifstofu útgerðarmanns opnaði pípulagningastarfsmaður blýkistu Victor Shields. Skömmu síðar sameinaðist ilm þess annars konar lykt. Frost ræðismaður var viðstaddur þessa krufningu en Higgins benti á að þegar hann var hálfnaður fór hann „þegar hann var kallaður í burtu“.

Higgins áætlaði að Shields hefði einu sinni vegið 14 eða 15 steina (um það bil 200 pund). Higgins lýsti líkama sínum í „háþróuðu niðurbrotsástandi“, sem er vanmetið. Higgins skrifaði, "mjúku hlutar andlits hans og höfuðs höfðu nánast sundrast, þar á meðal hársvörð hans." Flestar tennur vantaði alveg, þar með talið allar framhliðar; hendur höfðu týnt að öllu leyti sem og mjúkir hlutar efri hægri handleggs sem og aftari kálfa hægri fótar með hluta vantaði sem og hluta vinstri fótar. Kynfæri hans voru algjörlega sundruð.“

Dr. Higgins skrifaði um fyrstu skoðun þeirra: "Ég skoðaði höfuðkúpu hans að utan; að utan var hún alveg ber eins langt og neðri hluti hnakkabeinsins; mat mitt leiddi ekki í ljós nein frávik.
"The occipital er neðri aftari hluti höfuðkúpunnar. "Við fjarlægingu höfuðkúpu-hettunnar; Ég uppgötvaði að stór hluti heilans hafði brotnað niður; þó voru himnur óskemmdar; Ég fjarlægði og skoðaði þennan hluta áður en ég hélt áfram með frekari rannsóknir á innri hluta höfuðkúpunnar. Hann tók ekki eftir neinum vísbendingum um beinbrot þess eða í leghálsi, sem útilokaði dauða vegna fallandi rusl eða barefli á höfði. Ennfremur sáust engin beinbrot meðfram hryggnum né meiðsli á honum. Dr. Higgins skoðaði innri líffæri Shields en gat ekki uppgötvað hvað olli dauða hans; þó veittu þeir honum innsýn í það sem eftir hafði verið af síðustu máltíð Shields um borð í Lusitania. "Maga hans innihélt um það bil einn lítra af grænum hálfföstu massa sem virtist vera melt matvæli en innihélt engan vökva."

Higgins skrifaði um ráðvillu sína vegna skorts á augljósri dánarorsök sem vandræðalegt: "[Að mínu] mati," skrifaði Higgins, "það er engin meiðsli til staðar sem myndi skýra frá andláti hans. Það er heldur engin merki um drukknun; sjokk eða útsetning átti sennilega einhvern þátt; kannski innan við tveimur til þremur klukkustundum eftir síðustu máltíð hans dó hann.“

Eftir frekari rannsókn komust báðir læknarnir að sömu niðurstöðu - að um óvænt andlát hefði verið að ræða án augljósrar heimildar.

Herra Shields var að lokum sendur aftur til upprunahéraðs síns, Englands, og sendur heim með skipi. Frost ræðismaður skrifaði lofsbréf til lögreglunnar eftir að hafa fundið lík Shields: „Það væri ákaflega náðugt og lofsvert ef dánarbú Mr. Shields sendi tvö til fimm pund til að þakka Smith liðþjálfa og samstarfsmönnum hans fyrir að hafa sinnt skyldum sínum af mikilli kostgæfni. og heiður.

Enginn vissi nákvæmlega hvað hafði drepið Shields, og skildi fjölskyldu hans eftir í óvissu um hvaða hryllingi hún hefði mátt þola. Svipuð hlutskipti urðu fyrir mörgum ættingjum þeirra sem létu lífið. Dauðinn kom eflaust fljótt og óvænt yfir marga farþega; áhafnarmeðlimir í farangursrýminu við höggið voru samstundis drepnir af krafti þess; farþegar kramdir undir báta þegar þeir sigldu niður, sundmenn lamdir af stólum eða pottaplöntum...
Rusl féll af þilfari ofarlega þegar plöntur og annað rusl lenti í far. Á sama tíma fundu þeir sem voru svo óheppnir að vera með björgunarbúnað ranglega á kafi, með fæturna upp, eins og í einhverri myrkri gamanmynd.

Aðeins er hægt að geta sér til um síðustu stundir Crompton-foreldra og barna á þeirri skelfingarnótt í London. Hvernig myndi maður vernda eitt barn, hvað þá sex? Enginn Cromptons lifði af; fimm börn urðu ófundin. Meistari Peter Romilly Crompton, sem var um það bil níu mánaða gamall, var auðkenndur sem líkami nr.214.

Formaður Cunard, Booth, hafði þekkt fjölskylduna vel. Í bréfi dagsettu 8. maí til Charles Sumner, yfirmanns Cunard í New York, dagsettu 8. maí skrifaði hann „persónulegt tap mitt er mjög mikið“ á sama tíma og hann rekur allar tilfinningar þeirra gagnvart þessari hræðilegu hörmung til þess að „Lusitania“ sé eitt. Sumner svaraði því til að tap þeirra „sé meira en orð“.

Embættismenn Cunard stóðu frammi fyrir aðkallandi vandamáli vegna fjölda óþekktra líka sem bjuggu í þremur líkhúsum í Old Church kirkjugarði Queenstown á hæð fyrir utan Queenstown sem hafði byrjað að rotna vegna hlýtt vorhita. Eftir að hafa skoðað nokkra möguleika - varð fjöldagraf fyrir valinu; hver líkami fengi sína eigin kistu á meðan mæður og börn myndu deila plássi; allir yrðu síðan grafnir saman á þremur aðskildum uppgraftarstöðum merktum A, B og C og staðsettir rétt fyrir utan Queenstown.

Mánudaginn 10. maí grófu hermenn grafir og flutningsmenn grófu líkin með eins langt bili og hægt er á milli til að hægt sé að bera kennsl á þau á síðustu stundu. Vegna takmarkaðra farartækja sem voru tiltækar til flutnings á mánudagsmorgun voru þrír bílar fráteknir til notkunar í útfarargöngunni sem myndi hefjast síðdegis.

Lestir komu með syrgjendur og forvitna um borð. Verslanir lokuðu gluggatjöldunum sínum og festu hlera sína fyrir daginn áður en þeir lokuðu aftur á kvöldin. Skip fóru líka að leggja úr höfn með syrgjendum.
Skipstjórar skipuðu að fánar yrðu flaggaðir í hálfa stöng þar sem göngunni um Queenstown var stýrt af hersveitum sem spiluðu útfarargöngu Chopins. Klerkarnir leiddu herdeildina, undir forystu föður Cowley Clark frá London (sem lifði sjálfur af hörmungarnar), hermenn, syrgjendur, Frost ræðismaður Bandaríkjanna gengu berhausalaus til að sýna virðingu um allar leiðir á ferð þeirra; hæðir þaktar skærgrænu grasi með villtum blómum á víð og dreif, greindar hér og þar með blómstrandi lundi blómstrandi gulri; himinninn var skýlaus án skýja eða skýja í fjarlægum hafnarbátum dýfðu og kinkuðu kolli í léttum golu - "mynd af friði sem gaf enga vísbendingu um nýlega harmleik".

Um klukkan þrjú kom skrúðganga sem flutti þrjá félaga í kirkjugarðinn og stoppaði nálægt brún hans. Að innan voru margir fleiri hlutir smíðaðir úr álm, hver aflangur demantur lagður snyrtilega meðfram tveimur hæðum til að merkja líkamsnúmer og staðsetningar til auðkenningar ef ljósmyndir eða listar sem Cunard tók saman leiddu til síðari auðkenninga; að minnsta kosti þannig myndu fjölskyldur vita nákvæmlega hvar ástvini þeirra væri að finna ef þetta reyndist rétt.

Þegar þrír gallar voru settir niður í gröf þeirra, söng mannfjöldinn "Vertu með mér." Hátíðarvörður og hópur snáða léku síðan „The Last Post“, jafngildi breska hersins og krana. Hermenn byrjuðu að fylla í gröf þeirra - eins og nokkrir litlir drengir sáu ofan á uppgrafinni hól sem horfðu á af miklum áhuga þegar hermenn fylltu í sprungur á milli hólfa fyrir neðan þá.

Þótt hún væri falleg og áhrifamikil, lagði fjöldagrafför Cunards á sálarkostnað á fjölskyldumeðlimi sem síðar fréttu af ástvinum sem voru grafnir þar. Cunard komst að því að um helmingur þessara nafnlausu látnu var síðar auðkenndur með persónulegum eHects eða ljósmyndum; fyrir sumar fjölskyldur var tilhugsunin um að ástvinur þeirra

hvíli einn of mikil til að bera; fjölskylda Elizabeth A. Seccombe frá Petersborough New Hampshire grátbað Frost ræðismann um aðstoð við að ná og skila henni heim; hún var ein af aðeins sautján sem tókst það með góðum árangri áður en hún lést í síðustu ferð sinni heim 24. febrúar 1944.
Þann 14. maí var hún lögð til hinstu hvílu í gröf B, 6. röð efri hæðar í gröf númer 164.

Frost gerði sitt besta og hélt því fram að staðsetning Seccombe í gröf hennar gerði það sérstaklega auðvelt að bera kennsl á lík hennar. Þó hann væri sparsamur með bandaríska fjármuni, gerði hann meira að segja ráðstafanir til að selja PS100 sem tryggingu fyrir kostnaði sem stofnað var til við leit hennar að grafreit hennar.

Bresk yfirvöld voru reiðubúin að veita leyfi, en sveitarstjórn krafðist þess að neita því. Ákvörðun þeirra kann að hafa verið upplýst af hjátrú - "trúarlegum fordómum," eins og Frost lýsti því - en meginmarkmið hennar var ekki að skapa fordæmi: að minnsta kosti tuttugu aðrar fjölskyldur höfðu leitað að sundrungu en verið neitað; Frost harmaði afdráttarlausa afstöðu sína: hún er einfaldlega óskiljanleg.

Ættingjar þeirra farþega og áhafnar sem lík þeirra fundust aldrei báru ótrúlega byrði á meðan sökkt var. Af 791 tilnefndum sem saknað af Cunard, náðust aðeins 173 lík (u.þ.b. 22%) á endanum, þannig að 618 einstaklingar eru enn ófundnir; þessi tala fyrir áhöfn var enn lægri miðað við öll dauðsföllin sem áttu sér stað þegar tundurskeyti sprakk.

Aldrei var hægt að finna Alice og Elbert Hubbard; né heldur Theodore Naish, farþegi Kansas City. Í Queenstown gisti eiginkona hans Belle stutta stund með hinum unga Robert Kay þegar hann jafnaði sig af mislingum á meðan hann beið eftir því að afi hans myndi sækja hann. Joseph Frankum lifði af, eins og einn af sonum hans; Því miður fórust eiginkona hans og dóttir hans og fjögurra ára sonur. Nellie Huston fékk aldrei að senda þetta heillandi dagbókar-líka bréf þar sem hún kveinkaði sér um stærð dúksins og hvernig það takmarkaði aðgang að koju hennar; í staðinn kom í ljós að hafnar á sjónum í tösku sem tilheyrir einhverjum um borð í skipi. Charlotte Luck og tveir ungir synir hennar hurfu einnig sporlaust; Alfred Vanderbilt fannst aldrei, jafnvel með óvenjulegum $5.000 verðlaunum sem fjölskylda hans bauð; einnig hvarf Lothrop Withington - ferðafélagi Charles Lauriat - líka.
Fjölskyldur voru látnar rífa sig upp vegna fjarveru svo mörg lík grafin í Queenstown; voru ástvinir þeirra meðal þessara nafnlausu líka sem grafin voru í Queenstown? Höfðu ástvinir þeirra orðið hluti af óheppilegri sókn í persónulega hluti á síðustu stundu sem leiddi til þess að það sökk fyrir slysni? Eða var riddaraskapur, hugleysi eða

eintómri heppni að kenna? Ein óþekkt kona sem kom að landi á Straw Island nálægt Galway þar sem vitavörður hennar uppgötvaði það síðar eftir 36 daga á reki einn frá Queenstown; björgunarvesti hennar hafði passað rétt á meðan hún var á reki.

Mæður misstu oft börn og létu þau ímynda sér augnablikin fyrir dauðann eða velta því fyrir sér hvort börn þeirra hefðu einhvern veginn, á undraverðan hátt, lifað af og fundið öryggi annars staðar. Norah Bretherton frá Los Angeles sem gaf Betty í hendur einhverjum öðrum var hlíft við svona draugagangi; Betty varð líkami nr. 422.

Bretherton dó 156 ára gamall og var grafinn í kirkjugarðinum í Cork Ursuline klaustrinu af móður sinni. Hins vegar lifði einn af sonum Brethertons til að halda arfleifð sinni áfram.

Fjölskyldur heima voru óvissar og óöruggar eftir að hafa ekki heyrt neinar fréttir af Preston Prichard, sem skildi þær eftir einhvers staðar á milli vonar og sorgar. Ein móðir reyndi að safna eins miklum upplýsingum og hægt var um týnda drenginn sinn með hjálp frá Mostyn sem ferðaðist til líkhúsa í Queenstown í leit að merki um Preston. Mostyn fann engin spor af Preston og skrifaði í dagbók sína að það væri ruglingslegt að vita ekki til hvaða aðgerða ætti að grípa.

Frú Prichard skrifaði mörgum eftirlifendum, auk þess að svara upplýsingum sem berast, reglulega. Hún sendi út bréf með myndum og lýsingum af Preston; meðal þeirra sem hún náði til var Grace French, matarfélagi Prichard um borð; í einu bréfi sagði French við frú Prichard að hún trúði því að hún væri síðasti maðurinn um borð sem talaði við Preston; hún sagði frú Prichard að hún hugsaði oft um Preston, auk þess að rifja upp truflaða skoðunarferðarleit þeirra að tvífara hans; French skrifaði "Ég sé enn andlit hans svo sólbrennt en fullt af lífi og metnaði!"

Svarendur veittu innsæi yfirsýn yfir ferð Prichard og prófraunir og sorgir síðasta dags hans, og minntust á sjarma þess - sérstaklega karisma og vinsældir - með hverju svari sem leið. Rithöfundar deildu minningum um Prichard, sérstaklega um fráfarandi persónuleika hans.
Eftirlifandi vinir Prichard buðu frú Prichard sögur sínar ásamt huggun; í ljósi líkamlegrar hæfileika hans, fullvissuðu þeir hana um að sonur hennar hlyti að hafa verið að hjálpa konum og börnum fram á síðustu stundir hans.

Þann 4. febrúar, 1916, náði Theodate Pope til frú Prichard með trúarskoðanir sínar. „Vinsamlegast reyndu að dvelja ekki við hvað hefur orðið af stráknum þínum sem þú elskar svo heitt," spurði hún hana. "Hafðu í huga að hvað sem hefur gerst hefur ekki á neinn hátt breytt anda hans - sem lifir enn og bíður endurfundar með þér?"

Ruth M. Wordsworth frá Salisbury á Englandi leitaðist við að takast á við misræmið á milli þess hvernig hlutirnir gerðust í raun og veru um borð og ógnvekjandi myndanna sem nánustu aðstandendur töfruðu fram.

"Ég veit að það getur verið freistandi að ímynda sér hið versta; ég skal fullvissa þig um að þótt það hafi verið mjög hræðilegt, þá var það ekki eins ógnvekjandi og þú gætir ímyndað þér að það sé. Guð veitir öllum þá hjálp sem nauðsynleg er til að þeir geti lifa af eða farast." Hún lýsti friðsælu andrúmslofti meðal farþega: þeir voru rólegir en þó glaðir þar sem allir unnu að því að gera það sem skynsamlegt var: karlar lögðu sig til hliðar til að sjá um konur og börn á meðan listar komu í veg fyrir að flestir bátar væru sjósettir í einu - en samt gerðu allir sitt besta og leikið eftir reglunum."

Preston Prichard var drepinn ásamt þremur félögum sínum þegar kviknaði í klefa þeirra, D-90, í fyrri heimsstyrjöldinni. Aðeins Arthur Gadsden komst út á lífi; Prichard sjálfur fann aldrei. Þó að lík hans hafi aldrei fundist, er til í þessu rauða bindi með bréfum frú Prichard geymd í geymslu óvænt tilfinning um að hann sitji enn einhvers staðar úti í jaðarsýn heimsins.

V. HLUTI - LEYNAHAF

LONDON - KENNA

Það sem gerðist næst var nokkuð óvænt fyrir Turner skipstjóra, jafnvel þó aðgerðir hans hefðu ekki valdið tortryggni meðal embættismanna í London. Þó að Turner skipstjóri teldi sig vera sannan meðlim samfélagsins þrátt fyrir allar fyrri viðleitni þeirra til að ná friði.

Um leið og ljóst varð að Turner var ábyrgur fyrir hörmungunum - stríðsaðgerð - hreyfðist aðmíralið strax gegn honum. Allir sem þekkja til innri samskipta meðal háttsettra embættismanna aðmiralty gætu sagt að þeir ætluðu að leggja mál sitt gegn Turner; Churchill skrifaði sjálfur í einu skjali „Við ættum að elta Turner skipstjóra án taum.

Áður en eHort gat byrjað, boðaði John J. Horgan frá Kinsale á Írlandi til eigin réttarrannsóknar - til mikillar óánægju aðmíraliðsins - vegna sökkunar. Horgan hélt því fram að það hefði fallið honum í skaut þar sem fimm af látnum Lusitania hefðu verið fluttir heim laugardaginn 8. maí eftir að það sökk og hóf því eigin rannsókn strax á eftir. Horgan kallaði Turner skipstjóra sem vitni og eftir að hafa heyrt vitnisburð hrósaði hann honum fyrir að vera með skipið þar til það var á síðustu stundu; á þeim tímapunkti byrjaði Turner að hágráta stjórnlaust áður en Horgan hrósaði Turner skipstjóra og sagði að Horgan hefði kallað hann sem „hugrakkur en óheppinn maður". Horgan skrifaði síðar endurminningar þar sem hann kallaði Turner sem „hugrakkan en óheppinn mann".

Mánudaginn 10. maí tilkynnti dánardómur úrskurð sinn: að allir þeir sem voru um borð í kafbátnum, þar á meðal yfirmenn hans og áhöfn sem og Þýskalandskeisari, hafi framið „af ásetning og heildsölumorð".
Hálftíma síðar fékk Horgan boð frá aðmíraliðinu þar sem hann skipaði honum að koma í veg fyrir að Turner bæri vitni fyrir þeim. Horgan skrifaði „það var hins vegar jafn seint að vernda Lusitania gegn árásum eins og við þetta tækifæri".
Aðmíraliðið var mun fljótara að gera grein fyrir útlínum áætlunar sinnar um þróun.

Eftir hamfarirnar gaf Richard Webb, forstöðumaður viðskiptadeildar Admiralty, út tveggja blaðsíðna „Secret Memorandum" þar sem hann fullyrti að Turner hefði óhlýðnast fyrirmælum Admiralty sem krafðist þess að hann sikksakk um áberandi nes og færi þeim víða. Í staðinn, samkvæmt minnisblaði Webb, hélt Turner áfram eftir sinni venjulegu viðskiptaleið á um það bil þremur fjórðu af fullum mögulegum hraða; hélt henni óvarinn í of lengi á svæði sem er mest viðkvæmt fyrir árásum og býður hamförum.

Webb óskaði eftir rannsókn frá flaknefnd Bretlands undir stjórn Mersey lávarðar, sem hafði leitt rannsóknir á mörgum skipsflökum, þar á meðal Titanic og keisaraynju írlands.

Miðvikudaginn 12. maí herti Webb árás sína á Turner skipstjóra. Í minnisblaði dagsettu 12. maí skrifaði hann að Turner „virtist hafa sýnt nánast óskiljanlega vanrækslu, sem leiddi til þess að maður komst að þeirri niðurstöðu að annað hvort væri hann algjörlega vanhæfur eða að þýskum umboðsmönnum hafi verið ógnað. First Sea Lord Fisher skrifaði í reiðri hendi á spássíuna „Ég vona að Turner skipstjóri verði handtekinn strax í kjölfar þessarar rannsóknar óháð dómi hennar," og bætti við „Ég vona að Turner skipstjóri verði handtekinn strax í kjölfar hvers kyns dóms sem kveðinn er upp gegn Fnding".

Aðmíralið tók áður óþekkt skref með því að krefjast þess að framkvæma hluta af fyrirhugaðri rannsókn sinni í leyni - sérstaklega rannsókn þess á Turner.

BANDARÍSKI RÆÐSMAÐURINN FROST skildi fljótt að hollustuliðar aðmíralsins höfðu harðnað gegn Turner. Sunnudaginn 9. maí heimsótti hann Admiral Coke - háttsettur sjóhermaður í Queenstown - með tveimur bandarískum herfylkingum sem voru nýkomnir frá London til að aðstoða við að flytja Bandaríkjamenn heim.

Coke aðmíráll gagnrýndi Turner opinskátt fyrir að sigla of nálægt ströndinni og of hægt og las upp viðvaranirnar sem Lusitania sendi skip Turner á föstudaginn. En Frost ræðismaður varð mjög hissa á ummælum Coke aðmíráls.
Frost tók eftir því hversu stutt þessi skilaboð voru. Engar leiðbeiningar eða túlkun hafði verið boðið af aðmírality til Turner; þannig að hann er ómarkvissari sem ríkisforingi.

Einn af bandarísku herforingjunum, Capt. W. A. Castle, skrifaði sína eigin frásögn af þessum fundi og benti á hvernig eitt efni var áberandi fjarverandi: Skemmdarvargar eða önnur flotaskip voru aldrei nefnd af hvorugum aðilum meðan á samræðum stóð. „Þessi staðreynd sló mig sérstaklega," skrifaði Castle: „aðmírállinn virtist gjarnan vilja réttlæta ráðstafanir stjórnvalda sinna á meðan hann minntist ekki á nærveru þeirra í samtali okkar.

Auðvelt er að skilja hvers vegna aðmíralið myndi leitast við að kenna Þýskalandi um sökina: með því að einangra þá sem geranda myndi meiri samúð á heimsvísu myndast með Bretlandi á meðan andstaða við Þýskaland gæti aukist veldishraða. Með því að beina sökinni yfir á Turner reyndi aðmíralið hins vegar að beina athyglinni frá eigin vanrækslu við að vernda Lusitania (þegar spurt var um þetta á þinginu 10. maí svaraði Churchill frekar tortrygginn að kaupskipaflutningar yrðu að passa sig). En það voru önnur leyndarmál að gæta, ekki aðeins frá innlendum athugunum heldur einnig þýskum áhorfendum: sérstaklega sú staðreynd að herbergi 40 í aðmíraliðinu vissi svo mikið um ferðir U-20 í aðdraganda árásarinnar. Ein leið til að vernda þessi leyndarmál var að beina athyglinni annað.
Þann 12. maí hleruðu breskar þráðlausar stöðvar í hlustunarneti sínu skilaboð frá U-20, sem hafði hafið samband á ný við Emden eftir að hafa farið inn í Norðursjó og var komið inn á heimasvæði á ný. Hjá Admiralty fengu þessar hleranir áður óþekktan áhuga; Herbergi 40 óskaði eftir því frá öllum hlerunarstöðvum að þær staðfestu uppskrift sína nákvæmlega og útveguðu undirrituð og staðfest afrit til að staðfesta að farið væri að öllum alríkiskröfum um birtingu U-20 skilaboða.

Schwieger greindi frá í fyrstu skilaboðum sínum um þáttaröðina: "Þrjú skip hafa sökkt undan suðurströnd Írlands, þar á meðal LUSITANIA: eitt seglskip, tvö gufuskip og LUSITANIA hafa farið niður. Er á leið til munns Ems."
Aðmíralið fékk þessi skilaboð klukkan 9:49; Afkóðað eintak þess var merkt „Leynilegasta“. Þetta staðfestir að U-20 hafði sannarlega verið ábyrgur, sem herbergi 40 hafði fylgst með síðan 30. apríl.

Þennan síðdegis hleraði herbergi 40 tölvupóst sem sendur var frá yfirmanni úthafsflotans í Þýskalandi, Peter Schwieger aðmírál, þar sem hann þakkaði þeim árangur sem þeir höfðu náð og bauð þeim bestu óskir um örugga heimkomu. Þetta bréf var svohljóðandi: "Vinsamlegast vil ég þakka yfirmanni og áhöfn fyrir frábæran árangur þeirra. Er afskaplega stoltur af því sem hefur áunnist og óska þeim báðum góðrar ferðar heim.

Schwieger sendi þriðja skilaboðin til baka til stöðvar sinnar, þar sem hann gaf upplýsingar um breiddar- og lengdargráðu árásar hans á Lusitania ásamt því að hafa tekist að sökkva henni „með einum tundurskeyti“.

Í fyrstu var þetta nokkuð óvænt; flestir heimsfjölmiðlar voru búnir að trúa því að tveir tundurskeyti hefðu valdið því að Lusitania var sökkt, sem skýrði tvær stórar sprengingar sem farþegar tilkynntu um. Samt vissu sérfræðingar í Room 40 án nokkurs vafa að Schwieger hafði aðeins skotið einum tundurskeyti á hana.

Þetta leiddi auðvitað til spurninga eins og: Hvernig gat einn tundurskeyti sökkva svo stóru skipi eins og Lusitania án þess að annað væri í leik; og ef engin önnur sprenging stafaði af einhverju öðru en einu sinni?

Þeir viðurkenndu líka að skilaboð Schwiegers yrðu að vera leyndarmál hvað sem það kostar þar sem þessi tiltekna tegund njósna gæti gert Þýskalandi viðvart um tilvist herbergi 40. Þegar Mersey-rannsóknin hófst 15. júní 1915, hafði þessi viðleitni hins vegar reynst tilgangslaus.

Heima fyrir var ríkisstjórnin að upplifa eitt af reglubundnum sviptingum sínum innan um deilur um skeljaskort á vesturvígstöðvunum og misheppnaða áætlun Churchills um að þvinga Dardanelles með miklum kostnaði í mannslíf og skip. Fisher hafði sagt af sér á meðan Churchill hafði verið fjarlægður; Engu að síður leiddu þessar breytingar ekki til neinnar breytinga á herferð Captain Turner gegn þeim.

Mersey lávarður kallaði saman fyrsta leynifundinn og kallaði Turner aftur inn í vitnaklefann til að lýsa upplifunum sínum í hamförunum. Sir Edward Carson, aðallögfræðingur Admiralty, yfirheyrði Turner harðlega eins og þetta væri morðréttarhöld þar sem Turner var sakaður um að hafa brotið tilskipanir Admiralty, sérstaklega fyrirmæli þess um að halda sig á miðstöðinni. Carson vildi augljóslega sanna þetta atriði þar sem sönnunargögn gegn Turner gætu hugsanlega grafið undan fullyrðingu Carsons um að hann virti ekki tilskipanir aðmíralsins og Carson ætlaði greinilega að sýna þetta í yfirheyrslum sínum með því að yfirheyra hann í opinberum vitnisburði annarra vitna, þar á meðal Mersey lávarður kallaði Turner aftur þegar hann kom saman. leynilegar fundir og aftur færði Turner aftur fyrir vitnaboxið af Mersey lávarði til að bera vitni.

Turner bar vitni um að samkvæmt sínum eigin stöðlum væri hann í miðri rásinni og færi nálægt Kinsale Head af og til - að meðaltali að fara á vegalengdir eins litlar og eina mílu við venjulegar aðstæður sagði hann; örugglega ein ljósmynd sýnir hana sigla framhjá á fullum hraða rúmlega einni sjómílu framhjá þessu kennileiti á fullum hraða; þegar ráðist var á hana gæti hún hafa verið allt að 15 sjómílur frá (árum síðar myndi kafari setja flak sitt í 11 3/4 mílur frá Kinsale Head.) Turner áætlaði stöðu sína í þessari tilteknu árás með því að reikna út frá persónulegum stöðlum (árum síðar kafari). myndi ákvarða staðsetningu þess)

Carson mótmælti einnig áætlun Turner um að hægja á Lusitania niður í 18 hnúta þegar torpedað var, og efaðist um markvissa hægagang hennar til að koma á Mersey Bar í Liverpool í tæka tíð án þess að stoppa fyrir eldsneyti eða vistir. Carson lagði til að ef Turner hefði sikksakkað á hámarkshraða í staðinn, gætu þeir hafa forðast að vera á kafi á meðan þeir náðu Liverpool án þess að stoppa; Jafnvel þó að Turner hafi ekki verið viljandi að sikksakk, heldur sköpuðu fjölmargar stefnubreytingar hans um morguninn við að setja upp fjögurra punkta legu, svipinn á slík áhrif. Carson sleppti því að þrátt fyrir að Turner hafi ekki verið í markvissum stefnubreytingum, gerðu fjögurra punkta legustillingar hans það sem virtist vera sikksakk; Carson lét framhjá sér fara að þó að Turner hafi ekki gert þetta viljandi, þá sköpuðu nokkrar breytingar hans um morguninn sem settu upp fjögurra punkta legu þessi áhrif; Carson sleppti því þó að Turner hafi ekki viljað gera þetta heldur!
Leið U-20 lá beint á vegi hans þegar hann tók eina síðustu beygju stjórnborða og leiddi hann beint inn á brautina.

Fyrir hönd Turner var Butler Aspinall, fremsti sérfræðingur Bretlands í hafréttarmálum. Aspinall gerði sitt besta til að móta frásögn Turner í frásögn um síðasta morgun Lusitania sem myndi vinna samúð Mersey lávarðar: „Við höfum þann mikla kost að vita svo margt sem var óþekkt þá,“ sagði Aspinall; við skoðuðum töflur til viðmiðunar á meðan við stjórnuðum umræðunni og tókum upplýsta dóma sem voru ekki til þegar Turner tilkynnti Mersey lávarði beint.

Mersey lávarður heyrði vitnisburð frá þrjátíu og sex vitnum, þar á meðal farþegum, áhöfn og utanaðkomandi sérfræðingum. Í lok rannsóknarinnar hreinsaði Mersey lávarður Turner af allri sök í tengslum við tapið á Lusitania. Mersey sagði í skýrslu sinni að Turner "beitti dómgreind sinni til að ná sem bestum árangri. Hún var gerð með reynslu í huga og þó aðrir hefðu kannski gert hlutina öðruvísi eða skilvirkari ætti hann ekki að bera ábyrgð." Mersey fannst ákvörðun Cunards um að loka fjórða ketilherberginu sínu óviðkomandi; Jafnvel með þessari hraðalækkun fannst Mersey samt að Lusitania væri töluvert hraðari en nokkur önnur gufuskip sem siglir yfir Atlantshafið. Þess í stað lagði Mersey alla sökina eingöngu á U-bátaforingja.

Turner fannst eflaust létti við að heyra um afsögn Merseys lávarðar sem flakstjóra; Hins vegar, að sögn sonar síns Normans, taldi hann einnig að hann hefði verið ósanngjörn meðhöndlaður við rannsóknina og tilraun hennar til að setja á hann sök á því að sokkið var og fordæma hann fyrir að halda áfram á valinni braut. Mersey lávarður deildi þessu viðhorfi og hætti skömmu eftir að kalla rannsóknina „bölvað óhreint fyrirtæki". Cunard hélt Turner á fyrirliðalistanum sínum.

Á engum tímapunkti á meðan á leynilegum hlutum þessa máls stóð upplýsti aðmíralið nokkurn tíma hvað það vissi um ferðir U-20 eða ráðstafanir sem gerðar voru til að tryggja HMS Orion og önnur herskip. Ennfremur var engin tilraun gerð af þeirra hálfu til að ná samkomulagi um þetta mál.
Mersey lávarður krafðist þess að leiðrétta mat sitt um að tveir tundurskeyti hefðu skotið á Lusitania, þegar í raun og veru herbergi 40 vissi allt of vel að Schwieger hefði aðeins skotið einum tundurskeyti á hana.

Skrár sem Þjóðskjalasafnið og Churchill College, Cambridge, varða herbergi 40, eru ótrúlega þögul um málið og sýna engin merki um eftirsjá að missa af svo augljósu tækifæri til að beita ávöxtum upplýsingaöflunar sinnar til að bjarga óteljandi mannslífum.

Að minnsta kosti einum áberandi flotasagnfræðingi, Patrick Beesly (látinn), fannst þessi spurning furðuleg í seinni heimsstyrjöldinni þegar hann starfaði í leyniþjónustu breska sjóhersins. Leyndarlög Bretlands bönnuðu honum að skrifa um þetta efni fyrr en eftir að síðari heimsstyrjöldinni lauk þegar nokkrar bækur, þar á meðal ein um herbergi 40 - sem sögð er vera hálfopinber reikningur - voru gefnar út og tóku á deilunni með skánari hætti með því að gefa til kynna að án vísvitandi ætlar að setja Lusitania í hættu, "maður situr aðeins eftir með ófyrirgefanleg mistök sem skýringu."

Beesly var minna varkár í viðtali sem haldið var í Imperial War Museum í London: „Sem Englendingur og aðdáandi konunglega sjóhersins," fullyrti hann, „vil ég frekar að þeim sem bera ábyrgð verði refsað harðari."
Hann reyndi að rekja þessa vanrækslu til gáleysis eða jafnvel stórfelldu gáleysis frekar en vísvitandi samsæris gegn Lusitania; þó, miðað við allar þær upplýsingar sem nú eru tiltækar, komst hann treglega að þeirri niðurstöðu að "í heildina litið væri vissulega einhver tilraun, jafnvel þótt ófullkomin, að stofna Lusitania í hættu til að draga Ameríku inn í fyrri heimsstyrjöldina". Mikið hafði verið gert fyrir önnur herskip eins og Orion en ekkert fyrir Lusitania; sama hvernig hann skipulagði sönnunargögn kom hann alltaf aftur að samsæri - að spyrja einhvern "Ef þessi skýring er óviðunandi eða óviðunandi, vinsamlegast segðu mér aðra skýringu á þessum mjög undarlegu kringumstæðum."

Lögfræðingar Cunards voru líka undrandi yfir fjarveru fylgdarmanns, en þessi staðreynd var óupplýst í innri minnisblaði sem skrifað var til að aðstoða lögfræðing í New York að verjast skaðabótakröfum frá fjölmörgum bandarískum farþegum um borð í Mersey-rannsókninni. Cunard's London Drm skrifaði að Sir Alfred Booth bjóst við að tortímamenn frá aðmíraliðinu kæmu til að mæta og flytja skip sitt; það voru eyðingarvélar í Queenstown en það hefur ekki verið skýring á því hvers vegna þetta gerðist ekki nema Winston Churchill sagði að það væri ekki mögulegt fyrir aðmíralið að senda kaupskipum." gert til að sinna þessu verkefni fyrr á árinu!

Áhyggjufullir farþegar og áhöfn, jafnt sem borgarar Queenstown höfðu áhyggjur af þessari spurningu um hvern ætti að senda til að bregðast við viðvörunum Þjóðverja í New York og tilkynningu aðmíralsins um nýja kafbátavirkni í Queenstown. Þriðji oddviti Albert Bestic skrifaði síðar í frásögn sinni af þessum þætti að einhvers konar verndarlið hefði átt að vera beitt um leið og verndarráðstöfun varð ljós. Einn tortímandi hefði getað komið í veg fyrir frekari manntjón hefði hún umkringt Lusitania þegar hún fór inn á hættusvæði þess og komið í veg fyrir að frekari árásir næðu yfirborði þess. Einn af virtum skipstjórum Cunards, James Bisset, sem hafði þjónað undir stjórn Turner og var skipstjóri á HMS Caronia þegar það hitti Lusitania rétt eftir brottför, skrifaði í endurminningar sínar að þeir hafi ekki veitt flotavernd á þröngu hafsvæði þegar hún nálgaðist áfangastað. var sérstaklega átakanlegt í ljósi þess að að minnsta kosti tuttugu skip frá Cunard höfðu veitt slíka umfjöllun áður."
Þýskir U-bátar höfðu skotið á þrjú bresk kaupskip innan sjö daga nálægt Bretlandi og Írlandi með tundurskeytum og sökkt öllum þremur.

Turner lýsti sjálfur yfir óvissu um hvort fylgdarlið hefði getað komið í veg fyrir hörmungarnar: „það gæti", sagði hann í vitnisburði sínum við rannsókn Kinsale dánardómstjóra; "en það er aldrei að vita. Kafbáturinn hefði líklega rekið okkur báða niður."

ÖNNUR ráðgáta kom í ljós þegar önnur sprenging varð í Lusitania. Í áratugi á eftir myndi málstaður þess vera umdeildur, sem vekur vangaveltur um falin vopn eða sprengiefni um borð sem gætu hafa farið óvænt af stað. Það kann að hafa verið ótilgreint geymsla sprengiefna um borð, en ef svo er, olli það ekki seinni sprengingunni eða flýtti fyrir sökkvandi hraða hennar. Ennfremur gefur ekkert af frásögnunum eftir eftirlifendur nægjanlega nákvæmar upplýsingar um hvað slík sprenging myndi hafa í för með sér hvað varðar líflegar hamfarir. Einnig var ólíklegt að Ri e skotfæri hefðu valdið sprengingu; Prófanir sem gerðar voru nokkrum árum áður höfðu sýnt fram á að slík skotfæri sprengdu ekki sjálfkrafa þegar þau urðu fyrir útfjólubláu ljósi, sem varð til þess að viðskipta- og vinnumálaráðuneyti Bandaríkjanna samþykkti að flytja þennan farm um borð í farþegaskip.

Önnur kenning hélt því fram að þegar tundurskeytin sprakk, hafi heilahristingur hans stungið skipið svo kröftuglega að næstum tómum kolabyssum þess varð þakið sprengiskýi af kolaryki sem síðan kviknaði í sjálfu sér - eins og sést af fjölmörgum vitnaskýrslum og prófunum sem gerðar voru um borð í skipinu. . Það er sönnun fyrir slíkum áhrifum. Einn manneskjan, sem stóð í miðju skýli, sagði að hann hefði heyrt högg tundurskeytisins og fann sig síðan fljótt umvafin ryki; en þetta ský kviknaði sem betur fer aldrei; hann lifði ósnortinn af. Eftirlifandi frásagnir sýna ekki hvers konar krampa sem slík íkveikja hefði valdið, en síðari rannsóknir réttartæknifræðinga leiddu í ljós að aðstæður um borð í skipinu voru of rakar, að hluta til vegna þéttingar á skrokknum, til að styðja við sprengingu.
Turner setti fram þá kenningu að það sem líklega orsakaði seinni atburðinn væri rof á aðalgufulínu sem flytur gufu undir miklum þrýstingi - kenning hans frá upphafi. Þetta gæti hafa gerst annaðhvort vegna beins krafts upphafssprengingar eða kölds sjós sem kom inn í ketilherbergi nr. hvort sem er, gufuþrýstingur innan í skipinu lækkaði strax eftir að tundurskeyti sprakk; verkfræðingur frá Starboard High Pressure Turbine Room greindi frá því að þrýstingur lækkaði "í 50 pund á sekúndum," um það bil fjórðungur af því sem búast hefði mátt við.

Árás Schwiegers á Lusitania bar árangur aðeins vegna óvenjulegs samruna herafla; jafnvel minnsta breyting hefði getað breytt leið hennar og komið í veg fyrir hörmungar.

Hefði Turner skipstjóri ekki þurft að bíða í tvo tíma til viðbótar eftir farþegum frá Kameróníu gæti hann hafa farið framhjá Schwieger í þokunni á meðan U-20 var á kafi og á leið heim. Jafnvel sú stutta töf sem varð af því að frænka Turner fór seint frá borði gæti hafa sett skipið í hættu; Þar að auki, ef Turner hefði ekki þurft að leggja niður fjórða ketilherbergið til að spara peninga, gæti skip hans verið komið til Liverpool áður en Schwieger var jafnvel kominn inn í Celtic Sea!

Þoka var líka áhrifavaldur: hefði hún haldið áfram í aðeins hálftíma lengur, hefði hvorugt skipið séð hvort annað og Schwieger hefði haldið ferð sinni áfram einn.

Árás Schwiegers heppnaðist nánast kraftaverk, jafnvel á hans eigin mælikvarða; hefði Turner skipstjóri ekki farið þessa síðustu beygju til stjórnborðs, hefði Schwieger aldrei náð. Ennfremur, tundurskeyti hans virkaði í raun og veru, þrátt fyrir bæði eigin reynslu

og áætlaða 60 prósent bilanatíðni sem þýska sjóherinn reiknaði út - það gerði nákvæmlega það sem ætlað var!
Lusitania sló á nákvæmlega þar sem sjór gat farið inn í stjórnborða lengdarbylgjurnar hennar og valdið dauðalistanum, sem tryggði enn frekar hörmung. Enginn með þekkingu á smíði skipa og gangverki tundurskeyta hefði spáð því að einn tundurskeyti gæti steypt niður jafnstóru skipi og Lusitania á aðeins átján mínútum! Árás Schwiegers á frambjóðandann krafðist eins tundurskeytis og nokkurra skota úr þilfarsbyssu hans; Árás hans síðar sama dag gegn Centurion krafðist tveggja tundurskeyta til viðbótar; 8. maí 1916 - næstum nákvæmlega ári síðar - þyrfti þrjú í viðbót til að sökkva White Star Liner Cymric, þó að hún væri á reki í 28 klukkustundir í viðbót eftir að hún sökk - öll þrjú skipin voru brot af stærð Lusitania.

Schwieger hafði ofmetið hraða skipsins; hann áætlaði 22 hnúta þegar hún var í raun aðeins að hreyfa sig á 18 hnútum. Hefði hann metið þetta rétt og tímasett skot sitt í samræmi við það, hefði tundurskeyti slegið lengra aftur á bak, miðskips, ef til vill með minni hörmulegum afleiðingum og margir þeirra sem létust samstundis í farangursgeymslunni hefðu komist lífs af til að aðstoða við sjósetningu björgunarbáta; að auki gæti gufulínan ekki hafa bilað; hefði Turner getað haldið kraftinum í gegn gæti hann hafa komist í Queenstown eða tekist að stranda skip sitt eða jafnvel beitt lipurð gegn U-20.

Hins vegar virðist mögulegt að hefði Lusitania ekki verið svo sýnilega skemmd, gæti Schwieger hafa komið aftur í aðra tilraun.

Á þessum örlagaríka föstudegi var veðrið sannarlega eina frelsið: vatn var nánast óeðlilega rólegt; dagur sólríkur og hlýr; Jafnvel lítill sjór hefði yfirgnæft ofhlaðna björgunarbáta, losað þá sem lifðu af úr róðrum sínum eða kössum eða viðarplankum, líklega yfirbugað bát Ogden Hammond með sjötíu og fimm manns, byssur aðeins sex tommur yfir vatnsborði! Þökk sé þessum hagstæðu aðstæðum þennan föstudagsdag var fjöldamörgum, ef ekki hundruðum, mannslífum hlíft.

Eftir sökkinguna þagði Wilson í nokkra daga á almannafæri.

Wilson fór fljótt aftur í venjur sínar eftir árásina á Lusitania. Laugardagsmorguninn eftir að þetta gerðist spilaði hann golf og keyrði síðdegis og mætti svo í kirkju á sunnudagsmorgni. Þegar Wilson ræddi við Joe Tumulty í rannsókn sinni síðar um daginn, lýsti Wilson áhyggjum af því að tiltölulega áhugalaus viðbrögð hans gætu mislíkað sumum. Ef ég leyfði mér að staldra við þessa hörmulegu hluti sem birtast reglulega í dagblöðum um Lusitania gæti ég orðið í uppnámi og fundið gjörðir mínar ekki sanngjarnar gagnvart neinum; þar sem ég þori ekki að bregðast rangt við eða leyfa mínum eigin sterku tilfinningum."

Wilson sá að Tumulty var ekki sannfærður. Þegar Wilson skynjaði að Tumulty var ósammála svaraði Wilson: „Þú gætir haldið að ég sé kaldur og áhugalaus og minna en mannlegur; hins vegar, kæri náungi, þú myndir skjátlast þar sem ég hef eytt mörgum svefnlausum stundum í að hugsa um þennan harmleik; hann hefur fylgt draumum mínum eins og ill martröð og ég get ekki skilið hvernig nokkur þjóð sem heldur því fram að siðmenning geti valdið slíkum illverkum."

Wilson taldi að ef hann leitaði til þingsins núna til að lýsa yfir stríði, myndi það líklega líðast. Hins vegar taldi hann að þjóðin væri ekki tilbúin fyrir slíkt verkefni og sagði Tumulty „ef ég myndi mælast fyrir róttækum aðgerðum núna, myndum við aðeins horfast í augu við eftirsjá og ástarsorg".

Wilson hafði mikinn stuðning meðal flestra Bandaríkjamanna; með aðeins yfirlýstan fylking sem er hlynnt stríð undir forystu Teddy Roosevelts fyrrverandi forseta sem taldi stríð í stað þess að hika. Það var reiði en engin skýr ákall til vopna - jafnvel frá svo sagnfræðilega upplýstu dagblöðum eins og Louisville Courier-Journal.
Courier-Journal og Chicago Tribune greindu frá viðbrögðum Indiana en dagblöð sem þjóna smærri samfélögum hvöttu til aðhalds og sýndu Clinton forseta stuðning samkvæmt rannsókn eins sagnfræðings á viðbrögðum Indiana. Sex og átta blaðsíðna dagblöð og vikublöð deildu svipaðri tilfinningu um að leita friðar og beiðnir bárust til Hvíta hússins þar sem varúðar voru ráðlagt. Þingmenn í Tennessee fylkisþinginu greiddu atkvæði með ályktun þar sem þeir lýstu trausti á Wilson en kölluðu jafnframt á alla íbúa „að forðast að taka þátt í óvægnum athöfnum eða athugasemdum. Löggjafarþingmenn í Louisiana greiddu einnig atkvæði með stuðningi við Edwards

seðlabankastjóra og vöruðu við því að þessi kreppa „krefst rósemi, yfirvegun, stöðugleika og nákvæmni frá þeim sem falið er stjórnunarvaldinu. Nemendur Rush Medical College í Chicago tóku sig til og skrifuðu undir áskorun sem lýsti trausti á visku og þolinmæði Obama forseta og hvatti hann til að halda hlutleysisstefnu sinni. Tannlæknanemar við háskólann í Illinois tóku sér einnig tíma fyrir svipaðar aðgerðir.

Viðbrögð þýskra almennings við sökkun Lusitania voru ákafur. Dagblað í Berlín tilkynnti að 7. maí væri „dagurinn sem markaði endalok enskra yfirráða á hafinu“ og sagði: „Þeir [Enskir] geta ekki lengur verndað viðskipti og flutninga á strandsvæðum sínum; stærsta, fallegasta og hraðskreiðasta skipið hefur verið sökkt!" Þýski herinn í Washington sagði að Bandaríkin myndu loksins sjá hvernig aðstæður væru; þú lest um að þúsundir [Rússa eða Þjóðverja] væru drepnir án þess að gera sér grein fyrir alvöru þeirra; dauðsföll meðal Bandaríkjamanna um borð munu koma þeim heim til allra.

WILSON MYNDI ÞAÐ VERÐA MÁLUR þar til mánudagskvöldið 10. maí, þegar hann ferðaðist til Fíladelfíu í áætluðum ræðu fyrir fjögur þúsund nýjum borgurum. Þann síðdegi hafði hann séð Edith og þegar hann kom til Fíladelfíu var hann enn að takast á við tilfinningalega eftirköst hennar. Í ræðu sinni lagði hann áherslu á Ameríku sem tæki til heimsfriðar.
Reiði vegna harmleiksins í Lusitania vakti upp land hennar. Til að ávarpa áhorfendur sína og viðhalda þjóðarstolti í viðbrögðum, notaði hann útlínur í stað fyrirframskrifaðs texta og spuna þegar hann gekk á milli, ekki besta aðferðin miðað við tilfinningalegt ástand hennar. "Það getur verið eitthvað sem heitir að vera of stolt til að tjá sig. Það getur jafnvel verið eitthvað sem heitir þjóð svo réttlát að boðskapur hennar þarf ekki að sannfæra með valdi."

Þetta voru göfug viðhorf, en setning Wilsons, „of stoltur til að berjast“, sló skrýtinn tón í bandarískt almenningsálit. Þó enginn vildi stríð, hafði það ekkert með það að gera að vera of stoltur; eins og öldungadeildarþingmaðurinn Henry Cabot Lodge frá Flórída (sem er stuðningsmaður repúblikana í stríðinu) benti á það sem eina af óheppilegri uppfinningum Wilsons - "sennilega ein af hans verstu setningum."

Wilson tilkynnti Edith að hann hefði talað á meðan hann var yfirbugaður af tilfinningum vegna ástar sinnar til hennar, í bréfi sem skrifað var á þriðjudagsmorgun. Þar skrifaði hann: „Ég man ekki lengur nákvæmlega hvað var sagt í Fíladelfíu (þegar ég hjólaði eftir götunni eftir myrkur varð ég dálítið ráðvilltur um hvar nákvæmlega það átti sér stað), hugurinn minn dreifðist svo frá dásamlegu viðtali gærdagsins og

Áhrifamikil aðdráttarafl og ljúfleiki litla nótunnar þinnar; enn margir aðrir þættir hafa orðið skýrir í huga mér síðan."

Á þriðjudags- og miðvikudagseftirmiðdegi byrjaði Wilson að skrifa Lusitania mótmælabréfið sem hann ætlaði að senda Þýskalandi. Hann sló á Hammond-fartölvuna sína og leitaði að viðeigandi tóni - harkalegur en beinskeyttur, en þó án stríðnis. Loks á miðvikudagskvöldið hafði hann lokið við það og skrifað Edith "Með mikilli ánægju hef ég nýlokið bréfi okkar til Þýskalands og get nú talað frjálslega um tilfinningar okkar varðandi það að hún sökk; allt kvöldið fann ég nærveru ástarinnar allt í kring." "Þú varst eflaust til staðar þegar ég vann. Þakka þér fyrir." "Í kvöld hefur verið eitthvað eins og friður og ást í kringum mig þegar ég skrifaði á þennan fartölvu! Á miðvikudagskvöldinu hef ég lokið og get nú talað frjálslega við Edith um miðann sem ég sendi frá hammond fartölvunni minni."

Wilson sendi þessa athugasemd vegna andmæla Bryan utanríkisráðherra; Bryan taldi að fyrir sanngirni og hlutleysi ættu Bandaríkin einnig að gefa út formleg mótmæli til Breta fyrir afskipti af viðskiptum. Wilson ákvað að gera þetta; í stað þess að nefna ekki aðeins Lusitania heldur einnig dauða Falaba og Leon Thrasher, Cushings sprengjutilræði og GulXight árás í minnisblaði sínu sem og „helgu frelsi hafsins," þar sem kafbátaárásir á kaupskip brutu gegn „heilagt frelsi". Hann lýsti því hvernig kafbátaárásir á kaupskip væru samkvæmt skilgreiningu brot á "heilagt frelsi". Wilson minntist á öll þessi atvik með tilliti til þess sem hann kallaði „heilagt frelsi" og útskýrði hvernig kafbátaárásir á kaupskip brutu í bága við það sem hann kallaði „heilagt frelsi". Aðalbeiðni hans var að Þýskaland hafni þessum árásum, greiddi nauðsynlegar skaðabætur og gerði ráðstafanir til að koma í veg fyrir svipaða atburði í framtíðinni; á sama tíma og þeir taka eftir sérstakri vináttu þeirra.

Mótmæli Wilsons -- hin svokölluðu First Lusitania Note -- voru undanfari þess sem myndi verða tveggja ára pappírsstríð milli Ameríku og Þýskalands, sem einkenndist af mótmælum og svörum, nýjum árásum gegn hlutlausum skipum, auk opinberana um að þýskir umboðsmenn voru starfandi á amerískri grund. Wilson reyndi allt sem hann gat til að halda Ameríku hlutlausum, bæði líkamlega og andlega, samt taldi Bryan ráðherra ekki að viðleitni hans hefði gengið nógu langt og ákvað að segja af sér 8. júní 1915 og dró upp alhliða fordæmingu og samanburð við Judas Ískaríot og Benedikt Arnold af ritstjórum. . Goshen, Indiana's News-Times greindi frá: The Kaiser veitti herra Bryan járnkross fyrir minni þjónustu." Í bréfi sem Wilson sendi til Edith Galt, lýsti Wilson Bryan sem ögrandi umboðsmanni; Wilson kom í stað hans fyrir aðstoðarráðherrann Robert Lansing sem , á þessum tímapunkti, þráði stríð meira.

Wilson hafði tilefni til að fagna þegar Edith samþykkti loksins að giftast honum með bréfi 29. júní 1915 og þau giftu sig tveimur mánuðum síðar við einfalda athöfn í Hvíta húsinu 18. desember 1915. Seinna um kvöldið fóru þau í brúðkaupsferðina á einkajárnbrautarvagni á ferð alla nóttina. frá Washington D.C til Hot Springs Virginia - gæða sér á kjúklingasalati þegar þeir borðuðu kjúklingasalat síðar. Edmund Starling hjá leyniþjónustunni Wilson varð vitni að þeim dansandi glaðir morguninn eftir þegar lest þeirra kom inn á Hot Springs stöðina snemma um morguninn þegar hún kom snemma morguns að Hot Springs Virginia stöðinni þar sem Wilson sá „persónu með háan hatt, úlpu og gráar morgunbuxur standa. með bakið til mín, hendurnar í vösunum á meðan hann dansar glaður keip." Starling skrifaði síðar um þessi kynni: „hann sá einhvern með háan hatt, úlpu og gráar morgunbuxur með bakið að mér - dansandi glaður á meðan hann horfði aftur á bak inn í setustofu lestarvagna".

Þegar Starling horfði á Wilson, sem var ekki meðvitaður um nærveru Starlings, smellti hælunum af spenningi á meðan hann söng: "Ó! Fallega dúkkan þín! Stóra og fallega dúkkan þín!"
U-BOAT herferð Þýskalands jókst og dvínaði í samræmi við vaxandi pólitíska uppsetningu þess og breyttum pólitískum vindum.

Áhrif innan ríkisstjórnar hans sveifluðust milli fylkinga sem studdu og voru á móti kafbátahernaði gegn kaupskipum; Kaiser Wilhelm lýsti sjálfur yfir vanþóknun á árásum á farþegaskip. Í febrúar 1916 sagði Alfred von Tirpitz við flotaforingja Scheer aðmíráls: „Ef ég væri skipstjóri á U-báti myndi ég aldrei þyrla neinu skipi þar sem konur og börn voru um borð." Ráðherra Alfred von Tirpitz sagði af sér í gremju, Jacky Fisher, fyrrverandi fyrsti sjóherra Bretlands, svaraði í sömu mynt: hann skrifaði Tirpitz sem vini sínum: hann sagði honum að hressa sig við og sagði: „Kæri gamli Tirps," og hvatti hann til að „drepa þig. óvinur án þess að vera drepinn sjálfur; Ég álasa þér ekki fyrir að fara í kafbátaviðskipti; hefði það verið undir mér komið, þá hefði ég gert það sama; því miður myndu fávitarnir okkar í Englandi ekki trúa því þegar ég sagði þeim frá því; jæja! Svo lengi!"

Hann skrifaði undir það með því að skrifa "Þitt þangað til helvíti frýs yfir, Fisher."

Í júní 1916 gaf Kaiser Wilhelm út skipun um að banna árásir á öll stór farþegaskip - jafnvel þessi greinilega bresku - jafnvel U-bátaforingjum var bannað að gera árás. Sem mótmælaaðgerð gegn slíkum takmörkunum og til að vernda kaupskip á bresku hafsvæði fyrir hugsanlegum árásum þýskra U-bátaforingja.

En Lusitania var samt ágreiningsefni; Mótmæli Wilsons forseta gáfu ekki fullnægjandi viðbrögð - Blinker Hall til mikillar ánægju þar sem öll seinkun á því að leysa örlög hans gæti aðeins hjálpað til við að koma markmiðum bandamanna fram.

Kapitanleutnant Schwieger átti sinn þátt í að versna samskipti Ameríku og Þýskalands. Þann 4. september 1915 - meðan á eftirliti stóð þar sem hann tæfði ellefu gufuskip og einn fjögurra mastra gelti - tæmdi hann farþegaskipið Hesperian og drap 32 farþega og áhöfn um borð.
Hesperian var á leið vestur, í átt að New York og var því ólíklegt að bera vopn eða önnur smygl. Einn slíkur farmhlutur var Frances Stephens, kanadísk úrvalskona sem lést um borð í Lusitania og fékk loks flutning heim til Montreal frá greftrunarstað sínum í Bretlandi.

WILSON vann endurkjör árið 1916 og hélt áfram sinni daglegu golfrútínu með Edith sem nýju frú Wilson, jafnvel við snjóþunga aðstæður þar sem Starling umboðsmaður leyniþjónustunnar málaði golfkúlurnar sínar rauðar til að auka sýnileikann. Þau fóru meira að segja í akstur um sveitina - eitthvað sem Wilson elskaði að gera - sem hluti af hjónabandsheitum sínum. Edith varð traustur ráðgjafi hans sem hlustaði á drög að ræðum eða hlustaði þegar þeir skrifuðu minnispunkta fyrir Þýskaland. Hún veitti ráðgjöf stundum.

Bréf Wilsons og svör þeirra frá Þýskalandi urðu tilefni til athlægis fyrir utan Hvíta húsið, þar sem einn ritstjóri skrifaði: „Kæri Kaiser: Þrátt fyrir fyrri bréfaskipti um þetta mál hefur öðru skipi með bandarískum ríkisborgurum verið sökkt; þess vegna teljum við okkur skylt að upplýsa. virtustu og friðelskandi ríkisstjórn yðar hátignar að sérhvert endurtekið atvik muni krefjast þess að senda annan póst sem svar.

Að minnsta kosti í desember 1916 taldi Wilson að hann gæti enn haldið Ameríku hlutlausum og þjónað sem sáttasemjari til að miðla friðarsamkomulagi milli Bretlands og Þýskalands. Wilson fann von þegar Þýzkaland bauðst þann vetur að þeir gætu hugsað sér að leita friðar við ákveðnar aðstæður; Bretar vísuðu þessari forsögu alfarið á bug; fyrir Wilson gaf það að minnsta kosti von um að framtíðarviðræður gætu átt sér stað; Sendiherra Þýskalands í Ameríku, Johann-Heinrich von Bernstor greifi, styrkti þessa bjartsýni og tryggði því að Þjóðverjar væru fúsir til að semja um friðarviðræður.

En Bernstor ofmat oft sína eigin bjartsýni og hafði aðeins takmarkaða innsýn í djúpstæða breytingu innan Þýskalands sjálfs, jafnvel á meðan leiðtogar þeirra gáfu opinberar yfirlýsingar sem gáfu til kynna að stefnubreyting væri í gangi. ÞÝSKALAND sjálft var að ganga í gegnum ótrúlega og mótsagnakennda umbreytingu þar sem leiðtogar þess reyndu að efla efnahagslegan stöðugleika með meiri trássi en áður.

Þegar Þýskaland virtist stefna í átt að friði, öðluðust stjórnarandstöðubúðir innan ríkisstjórnar þeirra, sem beittu sér fyrir allsherjar kafbátahernað, áhrif innan ríkisstjórnar. Herforingjar leituðu nú eftir heimild til að sökkva öllum kaupskipum sem fara inn á stríðssvæði hlutlaus eða á annan hátt - jafnvel bandarísk skip - og ýta þannig vaktinni í átt að allsherjar undirhernaði. Að hluta til var þessi breyting knúin áfram af þýskum viðhorfum almennings sem, óttasleginn yfir blóðrás skotgrafahernaðar, sá U-báta sem töfrandi vopn sem gætu brotið Bretland niður. Samhliða þessu var grundvallarbreyting í þýska sjóhershugsuninni þar sem Schwieger og U-20 voru í lykilhlutverkum; bæði skipin gegndu mikilvægu hlutverki í hugsun Þýskalands varðandi sjóherstefnu þar sem stríð var stundað árásargjarnt af forystu Þýskalands;

Schwieger hafði sýnt einstaka kafbátaforingjakunnáttu sína allt haustið 1916 með því að sökkva mörgum skipum með góðum árangri; en í byrjun nóvember lenti hann í vandræðum. Þegar báturinn kom til baka frá þriggja vikna eftirlitsferð sinni við vestræna aðflugið strandaði hann í þoku, um 20 fet frá strönd Danmerkur. Hann hringdi eftir aðstoð; viðbrögð voru framúrskarandi. Scheer aðmíráll sendi tundurspilla til að reyna að losa U-20, sem og heila bardagasveit (siglinga og orrustuskip) af skemmtisiglingum og orrustuskipum, til að vernda hana. Schwieger var enn á kafi og var skipað að eyða því til að koma í veg fyrir eign óvina; tveir tundurskeyti sem hann skaut í boga þess mistókst; þess í stað skekkti hann aðeins bogann áður en hann var óskemmdur í 15 feta hæð neðanjarðar, innbyggður í sandi nálægt ströndinni og sýnilegur frá landi.

Herbergi 40 í London fengu þráðlausar hleranir sem bentu til þess að eitthvað óvenjulegt væri að eiga sér stað, sem varð til þess að þeir skráðu í dagbókina „Mikil spenna og virkni". Aðmíralið sendi kafbát þar sem skipstjórinn fann fjögur orrustuskip sem hann náði að þyrla tvisvar án þess að sökkva neinum.

Þessi þáttur hafði mikil áhrif á stefnu þýska flotans. Í fyrstu gagnrýndi Kaiser Wilhelm Scheer aðmírál fyrir að setja svo mörg skip í hættu til að styðja við einn kafbát; Samt stóð Scheer staðfastur og hélt áfram að setja áhættusöm verkefni fram, óháð því.
Scheer andmælti því að U-bátaherinn hefði orðið aðal sóknarvopn þýska sjóhersins og leysti úthafsflotann af hólmi sem aðal sóknarvopn hans. Á meðan hafði mat þeirra ekkert gert nema bíða í herstöðvum sínum þar til mikilvægur bardagi átti sér stað - án

nokkurs árangurs. Scheer upplýsti Wilhelm að héðan í frá hlyti verkefni þeirra eingöngu að vera að koma U-20 á haf út á öruggan hátt áður en þeir skila henni heim aftur á öruggan hátt; Scheer hélt því fram að eyðilegging eða handtaka U-20 hefði verið kærkomnar fréttir fyrir bresk yfirvöld og því hefði verið leyft að þeim hefði verið leyft af þeim að hafa eyðilagt eða handtekið af konunglega sjóhernum ef þeir hefðu náð þeim hefði það fært góðar fréttir sem myndu létta fyrir embættismenn breskra stjórnvalda og eyðileggja allar vonir sem þeir kunna að hafa.

Hann sagði Wilhelm að til að kafbátaáhafnir gætu viðhaldið áræði sínu - "áhuga" þeirra - þyrftu þeir fulla tryggingu fyrir því að þeir yrðu ekki yfirgefnir ef einhverjir erfiðleikar kæmu upp. Fyrir okkur," sagði Scheer, „er hver U-bátur svo mikilvægur að það er þess virði að leggja allan flotann í hættu til að tryggja þeim aðstoð og stuðning.

Á þessum tímapunkti hafði þýska U-báturinn náð styrkleikastigi sem gerði það kleift að verða virkilega ógnvekjandi. Þar sem í maí 1915 hafði sjóherinn aðeins 30 U-báta, árið 1917 hafði hann yfir eitt hundrað, marga stærri og öflugri en Schwiegers U-20 og flutti fleiri tundurskeyti en Schwieger sjálfur. Nú þegar svo áhrifaríkt vopnabúr var í boði fyrir þá jókst þrýstingur á að nýta alla möguleika þess jafnt og þétt.

Henning von Holtzendor frá Þýskalandi hugsaði ómótstæðilega áætlun sem tókst að sameina stuðningsmenn og andstæðinga óhefts hernaðar í eina heildstæða herbúðir. Áætlun Holtzendors fól í sér að losa U-báta Þýskalands úr læðingi og leyfa skipstjórum þeirra að sökkva öllum skipum sem fóru inn á „stríðssvæði", og lagði að lokum til að stríðinu yrði lokið eftir sex mánuði - ekki fimm, ekki sjö; bara sex! Til þess að áætlun hans virkaði farsællega áætlaði hann að það yrði að hefjast 1. febrúar 1917 - ekki seinna! Hann hélt því fram að burtséð frá því hvort herferðin dró Bandaríkin inn í stríðið eða ekki, myndi útkoma hennar líklega ljúka áður en bandarískt herlið gæti virkjað og lagt sitt af mörkum. Áætlunin, líkt og landsvæðisígildi hennar, Schlie en áætlunin, var dæmi um kerfisbundna þýska hugsun; samt virtist enginn gera sér grein fyrir því að það innihélt stóra þætti sjálfsblekkingar. Holtzendor hrósaði: "Ég ábyrgist með orðum mínum sem sjóliðsforingi að enginn Bandaríkjamaður muni stíga fæti í þessa heimsálfu!"
Þann 8. janúar 1917 hittust æðstu borgara- og herleiðtogar Þýskalands í kastala Kaiser Wilhelms í Pless til að íhuga áætlun sína. Kvöldið eftir gaf Wilhelm, sem æðsti herforingi, út skipun um að koma henni í framkvæmd - skipun sem átti að sanna eina af lykilákvörðunum stríðsins. Þann 16. janúar sendi þýska utanríkisráðuneytið tilkynningu um þessa nýju herferð til Bernstor sendiherra í Washington með fyrirmælum um að hún ætti að ná til Lansing ráðherra 31. janúar - og gaf ekkert

tækifæri til mótmæla eða samningaviðræðna á meðan Bernstor hafði verið talsmaður friðarframkvæmda til að kynna Þýskaland. vilja frið!

Wilson var hneykslaður yfir stríðsyfirlýsingu Þýskalands en ákvað að nota hana ekki sem réttlætingu fyrir stríði. Það sem Wilson vissi ekki um á þeim tímapunkti var önnur, mjög leynileg skilaboð sem bætt var við símskeyti Bernstors sem hafði verið hlerað og komið til leyniþjónustudeildar Blinker Hall í Old Admiralty byggingunni í London þar sem Blinker hafði umsjón með sífellt mikilvægari þætti í aðgerðum í herbergi 40: hlerun diplómatískra aðgerða. fjarskipti bæði þýsk og amerísk.

Nigel de Gray var einn af fyrstu starfsmönnum Halls sem viðurkenndi mikilvægi annars símskeyti Halls 17. janúar 1917, á meðan hann sinnti venjubundnum málum ásamt einum öðrum samstarfsmanni á skrifstofu Halls. De Gray kom óvænt inn og truflaði Hall og samstarfsmann í vinnunni sem sinnti hversdagslegum málum þegar de Gray kom og tók eftir þeim.

"D.I.D," byrjaði hann og notaði skammstöfunina fyrir Director Intelligence Division, "viltu koma Ameríku inn í þetta stríð?"

Hall svaraði því játandi. Þegar ýtt var á hana með spurningum um hvers vegna svaraði hún játandi. "Já," svaraði hún áður en hún spurði "af hverju."

De Gray tilkynnti skjólstæðingi sínum um skilaboð sem höfðu borist frá Mars sem var „frekar undrandi". De Gray hafði stöðvað hana daginn áður og hefur ekki lesið hana allt enn, en það sem hann hefur túlkað virðist of stórkostlegt til að hægt sé að trúa því. Hall las hluta afkóðann þrisvar eða fjórum sinnum í hljóði og var sýnilega snortinn af því sem hann las. „Ég man ekki eftir að hafa verið spenntari," sagði hann í dagbók sinni.

Um leið og hann hafði fengið skilaboðin áttaði hann sig á því að hið ótrúlega eðli þess hafði í för með sér einstaka erfiðleika fyrir hann að takast á við. Að opinbera það strax myndi ekki aðeins stefna leyndarmáli herbergis 40 í hættu heldur myndi það einnig draga í efa lögmæti þess miðað við það sem lagt var til í því.

Þessi framandi skilaboð frá Arthur Zimmermann, utanríkisráðherra Þýskalands, skrifuðust á óþekktan kóða sem Room var óþekktur í herberginu.

40. Þýðing á enskum texta þess var hægt og krefjandi, en smám saman komu helstu þættir boðskapar þess fram í fullu sjónarhorni, eins og mynd sem kemur upp úr myrkraherbergi. Þýskaland gaf sendiherra sínum í Mexíkó fyrirmæli um að bjóða Venustiano Carranza, forseta Mexíkó, bandalag ef til þess kæmi að Bandaríkin kæmust í stríðið með kafbátaherferð; "Gerðu stríð saman," lagði Zimmermann til; á móti myndi Þýskaland aðstoða Mexíkó við að taka landsvæði sem áður var haldið - "týnt landsvæði" - í Texas, Nýju Mexíkó og Arizona.

Hall var fullviss um mikilvægi boðskapar de Grey: "Þetta gæti verið mjög stórt - hugsanlega stærsti viðburður stríðsins! Í bili ætti enginn fyrir utan þetta herbergi að vera upplýstur um neitt." Þetta innihélt jafnvel yfirmenn Halls í aðmíralinu.

Hall vonaði að hann gæti haldið sig frá vandræðum með því að birta alls ekki símskeytið; Yfirlýsing Þýskalands um ótakmarkaðan U-báta hernað gæti sannfært Wilson forseta um að stríð væri komið. Þann 3. febrúar 1917 rauf Wilson diplómatísk samskipti við Þýskaland og lýsti yfir stríði. Vonir Halls jukust verulega þegar Wilson rauf diplómatísk samskipti og hóf stríðsáætlanir gegn Þýskalandi.

Wilson skipaði Bernstor sendiherra að fara, en hætti samt við að kalla á stríð. Í ræðu sinni um daginn sagði Wilson að hann gæti ekki trúað því að Þýskaland ætlaði að ráðast á hvert skip sem færi inn á stríðssvæði; aðeins augljósar athafnir þeirra gætu fengið hann til að trúa þessu.

Hall skildi fljótt að það væri kominn tími á aðgerð - hann varð að koma símskeytinu í bandarískar hendur á sama tíma og hann verndaði leyndarmál herbergis 40. Með nokkrum varkárum tilþrifum tókst Hall að gera nákvæmlega þetta.
Bretar fengu aðgang að afriti af símskeyti eins og það hafði verið móttekið í Mexíkó frá starfsmanni Mexíkósímaskrifstofunnar og gaf Bretum tilefni til að halda því fram að þeir hefðu komist yfir það með hefðbundnum njósnaaðferðum. Þann 24. febrúar 1917 afhenti utanríkisráðherra Bretlands þetta fullþýdda eintak opinberlega fyrir Page sendiherra Bandaríkjanna til skoðunar og undirskriftar.

Wilson reyndi upphaflega að birta textann strax, en Lansing framkvæmdastjóri ráðlagði því að gera það fyrr en þeir hefðu sannreynt sjálfir að hann væri ósvikinn. Wilson samþykkti það og fór að bíða.

Sama dag bárust fréttir af Cunard farþegaskipi, Laconia, sem varð fyrir tveimur tundurskeytum og sökk við Írland, með þeim afleiðingum að fjölmargir farþegar drápust, þar á meðal Edith Galt Wilson, sem þekkti þá báða persónulega. Edith hafði vitað af þeim báðum persónulega áður en þeir fórust.

Wilson og Lansing hugsuðu upp áætlun um að dreifa símskeyti í gegnum Associated Press; 1. mars 1917 birtu bandarísk dagblöð það forsíðufrétt. Efasemdarmenn fullyrtu strax að þetta væri fölsun sem breskir umboðsmenn höfðu búið til; eins og Lansing hafði búist við að myndi gerast, sökuðu gagnrýnendur Zimmermann um að búa það til sjálfur og neituðu skilaboðum hans alfarið; þvinga þannig annað hvort uppljóstrun um uppruna sinn eða samþykkja að traust sé eingöngu borið á Wilson forseta sem heimildarmann.

Zimmermann kom Lansing á óvart. Á blaðamannafundi föstudaginn 2. mars viðurkenndi hann sjálfur að hafa sent símskeytið. Lansing skrifaði, "með því að viðurkenna þennan sannleika gerði hann ótrúlega rýrnun fyrir einhvern sem stundaði alþjóðlega ráðabrugg... Þó að senda skilaboðin sjálf gæti hafa verið heimska sjálf; að viðurkenna sannleikann enn verri!"

Áætlanir Þjóðverja um að skrá Mexíkó í bandalag, lofa bandarísku landsvæði sem verðlaunum, voru ótrúleg opinberun, en enn átakanlegri fréttir bárust daginn eftir: Þýskir kafbátar höfðu tekist að ráðast á þrjú bandarísk skip til viðbótar án viðvörunar eða réttlætingar - og höfðu náð að sökkva öllum þrír.
Viðvörun var bætt við með vinsælli uppreisn sem gekk yfir Rússland - þekkt sem febrúarbyltingin - sem olli brottför Nikulás keisara þann 15. mars og flæddi yfir dagblöð með fréttum um ofbeldisfullar götumyndir í Petrograd daginn eftir. Gífurleg breyting varð á þjóðarviðhorfi; með blöðum sem kallaði eftir stríði eins og sagnfræðingurinn Barbara Tuchman sagði: "Öll þessi blöð höfðu áður verið staðfastlega hlutlaus þar til Zimmermann skaut ör upp í loftið og lét hlutleysið hrynja eins og dauð önd."

Lansing framkvæmdastjóri var mjög ánægður. Í minnisblaði til Wilsons forseta skrifaði Lansing af mikilli eftirvæntingu og blóðþörf: "Bandaríkjamenn eru nú loksins tilbúnir til að heyja stríð gegn Þýskalandi!" fagnaði hann í æðislegum tón. Lansing lagði til að það gæti varað í tvö til þrjú ár eða jafnvel fimm; kostað eina milljón Bandaríkjamanna eða kannski sex. Hversu langt eða kostnaðarsamt sem það gæti verið, þá verðum við að halda áfram óháð því. Ég vona og trúi að Wilson forseti muni sjá þessa skoðun."

Wilson setti saman ráðherranefnd sína 20. mars 1917 og bað hvern meðlim að segja sína skoðun. Hver af öðrum töluðu þeir; allir voru sammála um að stríðstími væri kominn; flestum fannst viðvarandi átakaástand vera á milli Ameríku og Þýskalands. Samkvæmt Lansing: „Orð mín hljóta að hafa komið of sterkt," þar sem Wilson forseti bað um að ég lækkaði röddina svo enginn á ganginum heyrði.

Wilson þakkaði hverjum og einum, en gaf ekki endanlega vísbendingu um næstu skref hans.

Þann 2. apríl sendi Wilson þinginu formlega beiðni um að kalla saman sérstakan fund. Þegar hann skrifaði ræðu sína með því að nota Hammond fartölvuna sína, tilkynnti Ike Hoover, varðstjóri Hvíta hússins, öðrum starfsmanni sínum að Þýskaland gæti búist við „helvíti í ávarpi sínu til þingsins. Aldrei hef ég vitað að hann væri ósvífnari; þjáist af höfuðverk."

Wilson bað Hoover um að flytja ræðuna beint til prentsmiðjunnar 2. apríl, sem bar saman við fréttir um að annað bandarískt skip, Aztec, hefði verið sökkt af þýskum kafbáti og tuttugu og átta Bandaríkjamenn drepnir auk frétta um að þýskir kafbátar hefðu ráðist á enn einn. Bandarískt skip kallaði á Bismark og eyðilagði hana líka. Wilson gerði strax áætlanir fyrir hann og afhending Hoovers myndi þá verða þekkt - þeir tóku tvær aðskildar lestir.
Hann hafði ætlað að tala um síðdegis; þó, vegna ýmissa þingferla var hann ekki kallaður fyrr en um kvöldið - hann fór frá Hvíta húsinu klukkan 20:20. á meðan Edith lagði af stað til Capitol tíu mínútum áður.

Vorrigning hellti mjúklega niður Pennsylvania Avenue; götur glitruðu af íburðarmiklum lömpum meðfram Pennsylvania Avenue; hvelfing þinghússins var upplýst í fyrsta sinn - William McAdoo, fjármálaráðherra Wilsons og tengdasonur myndi síðar lýsa því hvernig lýsing hennar "standi í hátíðlegri prýði á móti dimmum blautum himni." Hundruð karla og kvenna stóðu í röðum Pennsylvania Avenue um kvöldið; andlit þeirra sneru niður þegar Wilson forseti ók hægt framhjá í bíl sínum umkringdur hermönnum á hestbaki; hófar slógu jafnt og þétt við gangstéttina sem gefur göngunni yfirbragð af ríkisjarðarför.

Wilson kom til þinghússins um 8:30, þar sem hann var þungt vörður af viðbótar riddaraliðum, leyniþjónustunni, eftirlitsmönnum pósthúsa og borgarlögreglu. Þremur mínútum eftir að Lloyd Bentsen forseti tilkynnti "Wilson forseti er nú kominn!" stór salurinn var yfirbugaður af fagnaðarlæti og lófaklappi þegar lítil amerísk ags bergmála í gegn. Tvær mínútur af óskipulegri ringulreið fylgdu í kjölfarið áður en það lægði fyrir Wilson að byrja.

Hann ávarpaði áheyrendur sína með sínum einkennandi beinum og fræðilegu tóni sem var orðinn aðalsmerki flutnings hans, oft lýst af hlustendum sem prófessor. Rödd hans gaf enga vísbendingu um hvað þingið kynni að biðja hann um núna; Til að byrja með voru augu hans föst á textanum sem hann var að lesa en á endanum ráfuðu þau stundum upp eftir þörfum til að leggja áherslu á atriði.

Hann lýsti aðgerðum Þýskalands sem stríðsaðgerðum gegn bæði stjórnvöldum og fólki í Ameríku, og lýsti fyrri tilraunum Þýskalands til njósna, svo sem varðandi Zimmermann Telegram; en mála framtíðarhorfur Bandaríkjanna sem gríðarlega mikilvægar. Samkvæmt honum þarf lýðræði að ríkja um allan heim til að framfarir séu mögulegar.

Á þessum tímapunkti heyrðist klapp eins manns; Öldungadeildarþingmaðurinn John Sharp Williams frá demókrötum í Mississippi reis upp með upprétta hönd.

Wilson þrýsti höndum saman með „alvarlega og eindregið" að sögn blaðamanns New York Times. Um leið og orð hans báru hljómgrunn hjá þeim sem voru í kringum hann skildu þeir að þetta væri kjarninn í ræðu Wilsons og táknaði allt sem Ameríka gæti vonast til að ná; heyranlegt öskur fór um herbergið til að bregðast við.

Ummæli Wilsons fengu skriðþunga. Með því að búast við „margra mánaða réttarhöld og fórn framundan" fullyrti hann að barátta Bandaríkjanna væri ein fyrir hönd allra þjóða.

„Slíku verkefni getum við helgað líf okkar og auð með stolti, vitandi að nú er kominn tími fyrir Ameríku að nota blóð sitt og kraft til að halda uppi grundvallarreglum sínum þegar hún leitast við hamingju og frið innan landamæra sinna - án þess að Guð hjálpi henni getur ekki mistekist!"

Nú tók við ógæfa: Allir risu í einu; fánar veifuðu ákaft; menn fögnuðu, flautuðu, öskruðu og grétu ákaflega; Wilson hafði talað í þrjátíu og sex mínútur án þess að nefna Lusitania einu sinni með nafni áður en hann yfirgaf salinn í skyndi.

Fjórir dagar liðu þar til báðar deildir þingsins samþykktu ályktun sem lýsti yfir stríði gegn Þýskalandi. U-bátar réðust síðan á tvö bandarísk kaupskip og drápu að minnsta kosti ellefu bandaríska ríkisborgara á þessum tíma. Þingið tók svo langan tíma, ekki vegna þess að nokkur öldungadeildarþingmaður eða fulltrúi efaðist um hvort ályktun þeirra myndi ná fram að ganga, heldur vegna þess að hver og einn skildi að þetta mikilvæga tilefni átti skilið að fá ummæli hans ódauðleg sem hluti af sögunni að eilífu. Wilson skrifaði undir þessa ályktun klukkan 13:18. 6. apríl 1917.

Winston Churchill taldi það löngu tímabært. Í endurminningalíkri sögu sinni um Heimskreppuna, 1916-1918, harmaði Churchill Wilson: "Aðgerðir [Wilson] hefðu getað verið framkvæmdar fyrr; til dæmis í maí 1915 í stað apríl 1917! Hvaða munur gæti þetta hafa skipt: slátrun hefði verið stórlega dregið úr kvölum, hamförum komið í veg fyrir hversu margar milljónir heimila í viðbót gætu innihaldið tóman stól í dag og breyttan heim þar sem bæði sigurvegari og sigraðir verða að lifa!

Rétt í tæka tíð gengu Bandaríkin í stríðið. Herferð Þýskalands um óheftan kafbátahernað hafði reynst gríðarlega áhrifarík og samt höfðu breskir embættismenn haldið þessu leyndu. William S. Sims var hneykslaður yfir því sem hann fann í ferð til Englands til að hitta breska flotaleiðtoga til að skipuleggja þátttöku Bandaríkjanna í flotaátökum. Það sem Sims lærði þar varð honum til að hrífast. Embættismenn aðmíralsins spáðu því að Bretland myndi gefast upp fyrir 1. nóvember 1917 vegna þýskra U-bátaárása; þegar skip fóru frá Bretlandi í apríl 1917 voru líkurnar á því að þeim yrði sökkt. Queenstown veitti Frost ræðismanni Bandaríkjanna sláandi sönnunargögn um árangur nýrrar herferðar hans: sex skip sem þyrluðust innan sólarhrings höfðu komið að landi með áhöfnum sínum. Sims aðmíráll tilkynnti Washington: "Brie y sagði að hún teldi að við værum að tapa þessu stríði um þessar mundir."

Aðeins tíu dögum síðar, þann 24. apríl, sendi bandaríski sjóherinn út eyðingarsveit sína frá Boston; aðeins sex skip alls, en þó mátti ekki vanmeta mikilvægi þess.

Þann 4. maí 1917 hefði hver sá sem sat ofan á Gamla höfðinu í Kinsale séð eitthvað merkilegt: sex stökkir af dökkum reyk birtust langt fyrir ofan sjóndeildarhringinn, áður en þeir hurfu út í engu um leið og þeir birtust. Dagurinn var einstaklega bjartur og fallegur; hafið djúpblátt og hæðirnar grænar; það minnti hann á ákveðinn dag tveimur árum áður. Skip urðu æ augljósari; Geitungalík skip með langan og mjóan skrokk höfðu aldrei áður sést hér á þessum miðum. Þeir voru í röð á stað á ströndinni með stórar amerískar flugvélar og nálguðust í skrúðgöngu. Fyrir hundruð áhorfenda þar, margir sem sjálfir bera amerískar agn, væri það sjón sem þeir myndu muna að eilífu og finna mikla merkingu innra með sér. Á neyðarstundu Breta sneru afkomendur þeirra aftur frá nýlendulöndum í fjöldamörg; þessi atburður er ódauðlegur í samstundis helgimynda málverki Bernards Gribble The Return of the MayDower. Bandarískir fánar héngu stoltir frá heimilum og opinberum byggingum á meðan breski eyðileggjandinn Mary Rose tók á móti þeim með herskipaflota á heimleið og gaf til kynna með seglum sínum "Velkomin í ameríska litina!" Þessari setningu var mætt með

fögnuði frá þeim sem komu til baka í skipsformi frá Ameríku - eitthvað sem ekkert breskt skip gat jafnast á við stórmerkilegt!
Bandarískur herforingi svaraði með því að lýsa þakklæti sínu fyrir nærveru þína:

Þann 8. maí hófu eyðingarmenn upphafseftirlit sitt - aðeins tvö ár eru liðin frá því að Lusitania sökk.

Þrjúgandi síðdegis í júlí árið 1916 kom flugmaður á bryggju á skipafréttaskrifstofu í Norfolk.

Battery Park á Manhattan og bauð hópi blaðamanna í könnunarferð með dráttarbáti upp Hudson ána í átt að Yonkers norður af Manhattan þar sem hann myndi "sækja" (leiðbeina) skipi niðurstreymis í átt að New York höfn til öruggrar hafnar. Við venjuleg tækifæri gætu fréttamenn sniðgengið slíka skoðunarferð; Hins vegar sagði flugmaðurinn þennan sérstaklega notalega síðdegi að fá sér ferskt loft myndi gera þeim öllum gott. Jack Lawrence hjá Evening Mail kom með nóg af áfengi - eða eins og Lawrence kallaði það: "fljótandi fæði". Þegar dráttarbátur þeirra nálgaðist Yonkers-bryggjuna, urðu blaðamenn vitni að gamalli Cunard-farbát að nafni Ultonia lagðist þar að bryggju til að safna hestum fyrir stríð. Þótt hún sé lítil í sniðum með einni trekt, skrifaði Lawrence um útlit sitt: „smurt og óhreint og svo óþekkjanlegt að við þekktum hana varla". Svarti skrokkurinn hennar hafði verið málaður grár tilviljunarkenndur með tímanum á meðan mikið af þessari málningu hafði flísað og gefið það sérkennilegt og flekkótt útlit sem kom öllum um borð í henni á óvart.

Lawrence hafði aldrei orðið vitni að jafn undarlegri hreyfingu hlið til hlið áður og fannst það „nánast óhugnanlegt". Að sögn flugmanns Lawrence stafaði þessi velting af hundruðum hesta innan skipsins -- þegar þeir skynjuðu hreyfingu skutust þeir skyndilega afturábak í viðvörun sem ollu lítilsháttar veltingum, skelfingu hrossa á annarri hliðinni til að bakka í viðvörun áður en þeir hræddu aðra á gagnstæðri hlið sem ollu aftur á móti. meiri hlið til hliðar rúlla. Lawrence fannst þetta heillandi. Eftir því sem tíminn leið jókst hrifning Lawrence. Þessi veltingur frá hlið til hlið varð sífellt meiri eftir því sem Lawrence varð meira og meira ráðvilltur í hvert sinn sem hestur hafði risið upp í viðvörun sem olli æ ákafari hlið til hlið veltingum innan frá.
Í hverri lotu varð það meira áberandi, þar til svo virtist sem mikill sjógangur væri á skipinu. Að sögn flugmanns þess eru slíkar aðstæður þekktar sem hestastormur og gætu jafnvel hrundið skipi á bryggju þess eða valdið skemmdum á þilfari og bátum.

Um leið og dráttarbáturinn dró við hlið Ultonia, opnuðust farmhurðir hans til að hleypa flugmanninum inn. Sólarljós streymdi inn og inni í myrkvuðu rými þess var ein manneskja, skyggð af lofthurð; þeir litu niður á flugmann og fréttamenn en brostu ekki; Lawrence þekkti strax þessa manneskju: William Thomas Turner skipstjóra af Cunard Line frægðinni. Þrátt fyrir að einkennisbúningurinn hans hafi orðið blettur og hrukkaður með tímanum, tók Lawrence fram að hettan hans bar enn merki þeirra á meðan mynd hans hélt sér enn uppréttri og stjórnandi nærveru.“ Lawrence skrifaði um hann: Capt William Thomas Turner: einkennisbúningurinn hans var orðinn óhreinn en hettan hans. með Cunard Line merki hélt enn sínu kunnuglega glaðlegu horni á meðan hettan hans sýndi einkennismerki sín á meðan mynd hans var enn með stjórnandi nærveru á meðan nærvera hans hélt enn uppréttri og stjórnandi nærveru þrátt fyrir að hafa búið í fullri lífsstærð innra með þessum manni!

Flugmaðurinn fór um borð í skip sitt.

„Það er gaman að hafa þig um borð,“ svaraði Turner hlýlega, áður en hann hélt áfram, „við byrjum strax, þessir hestar eru að valda mér vandræðum!

Turner hafði tekið við stjórn skipsins eftir að venjulegur skipstjóri þess hafði veikst við viðkomu í Frakklandi og verið lýstur ófáanlegur, enda eini skipstjórinn sem var tiltækur í hans stað. Áður en hann fór frá Liverpool til að taka við stjórn kallaði Alfred Booth, stjórnarformaður Cunard, Turner inn á skrifstofu sína í síðasta samtal áður en hann úthlutaði honum svo ómerkilegt skip: Turner sagði Booth að það væri engin eftirsjá af hans hálfu vegna þessa verkefnis og myndi fara út jafnvel á pramma til að farðu aftur á sjóinn, orðinn þreyttur á að sitja auðum höndum á landi á meðan allir hinir fóru í siglingu!

Cunard úthlutaði síðan Turner sem skipstjóra á Ivernia, öðru farþegaskipi sem var tekið í notkun á ný til stríðsskyldu sem flutti hermenn í stað hesta. Því miður, 1. janúar 1917, þegar hún var nálægt Krít-eyju í Miðjarðarhafinu, var henni þyrlað og sökkt, og drap 153 hermenn og áhöfn meðan Turner lifði af; hún hafði verið í sikksakk þegar árásin var gerð.

Cunard skipaði Turner neyðarforingja og setti hann aftur í stjórn Máretaníu, en þetta var aðeins til marks um traust þeirra þar sem hún var nú í þurrkví.
Turner neyddist til að rifja upp Lusitania-slysið í annað sinn árið 1918 þegar alríkisdómari í New York hóf réttarhöld til að ganga úr skugga um hvort Cunard ætti að bera ábyrgð á tjóni þess. Sjötíu mál sem höfðað voru af eftirlifendum og nánustu aðstandendum voru sameinuð í þessa málsmeðferð og enn og aftur var ákveðið að Schwieger hefði skotið af stað tveimur tundurskeytum sem leiddu beint til þessara hörmunga.

Turner átti síðar eftir að verða fyrir frekari vandræðum með bók Winstons Churchill þar sem hann hélt því fram að Turner bæri ábyrgð á hamförunum, þrátt fyrir sannanir um hið gagnstæða; Churchill fullyrti ítrekað að tveir tundurskeyti skullu á skipi hans í stað þess að kenna um að færa sig aftur í átt að Turner eins og var ljóst í raun og veru.

Turner hafði lifað af báðar sökktir Cunard-skipa - "þennan frábæra litli maður," eins og vinur hans George Ball vísaði til hans - með stolti enn ósnortinn, en þessi nýja aDront hafði slegið í gegn. Klukkan sextíu og fjögurra ára, þegar Cunard krafðist þess að skipstjórarnir létu af störfum, yfirgaf Turner Cunard og ferðaðist til Ástralíu til að reyna að bæta úr hlutunum með fjölskyldu sinni sem var fráskilin; en lífið þar hentaði honum ekki heldur og sneri aftur heim þar sem félagi hans til margra ára, Mabel Every, sá um hann á Great Crosby fyrir utan Liverpool þar sem hann geymdi hálfan tylft býflugnabú sem framleiddi hunang sem hann uppskar; oft í samræðum tók hann fjarverandi brodd af sjálfum sér og öðrum á meðan hann tók þá af handleggjum og fótum annarra!

Turner sagði ungfrú Every að hann væri almennt ánægður, njóti pípunnar af og til og sagði sögur af lífinu á sjónum, þó aldrei að segja sögur sem flestir myndu vilja heyra. „Capt. Turner fann fyrir missi Lusitania mjög djúpt en minntist sjaldan á það við nokkurn mann," samkvæmt Miss Every. Þessi þögn leiddi í ljós hversu mikil áhrif hún hafði á hann; Svar hans til einni samúðarkonu vinkonu frá Boston leiddi í ljós hversu mikil áhrif hamfarirnar höfðu á hann persónulega; þegar hann svaraði annarri fyrirspurn frá Boston um þetta efni sem hann skrifaði til baka með, "Ég syrgi allt þetta fátæka saklausa fólk sem missti líf sitt sem og þá sem eftir syrgja ástvinir þeirra misstu en sagði ekki meira sem "Ég hata að hugsa eða tala af því".

Á sama tíma kom fortíð hans hins vegar hvorki ásótt né niðurdrepandi eins og almenn skynjun gæti gefið til kynna; George Ball skrifaði um hann: "Hann var allt of sterk persóna til að leyfa sér að verða ósigur í slíkum atburðum."
Turner var orðinn mjög áhyggjufullur vegna máls sem hann hafði ekki stjórn á, sem gerði það að verkum að það hafði svo djúp áhrif á hann að það olli depurð - eitthvað sem hann hafði aldrei gert áður. Samkvæmt viðtali við New York Times fannst Turner ánægður með að allar nauðsynlegar varúðarráðstafanir hefðu verið gerðar og ekkert látið ógert sem gæti hafa bjargað mannslífum þennan örlagaríka dag.

George Ball skrifaði um Turner að góð húmor hans væri áfram áberandi jafnvel þegar krabbamein réðist inn í ristil hans og olli miklum þjáningum á síðasta ári lífs hans. Að sögn George Ball var oft hægt að finna hlátur og gleði meðal félaga hans; Ball greindi frá þessu með því að taka eftir "gleði og húmor voru alltaf greinilega til staðar þegar hann var í félagsskap hans og tókst aldrei að skemmta öllum félögum sínum og taka þátt. Því miður varð þetta erfiðara eftir að krabbamein hafði síast inn í það og olli miklum kvölum fyrir Turner á þessu síðasta ári lífsins. ". Frásögn George Ball lýsir þessu frekar:

Turner dó friðsamlega og án kvörtunar 24. júní 1933, sjötíu og sex ára að aldri, eins og Ball sagði: hann „dó eins og hann hafði lifað," fullur af hugrekki og anda án kvörtunar - enda orðinn einn af hörðustu sjómönnunum frá gamla erfiðu siglingum. skóla til að ganga inn í eilífðina.

Mercedes Desmore, frænka Turner skipstjóra, var viðstödd jarðarför hans. Skipstjórinn var grafinn í kirkjugarði í Birkenhead - handan Mersey frá Liverpool bryggjunni - þar sem nafn hans og stutt tilvísun í Lusitania er letrað á legstein fjölskyldunnar.

Þann 16. september 1941 hófst síðari heimsstyrjöldin aftur. U-bátur nasista þyrlaði og sökkti bresku skipi sem heitir Jedmoor undan Ytri Hebrides og drap þrjátíu einn skipverja þar á meðal hinn 45 ára Percy Wilfred Turner - sonur Turner skipstjóra - sem allir voru um borð í Jedmoor.

Kptlt Walther Schwieger tók við stjórn á U-88, víðáttumiklum kafbáti stærri en U-20 með tvöföldum fjölda tundurskeyta, 21. apríl 1917. Þann 30. júlí fékk hann hæstu verðlaun sem þýski sjóherinn veitti: Pour le Merite eða Blue Hámarksverðlaun - aðeins átta aðrir U-bátaforingjar höfðu áður fengið viðurkenningu fyrir að hafa eyðilagt yfir 190.000 brúttótonn af skipum - Lusitania einn ber ábyrgð á 16 prósentum.
Herbergi 40 í Old Admiralty Building í London fylgdist með Schwieger og bát hans á fjórum siglingum; einn stóð í 19 daga. Þann 5. september 1917 hófst hins vegar fjórða sigling þeirra sem stóð mun skemur. Stuttu eftir að Schwieger kom inn í Norðursjó, rakst Schwieger á einu af Q-skipum Breta - HMS Stonecrop var eitt af flokki svokallaðra leyndardómsskipa sem út á við litu út eins og viðkvæm flutningaskip en í sannleikanum báru öflug vopn - HMS Stonecrop. Þegar hann reyndi að flýja stýrði hann þó bát sínum í átt að enskum námusvæði; Því miður lifðu hvorki hann né áhöfn hans af, og herbergi 40 skráði þetta tap með rauðri skýringu: "Sungið."

Strandbúar í Danmörku héldu áfram að heimsækja ströndina þar sem fyrri bátur hans, U-20, strandaði og klifraði af og til upp á flak þess þar til árið 1925 braut danski sjóherinn hann með sprengingu. Á þessum tímapunkti var hins vegar aðeins búið að bjarga svindlturni hans og þilfarsbyssu; þessar eru nú búsettar á sjávarsíðunni á

Thorsminde meðfram auðninni strandlengju Norðursjávar; Kvikmyndaturn hans situr þar enn aðskilinn frá grunni og þakinn ryði; yfirlætislausar leifar af ógleymanlegu skipi sem einu sinni veiddi sjóinn sinn - ófyrirleitinn draugur fyrri dýrðar sinna að veiða sjó og breyta sögu!

Kapteinn Reginald "Blinker" Hall var sleginn til riddara fyrir störf sín með herbergi 40 árið 1918 - þó að smáatriði hafi verið leyndarmál í áratugi - og hélt áfram að vinna kosningu í neðri deild breska þingsins sem íhaldsmaður og var virkur í gegnum pólitískt líf sitt allan 1920 og til 1926, þegar í allsherjarverkfalli stofnaði Íhaldsflokkurinn breska dagblaðið bráðabirgðablaðið - þar sem Hall hafði yfirumsjón með starfsfólki áður en hann afhenti það gamla yfirmanni sínum, Winston Churchill sem aðalritstjóra (útbreiðsla jókst verulega í eina milljón eintaka á dag áður en Lokun þess! Hann hætti að lokum í stjórnmálum árið 1929 og færði sig nær náttúrunni og fann huggun í umhverfi hennar: beitiland og skóglendi sem finnast í Nýjaskógasvæðinu í Suður-Englandi.

Hann ætlaði að gefa út bók um herbergi 40 og hetjudáð hans sem yfirmaður leyniþjónustunnar, en í ágúst 1933 lýstu Admiralty og Foreign O2ce yfir vanþóknun sinni á slíkum viðleitni og skýrðu frá löngun þeirra til að grípa strax inn í til að bregðast við því sem þeir litu á sem vaxandi dimmt ský. í heimsmálum.
Hall greip til aðgerða til að vernda nafnleynd sögu sinnar og dró handritið til baka; hins vegar má nú finna athugasemdir hans og fullgerða kafla í Churchill Archives í Cambridge. Hall tjáði sig um einfaldleika þess með einni nótnaskrift sem hljóðaði "Hversu einföld greind!"

Hall trúði því að Evrópa myndi brátt sjá ný vandræði. Hann ferðaðist til Þýskalands og Austurríkis árið 1934 til að starfa sem njósnauppspretta, tilkynnti báðum ríkisstjórnum athuganir sínar um þjóðernissósíalistahreyfinguna auk þess að senda þær heim: „Allir ungmenni eru dregnir að því að vera nasistar; öll mótspyrna utan frá er áreitnar þar til þeir ganga til liðs við sig; Að auki varaði hann við: "Að lokum mun það falla á mannkynið að takast á við vitlausan hund; þegar þetta gerist verður fólk þitt að leggja sitt af mörkum."

Hall gekk til liðs við breska heimavarnarliðið sem yfirmaður leyniþjónustunnar í síðari heimsstyrjöldinni og fann sig síðar á niðurleið vegna veikinda. Einn af fyrrverandi kóðabrjótum hans, Claude Serocold (þá forstjóri Claridge's Hotel), gerði ráðstafanir til að Hall fengi að búa í einni af svítum þeirra þar til síðustu dagar hans rann upp; á einum tímapunkti þegar pípulagningamaður kom út klæddur eins og sæmdi virðingu

Claridge birtist pípulagningamaður klæddur svörtum jakkafötum, á þeim tíma sagði Hall við pípulagningarmanninn "Ef þú ert burðarmaðurinn minn maður, of snemma." Hann lést 22. október 1943

Cunard bauð öllum eftirlifendum lífstíðarafslátt upp á 25 prósent og varð vitni að hjónaböndum, ævilöngum vináttuböndum og tveimur sjálfsvígum meðal farþega sinna sem tókst að lifa af sökkunina. Systir Rita Jolivet, Inez, frægur fiðluleikari var ekki sjálf um borð en missti eiginmann sinn í hamförunum; fannst hún vera yfirþyrmandi án hans ákvað hún að hún gæti ekki lengur ráðið við ein og drap sjálfa sig með því að skjóta sig skömmu síðar í lok júlí 1915. Að minnsta kosti tveir eftirlifendur sem lifðu af misstu síðar lífið í fyrri heimsstyrjöldinni.
Margaret Mackworth varð fyrir margvíslegum óviljandi afleiðingum af raunum sínum. Það er kaldhæðnislegt að áfall hennar breyttist úr langvarandi ótta við vatn í ýkt skelfingu við að vera föst undir vatni - sérstaklega þegar hún fór með lestum í gegnum Severn göngin undir Severn River; Í hvert sinn sem Margaret endurtók þessa ferð ímyndaði hún sér að göngin gæfu sig og voru yfirbuguð af vatni - með farþega fasta og haldnir og drukknaðir eins og rottur fastar inni í litlum kerrum!

Á heildina litið taldi hún að hörmungarnar hefðu breytt henni sem einstaklingi. Það veitti henni nýtt sjálfstraust: „Ef einhver hefði spurt hvort ég myndi haga mér eins og búist var við í skipsflaki þá hefði ég haft miklar efasemdir,“ skrifaði hún. Henni til mikillar undrunar og gleði, útrýmdi reynslan djúpum dauðahræðslu sem hún hafði borið á sér frá barnæsku; ein skýring gæti verið að liggja aftur í sólbjörtu vatni vitandi að maður væri nálægt dauðanum (skilningur sem var ekki eytt þegar lá aftur seinna), frekar að gefa verndandi tilfinningu eins og dauðinn væri eitthvað gott; „Það gaf manni næstum vernd eins og það væri ekki hræðilegt lengur að nálgast dauðann!

Dorothy Conner gekk til liðs við Dorothy á ferðum þeirra í Frakklandi þar sem þær þjónuðu báðar í mötuneytum nálægt fremstu víglínu. Til að sýna þakklæti sitt og heiðra viðleitni hennar og hugrekki veittu Frakkar Dorothy Croix de Guerre verðlaunin.

Ungur Dwight Harris gaf ungfrú Aileen Cavendish Foster, sem hann hitti þegar hann bjargaði Percy Richards litla, trúlofunarhringinn sinn 2. júlí 1915 í London og þau giftu sig þann júlí. Percy Richards lifði til fertugs en svipti sig lífi 24. júní 1949.

George Kessler, þekktur sem kampavínskóngurinn, uppfyllti loforð sem hann gaf þegar hann var í sjónum um að ef hann lifði af myndi hann helga sig umönnun fórnarlamba stríðs. Hann stofnaði stofnun tileinkað því að aðstoða hermenn og

sjómenn sem blinduðust í bardaga; Helen Keller sat síðar í stjórn þess; það starfar nú undir nafni hennar sem Helen Keller International.
Charles Lauriat skrifaði um reynslu sína um borð í The Lusitania's Last Voyage fimm mánuðum eftir að hún sökk, og hún varð fljótt metsölubók. Hann hélt áfram að selja bækur, handrit og listaverk áður en hann lagði fram kröfu til bandarísku blönduðu kröfunefndarinnar á hendur Þýskalandi vegna andvirði stolinna Thackeray-teikninga og Dickens Carol handrita sem hann missti; hann bað um 51.399,31 dollara að meðtöldum vöxtum; þó var honum aðeins veittur 10.000 dollarar. Hann lést 28. desember 1937 sextíu og þriggja ára gamall og minningargrein hans í Boston Globe benti á margar ferðir hans til London og Evrópu á meðan hann lifði. Lauriat var keypt af nokkrum nýjum eigendum með tímanum og stækkaði hratt og opnaði 120 "Lauriat" bókabúðir áður en stækkun þess varð of hröð og of kostnaðarsöm vegna þrýstings frá innlendum keðjum og netseljendum. Sótt var um gjaldþrotsvernd árið 1998 áður en loksins var lokað fyrir fullt og allt árið eftir.

Belle Naish, sem missti eiginmann sinn í Kansas City hörmungunum, komst að því að löngu eftir að það gerðist fann hún fyrir vanlíðan þegar hún horfði út á tærbláan himininn. Theodate Pope setti frú Naish í erfðaskrá sína sem þakklætisvott fyrir þegar Naish viðurkenndi að Theodate væri enn á lífi um borð í björgunarskipinu Julia og kallaði á aðstoð.

Bati Theodate tók nokkurn tíma. Vinir hennar spíritista söfnuðust saman og sáu til þess að hún gisti á einkaheimili í Cork. Þegar hún kom með andlitið enn lamað og skært í lit, klædd í fatnað sem íbúar Queenstown söfnuðu úr ýmsum söfnum frá íbúum Queenstown; í gestaherbergi með hvítum veggjum með gluggakistum af túlípanum og líflegum kolum. Fram að þeim tímapunkti hafði hún verið til í tilfinningalegu trans; en fannst nú öruggt; í fyrsta skipti fór hún að gráta eftir lausn að fá bréf frá Mary Cassatt: ef þú varst hólpinn þýðir það að það verður enn að vera eitthvað eftir fyrir þig til að leggja þitt af mörkum í þessum heimi".

Til að halda bata sínum áfram flutti Theodate á Hyde Park hótelið í London þar sem Henry James varð einn af reglulegum gestum hennar. Á hverri nóttu í návist hans sofnaði hún en vaknaði oft áður en hún sofnaði - þó ekki lengi í hvert sinn!
Eftir heimkomuna sá hún hann sitja kyrr, með krosslagðar hendurnar hvíla ofan á stafnum hans eins og óhreyfanlegur mezzotint. Þó hún hafi notið Englands í fyrri heimsóknum, var nú allt öðruvísi: "Þú getur ekki ímyndað þér stríðsandrúmsloftið hér; það er svo - ekki niðurdrepandi - svo stöðugt til staðar á vörum og hugsunum fólks."
Þegar hún kom heim til Hill-Stead upplifði hún alvarlegt svefnleysi sem og martraðir

þar sem Edwin Friend birtist í draumum hennar - nætur svo slæmar að frændi hennar myndi ganga um hana þar til hún gæti sofið örugg aftur áður en farið var að sofa.

Síðar klæddist hún „gullkraganum“ og giftist John Wallace Riddle, fyrrverandi sendiherra Bandaríkjanna í Rússlandi. Að lokum náði hún markmiði sínu um að búa til menntastofnun sem minnismerki um látinn föður sinn - Avon Old Farms School stendur enn í dag í Avon Connecticut.

Edwin Friend var svo sannarlega týndur en meðlimir nýstofnaðs American Society for Psychical Research sögðust hafa séð hann heimsækja hann oft.

Sem menntaskólanemi, þegar ég bjó til andlega tímalínu mína yfir heimsviðburði, gerði Lusitania aDair eina af minnstu færslunum - rétt á milli borgarastyrjaldarinnar og Pearl Harbor. Eins og flestir, trúði ég því alltaf að sökk þess hafi orðið til þess að Woodrow Wilson forseti lýsti yfir stríði gegn Þýskalandi - þegar í raun og veru Ameríka gekk inn í fyrri heimsstyrjöldina tveimur árum síðar - hálfa leiðinni. Þessi þáttur einn kom mér á óvart en um leið og ég byrjaði að lesa upp sögu hennar ítarlega og kanna skjalasöfn um bæði Ameríku og Bretland varð ég heilluð, heilluð og hrærður.

Það sem laðaði mig mest að mér var hið fjölbreytta efni sem var tiltækt til að búa til eins lifandi sögu og mögulegt var - fjársjóðir eins og símskeyti, þráðlaus skilaboð, sendingar eftirlifenda, skýrslur eftirlifenda, leynilegar njósnadagbækur, raunverulegur stríðsdagbók Kapitanleutnant Schwieger, ástarbréf Edith Galt. og jafnvel kvikmyndaupptökur sem sýndu loka brottför þess frá New York voru fáanlegar sem dæmi um þessa ríku liti; vonandi notaði ég þetta á áhrifaríkan hátt!

Að uppgötva þessa hluti var helmingurinn af skemmtuninni: sérhver bók er ævintýri út í óþekkt vatn sem felur í sér bæði líkamlega og vitsmunalega könnun. Vitsmunalegar rannsóknir leiða til djúpstæðs skilnings á einu efni; líkamleg könnun tekur þig inn í ókannað landslag; á meðan vitsmunalegt ferðalag leiðir þig dýpra inn í annað efnissvið þar til þú nærð sérfræðingsstöðu (ekki á hverju máli þó; bara einbeittur). Þó að ég skrifi kannski aldrei aðra bók um fyrri heimsstyrjöldina sjálfa eða kafbátahernaðabáta aftur - engu að síður er það heillandi lestur! - það gæti komið sér vel.
Líkamlegt ferðalag var mjög ánægjulegt á þann hátt sem ég hafði ekki búist við; á einum tímapunkti fann ég mig um borð í Cunard's Queen Mary 2 í Force 10 hvassviðri á vetrarferð frá New York til Southampton. Á einum tímapunkti í Hamborg týndist ég vonlaust með þýskumælandi GPS-kerfi sem óafvitandi hafði verið stillt fyrir aðra borg með öllu, en gerði samt leikandi tilraun til að beina mér í átt að hótelinu mínu. Stundum leið mér eins og Jason Bourne í The Bourne Identity, sem tók óvæntar beygjur niður húsagötur og inn í blindgötur þar til ég áttaði mig á því að ekkert GPS-kerfi gæti nokkru sinni tekið ökumann í óvænta átt niður einstefnugötu. Ferðalög mín leiddu mig svo langt norður sem Thorsminde í Danmörku (í febrúar ekki síður!); suður til Christopher Newport háskólans í Newport News Virginia; vestur að Hoover bókasafni Stanford háskólans og ýmsum stöðum austur þar á meðal Library of Congress og US National Archives, ásamt heillandi skjalasafni í London Liverpool Cambridge; það er gott að vita að England verður alltaf til!

Á leiðinni upplifði ég rólegar augnablik opinberunar þegar fortíð og nútíð tengdust samstundis og sagan varð áþreifanleg - ég lifi fyrir þessar upplifanir! Fljótlega eftir að hafa komið sér fyrir á Hoover bókasafni Stanford háskólans færði skjalavörður mér óvænta gjöf - ómerkt brot úr björgunarbát sem bar nafnið Lusitania sem hafði upphaflega fundist nálægt grunlausum farþega sem hafði skolað á land. Á Strandingsmuseum St George í Thorsminde, Danmörku, naut ég þeirra forréttinda að standa fyrir framan og snerta þilfarsbyssu U-20 sem hafði skotið niður jarl af Lathom - taka mér upp stellingar sem konan mín fullvissaði mig um að væru svo sannarlega dónaleg! Í Þjóðskjalasafni Bretlands í Kew, sem er gætt af álftum, fann ég skjalasafn sem geymdi upprunalega kóðabók: SKM eða Signalbuch der Kaiserlichen Marine - sem hafði fundist af rússneskum umboðsmönnum og gefið aftur í herbergi 40 í 1914. Eitt djúpstæðasta augnablikið kom þegar ég fékk leyfi frá háskólanum í Liverpool, umsjónarmanni Cunard Archive, til að skoða líkhúsmyndir af fórnarlömbum Lusitania. Slíkar stundir voru eins og að stinga fingrinum í milt hlaðna rafmagnsinnstungu - alltaf hughreystandi, því sama hversu djúpt sokkinn í eitthvað ég verð.
Jafnvel þegar ég skrifa fræðirit, þakka ég fyrir að hafa líkamlegar sannanir til að styðja það sem ég skrifa um.

Skrýtið, örfáum dögum áður en ég skilaði drögunum mínum til ritstjórans míns, sökk kóreska ferjan Sewol í Gula hafinu, sem skildi eftir hundruð skólabarna sem upplifðu eitthvað svipað og gerðist um borð í Lusitania. Einn morguninn þegar ég lauk við að endurskoða kafla sem tengdust alvarlegum lista hans og áhrifum hans á sjósetningaraðgerðir björgunarbáta, birti CNN skýrslur um nákvæmlega þetta fyrirbæri sem gerðist með Sewol farþega.

Ferð mín á Queen Mary 2 - stórkostlegu og tignarlegu skipi - bauð mér ómetanlega innsýn í ferðalög yfir haf. Jafnvel í dag, þegar maður er á miðju Atlantshafi, getur maður oft fundið sig einn og langt frá björgun ef eitthvað skelfilegt ætti sér stað. En ólíkt farþegum frá Lusitania sem þurftu að fara í björgunarvesti til að yfirgefa New York áður en þeir fóru um borð, þurftu allir farþegar að prófa björgunarvesti áður en þeir fóru frá New York; engin undantekning var veitt án tillits til fyrri siglingareynslu; að setja einn á neyðir þig til að íhuga óvænta möguleika og getur verið skelfilegt!

Að skrifa um Lusitania krefst gríðarlegrar varkárni þegar farið er yfir útgefin verk um þetta efni. Ósannindi og ranglæti koma ítrekað inn í fræðistrauma, með neðanmálsgreinum sem leiða alltaf aftur til uppruna þeirra. Í hvert skipti sem ég hafði einhvern til að leiðbeina rannsóknum mínum: Mike Poirier frá Pawtucket, Rhode

Island er áhugamaður sagnfræðingur sem líklega veit meira um Lusitania og farþega hennar en nokkur lifandi. Mike las vandlega í gegnum handritið mitt fyrir hvaða kafla sem gætu valdið farþegum þess að hlæja upphátt; þú færð það á tilfinninguna að Mike líti á þá sem frændur sína og frænkur! Aðstoð hans reyndist ómetanleg og GeoHrey Whitfield veitti einnig skoðunarferð um Liverpool nútímans - báðir ómetanlegir aðstoðarmenn í rannsóknarferð minni.
En ég verð að staðhæfa að allar villur sem finnast í þessari bók eru eingöngu á mína ábyrgð.

Hins vegar vildu þeir enn hluta af hasarnum! Svo þeir fundu aðra heimild - í þessu tilviki er það í gegnum list. Hvað hraða og frásagnarheilleika snerti, treysti ég að miklu leyti á traustan hóp af fyrirfram lesendum mínum, frábæru vinkonum mínum Carrie Dolan og Penny Simon, umboðsmanninum mínum David Black, auk Christine Gleason, með spássíuna á spássíu--svo sem broskalla, társtreymandi augu, örvar niður eða langar raðir af zzzzzzs - sem gefur frábæra vísbendingu um hvar viðleitni mín hafði mistekist og hvað virkar vel hvað varðar frásagnir. Ritstjórinn minn hjá Crown Publishing, Amanda Cook, gaf mér 11 blaðsíðna bréf sem gaf frábæran vegvísi til að bæta frásögn mína. Hún reyndist sérfræðingur í að veita hrós, en stingdi um leið örsmáum hnífum undir neglurnar á mér - og neyddi mig inn í ákafan mánuð af endurskoðun frásagnar sem er enn ein ákafasta ritreynsla lífs míns. Þakka þér líka til ritstjórans, Elisabeth Magnus, fyrir að bjarga mér frá því að taka þátt í þeirri stórhættulegu æfingu að klæða mig með „eru", sem og farþegum sem „hrópa" um borð í skipi mínu! Hjá Crown verð ég fyrst að þakka ofurhetjunum þremur - kjörtímabilið mitt - Maya Mavjee, Molly Stern og David Drake, sem ég viðurkenni að eru miklu betri í að stjórna Martinis en ég sjálfur. Að auki, þökk sé Chris Brand og Darren Haggar fyrir framúrskarandi forsíðumynd sem og alvöru hetjurnar, Emma Berry og Sarah Smith.
Ég naut þess í botn að uppgötva minningargreinar, sjálfsævisögur og dagbækur sem varpa ljósi á persónulega sögu á ferðalagi, þó að farið verði varlega að þeim vegna minninga sem dofna eða leyndar dagskrár. Mesta gildi þeirra liggur í smáatriðum sem þeir sýna um fyrri líf. Lantern Slides: The Diaries and Letters of Violet Bonham Carter 1904-1914 ritstýrt af Mark Bonham Carter og Mark Pottle var líka ómetanlegt til að veita mér innsýn í breskt hásamfélag fyrir stríð. Mér fannst Violet Asquith Asquith sjálf heillandi; reyndar held ég að ég hafi jafnvel orðið svolítið ástfangin af henni!

Þessi listi er engan veginn tæmandi: að vitna í hverja staðreynd myndi þurfa heilt fylgirit og vera leiðinlegt í stuttu máli. Ég hef tekið eftir öllu tilvitnuðu efni og allt annað sem vert er að taka eftir eða mögnun (eins og eitthvað sem gæti valdið því að

Lusitania leggst að bryggju og kveikti í björgunarbátum á grasflötinni minni). Ennfremur, í gegnum þessa frásögn, eru litlar sögur sem voru of mikilvægar eða óljósar til að vera með í meginsögunni, en voru samt þess virði að hafa þær með engu að síður vegna annað hvort einstakrar innsýnar þeirra eða bara vegna þess.

ENDIRINN